இலக்கிய இன்பம்

(இலக்கிய ஆய்வுக் கட்டுரைகள்)

மு.சு. கன்னையா,

எம்.ஏ., எம்.எட்., எம்.பில்.,

சங்கர் பதிப்பகம்

15 / 21, டீச்சர்ஸ் கில்டு காலனி, 2-வது தெரு,
இராஜாஜி நகர் விரிவு,
வில்லிவாக்கம், சென்னை - 600 049.
தொலைபேசி: 044-26502086, 9444191256
email: shankar_pathippagam@yahoo.com
wef: www shankarpathippagam.in & www bookthagam.com

நூல் விவரப் பட்டியல்

நூலின் பெயர்	:	இலக்கிய இன்பம் (இலக்கிய ஆய்வுக் கட்டுரைகள்)
ஆசிரியர்	:	மு.சு. கன்னையா, எம்.ஏ., எம்.எட்., எம்.பி.எல்.,
நூல் வகை	:	இலக்கியம்
பதிப்பு ஆண்டு	:	2021
நூல் அளவு	:	டெம்மி
பக்கங்கள்	:	232
பைண்டிங்	:	சாதாரண அட்டை
வெளியீடு	:	சங்கர் பதிப்பகம் 15/21, டீச்சர்ஸ் கில்டு காலனி, 2-வது தெரு, இராஜாஜி நகர் விரிவு, வில்லிவாக்கம், சென்னை - 600 049. தொலைபேசி: 044 - 2650 2086
அச்சாக்கம் & மேலட்டை	:	பழனி - லதா, வில்லிவாக்கம்.
அச்சிட்டோர்	:	எம்.கே.கிராபிக்ஸ், சென்னை - 600 021. தொலைபேசி : 98408 28213

விலை: ரூ.230.00

பொருளடக்கம்

காணிக்கை

என்னுடைய நெஞ்சில் வாழ்ந்து கொண்டிருக்கும்.

என் தந்தை, M. சுப்பையா அவர்களுக்கும்

தாய் புஜ்ஜியம்மா அவர்களுக்கும் இரண்டாவது

படைப்பாக, இந்நூலை அவர்கள் பாதங்களில்

காணிக்கையாகப் படைக்கிறேன்.

நூன் முகம்:

இலக்கிய இன்பம் என்ற இந்த நூலில் 25 கட்டுரைகள் இடம் பெற்றுள்ளன. இவற்றில் பன்னிரண்டு கட்டுரைகள் திருக்குறள் தலைப்புகளில் எழுதப்பட்டுள்ளன. இவை ஆய்வுக் கட்டுரைகளாக மலர்ந்துள்ளன. இன்பத்துப் பாலா காமத்துப் பாலா, திருக்குறளில் பாயிரம், திருக்குறளில் தாவரங்கள், அறிவியல் கோட்பாடு, அமிழ்தம் – என்பது மழையை குறிக்கும் என்பதை பல வகையில் விளக்கப்பட்டது. திங்கள் மும்மாரி பற்றி கூறியுள்ளதன் நோக்கம் என்ன? பல இலக்கியச்சான்றுகள் மூலம் விளக்கியுள்ளேன். திருக்குறளில் கற்பனை உண்டா? என்பவர்களுக்கு திருக்குறளிலும் வள்ளுவரின் கற்பனை இடம் பெற்றுள்ளது என்பதை காமத்துப் பாலில் உள்ள ஒரு சில குறட்பாக்களை எடுத்துக் கூறி விளக்கியுள்ளேன்.

இனி, தனிப்பாடல்களில் விடுகதை என்ற கட்டுரையில் சில பாடல்களை எடுத்துக்காட்டி விளக்கப்பட்டுள்ளது. பாரதிதாசன் கவிதைகளில் நகைச்சுவை என்ற கட்டுரையில் நகைச்சுவைப் பகுதிகள் விளக்கப்பட்டுள்ளது. படிப்பவர்கள் சிரித்து மகிழ ஏதுவாக இருக்கும்.

இனி புறநானூற்றில் இருந்து இரு பாடல்கள் கையறு நிலையாகக் கூறப்பட்டுள்ளது. இனி வருமோ இளமைக் காலம் என்று தொடித்தலை விழுத்தண்டினார் பாடிய பாடல் கருத்து கூறி, அவர் முதுமையில் இளமை பற்றி நினைத்து வருந்தியது, பாரி மகளிர்தம் தந்தையையும், பரம்பு மலையையும் இழந்த நிலையை பின்னாளில் வருந்திக் கூறியதும் கூறப்பட்டுள்ளது. கோவலனை ஊழ் வினை எப்படி ஆட்டிப் படைத்தது. என்பதும் விளக்கிக் கூறப்பட்டுள்ளது. இனி இந்நூலில் இலக்கியங்களில் 'பனை' என்ற கட்டுரையை பல விதங்களில் கூறியுள்ளேன். இலக்கியங்களில் பனைமரம் எவ்வாறு பேசப்பட்டுள்ளது என்பதை சில இலக்கியங்கள் துணை கொண்டு விளக்கப்பட்டுள்ளது. பனையினால் நாம் பெறும் பயன்கள் அகப் பயன்கள் புறப்பயன்கள்,

மருத்துவ குணங்கள் எனப் பல கோணங்களில் விளக்கிக் கூறப்பட்டுள்ளது. பனையினால் நாம் பல பொருள்களைப் பெறுகிறோம் என்பதும் கூறப்பட்டுள்ளது.

இக்கட்டுரைகள் எல்லாம் ஒரே சமயத்தில் எழுதப்பட்டவை அல்ல. அவ்வப்போது எழுதப்பட்டவை. இக்கட்டுரைகளில் பெரும்பான்மையானவை மாணவர் மன்ற 'நித்தியக் குவியல்' என்ற இதழிலும் வெளிவந்தவை என்பது குறிப்பிடத் தக்கது.

இதற்கு முன் 'நீதி நூல்களில் உடல் நலம்' என்ற நூல் வெளிவந்துள்ளது. வாசகர்களிடையே நல்ல வரவேற்பு உள்ளது. இந்நூலும் நல்ல வரவேற்பு பெறும் என்று நம்புகிறேன். பெறும்பான்மையான கட்டுரைகள் திருக்குறளை மையமாக வைத்தே எழுதியுள்ளேன் என்பதை மகிழ்ச்சியுடன் தெரிவித்துக் கொள்கிறேன்.

- ஆசிரியர்

பதிப்புரை

'இலக்கிய இன்பம்' என்றும் இந்நூல் சிறந்ததொரு ஆய்வு நூலாக மலர்ந்துள்ளது. திருக்குறள் பற்றிய 12 கட்டுரைகள், புறநானூறு முதல் நாலடியார் வரையான நூல்களிலிருந்து எடுத்துக்காட்டுகள் காட்டப்பட்டு விளக்கியுள்ளார் நூலாசிரியர்.

விடுகதைகள், புறநானூறு குறித்த ஆய்வும் இந்நூலில் உள்ளது. வெறும் ஆய்வுக் கட்டுரையாக இல்லாமல் சுவைபட பல்வேறு எடுத்துக்காட்டுகளுடன் விளக்கியுள்ளது நூலாசிரியரின் தனிச் சிறப்பு.

நம் முன்னோர்கள் வளர்த்த பனைமரத்தின் அருமை உணராது அழியும் நிலைக்குத் தள்ளப்பட்டு, இப்போது மீண்டும் அதன் பயன் உணர்ந்து மக்கள் விழிப்படையும் நிலை வந்துள்ளது. அந்தப் பனைமரத்தின் சிறப்பினை விளக்கும் கட்டுரையும் இந்நூலுக்கு மணி மகுடமாகத் திகழ்கின்றது. ஆசிரியரின் முயற்சிக்குப் பாராட்டுகள்.

இலக்கிய உலகிற்குத் கிடைத்த நல்லதோர் முத்து இந்நூல். வாங்கிப் படித்துப் பயன்பெற வேண்டுகிறோம்.

-பதிப்பாளர்

தங்க. காமராஜ்
இயக்குநர்
அகரமுதலத்துறை இயக்ககம்.
தமிழ்நாடு அரசு.
31.12.2018

வாழ்த்துரை

திரு.மு.சு.கன்னையா அவர்கள் படித்து, கேட்டு அனுபவித்த இலக்கியங்களையெல்லாம் சேகரித்து 'இலக்கிய இன்பம்' என்ற வண்ணமிகு பூமாலையாகத் தொடுத்திருக்கிறார். இந்தப் பூமாலையில் திருக்குறளே மணக்கிறது.

'தமிழ் இலக்கியங்களின் கூட்டுக்கலவை திருக்குறளே' என்ற தீர்வை இந்நூலின் வழியே கண்டறிந்திருக்கிறார் இந்நூலாசிரியர். நீதிநெறிக் கோட்பாடுகளை இலக்கிய வடிவில் சுவைபடக் கூறமுடியும் என்பதை குறளின் வழியே எடுத்துக்காட்டியவர் திருவள்ளுவர். நாட்டில் எல்லோருக்கும் சம அளவில் இன்பத்தையும், அறிவையும் நல்க வல்ல பொதுமையான ஓர் இலக்கியத்தையே 'தேசிய இலக்கியம்' என்று கூறுவோம். காலம், மதம், மொழி, இனம், நாடு, அரசியல் ஆகிய அனைத்தையும் கடந்து படிப்பவர்களுக்கு எழுச்சியையும் வளர்ச்சியையும் கொடுக்க ஏற்றதாகத் திகழ்வதால் தேசிய இலக்கியம் என்ற எல்லையையும் தாண்டி 'உலக இலக்கியமாக திருக்குறளைப் போற்றலாம். எந்தக் கருத்தையும் திருக்குறளை அடிப்படையாகக் கொண்டு பகர்ந்தால் அது கேட்ப்பவரை ஏற்றுக்கொள்ளச் செய்யும் என்பதால் தான் இந்நூலாசிரியர் திரு.மு.சு.கன்னையா அவர்கள் தன் கருத்துகளை திருக்குறள் வழியே விளக்கியிருக்கிறார். எனவே தான் இந்நூலின் ஒவ்வொரு பக்கமும் நமக்கு புதுப்புது இன்பத்தையும், அறிவையும் தருகின்றன.

திரு.மு.சு. கன்னையா அவர்கள் தோற்றத்திற்கு

எளிமையானவராக தோன்றினாலும் எண்ணத்திலும் எழுத்திலும் மிகவும் வலிமையானவராகத் திகழ்கிறார் என்பதை இந்நூலின் வாயிலாக அறிய முடிகிறது. இந்நூலாசிரியரைப் போன்ற தமிழறிஞர்களால் தமிழ் இலக்கியம் மட்டும் வாழவில்லை, தமிழ்மொழியும் வாழ்கிறது, வளர்கிறது. கன்னித்தமிழ்பால் சீரிளமைக் குன்றாமல் திரு.மு.கன்னையா அவர்கள் வாழ வாழ்த்துகிறேன்.

அன்பன்,

தங்க. காமராஜ்.

31.12.2018

திருவள்ளுவர்

1. திருக்குறளில் பாயிரம்

முன்னுரை

"வள்ளுவன் தன்னை உலகினுக்கே தந்து
வான்புகழ் கொண்ட தமிழ்நாடு"

திருக்குறள் உலக நூல்களில் உயர்ந்த நூல். பல நூற்றாண்டுகள் கழிந்த பின்பும் அரசியல், சமயம் ஆகியனவற்றில் மாறுதல்கள் ஏற்பட்ட பின்பும் நிலைத்து வாழ்ந்த, வாழ்ந்து வருகின்ற, இனிமேலும் வாழப்போகும் நூல். வாழ்க்கைக்கு வழிகாட்டும் நூல். இந்நூலின் பாயிரம் பற்றிப் பார்ப்போம்.

பாயிரம் இல்லாதது நூலன்று.

"ஆயிர முகத்தான் அகன்ற தாயினும்
பாயிரம் அல்லது பனுவல் அன்றே" - நன்னூல்

பாயிரம்

நூலைப் பற்றிய இன்றியமையாத பொருள்களைக் கூறுவது. பாயிரம் நூலுக்கு முகம் போன்றது. பாயிரம் இருவகைப்படும். அவை பொது, சிறப்பு என்பன. கடவுள் வாழ்த்து, அறன் வலியுறுத்தல் ஆகிய செயப்படு பொருளும் உரைப்பதால் திருக்குறள் பாயிரம் தற்சிறப்பாயிற்று. வள்ளுவர் கூறும் கடவுள் வாழ்த்திற்கும் மற்ற நூலாசிரியர்கள் கூறும் கடவுள் வாழ்த்திற்கும் வேறுபாடுண்டு. மற்ற நூல்களில் எடுத்துக் கொண்ட நூல் இனிது நிறைவுறுதல் பொருட்டுக் கடவுளை வாழ்த்துவர். ஆனால் திருக்குறளில் கடவுளின் பொது இயல்பும், சிறப்பியல்பும் கூறி வாழ்த்தியுள்ளார்.

அகர முதல

தமிழ் நெடுங்கணக்கில் உள்ள எழுத்துகள் அகரத்தில் தொடங்கி னகரத்தில் முடிகிறது. இது இந்நூலுக்கு உரிய மற்றொரு சிறப்பு. மிகு புகழுடைய புலவர்கள் தாங்கள் பாடிய நூல்களில் உலகை முன்வைத்துப் பாடினர். அந்த வகையில் வள்ளுவர் முதன்மை பெறுகிறார்.

உலகெலாம் உணர்ந் தோதற் கரியவன் - **சேக்கிழார்**
உலகம் உவப்ப வலனேர்பு திரிதரு - **நக்கீரர்**
உலகம் யாவையும் தாமுள வாக்கலும் - **கம்பர்**

உலகம் இயங்குவது, மக்கள் வாழ்வது, உயிர் உணர்வது இவைகள் நடைபெற அடிப்படையாக ஒரு உண்மைப் பொருள் இருக்க வேண்டும் என்பது தெளிவாகும். இதை விளக்க பல உவமைகள் கூறலாம். ஆனால் வள்ளுவர் அகரம் எடுத்துக் கொண்டார். அகர ஒலிக்கும் மற்ற ஒலிகளுக்கும் தொடர்பு 'அ' ஒலி வாயைச் சிறிது திறந்த உடன் பிறக்கின்றன. இவற்றின் தொடக்கத்தில் அகர ஒலி இருப்பதை அறியலாம். எனவே கடவுளுக்கும் உலகத்திற்கும் உள்ள இயைபு இத்தகையதே. எனவே உலகம் கடவுளை முதலாகக் கொண்டிருக்கிறது.

வாழ்த்து முறை:

கடவுள் வாழ்த்தை அடுத்து வான்சிறப்பு, நீத்தார் பெருமை வைக்கப் பெற்றுள்ளன. தொல்காப்பியத்துள் பாடாண் திணையில் "அமரர்கண் முடியும் அறுவகையானும்" என்ற நூற்பாவில் தெய்வங்களில் சிறந்தாரை வாழ்த்தும் தெய்வத்தைப் போல நினைத்து வாழ்த்தும் முறை.

நிறைமொழி மாந்தர், அந்தணர், ஆநிரை, மழை, அரசர், உலகம் - இவற்றை வாழ்த்தும் முறையை அறுமுறை வாழ்த்தும் உள. அதன்படி தெய்வ வாழ்த்து கடவுள் வாழ்த்திலும் நிறைமொழி மாந்தர், அந்தணர் வாழ்த்து நீத்தார் பெருமையிலும், மழை வான்சிறப்பிலும் வள்ளுவர் வைத்துள்ளார். இளங்கோவடிகளும் சிலம்பில் இயற்கையை வாழ்த்தும் போது 'மாமழை போற்றுதும்' என்று கூறியுள்ள நுட்பம் போற்றுதற்குரியது.

அறன் வலியுறுத்தல்:

அறன் வலியுறுத்தல் என்பது வரும் பொருள் உரைத்தலாகிய செயப்படு பொருள் உணர்த்தியது. இதில் அறத்தின் பொது இலக்கணம் கூறி ஏனைய பொருளும் இன்பமும் தர வருவனவே என நுண்ணுணர்வினால் அறியலாம். பாயிரம் நூலுக்குப் பின்னர் கூறும் முப்பாலுக்கும் தோற்றுவாய் செய்தல் வேண்டும். அறத்துப்பாலுக்குத் தோற்றுவாயாக அறன் வலியுறுத்தல் கூறிய வள்ளுவர் பொருட்பாலுக்கும், காமத்துப்பாலுக்கும் ஏன் கூறவில்லை என வினா எழலாம் வள்ளுவர் சொல்லக் கருதியது அறம் ஒன்றே என்பதும், மற்ற இரண்டும் இதனுள்ளே அடங்கும் என்பதும் வள்ளுவர் உட்கிடக்கையாகும். இதை ''சிறப்பீனும் செல்வமும் ஈனும் அறம் எனவும்'', "அறத்தாறிது வென வேண்டா'' எனவும் என்பனவற்றாலும் பொருளறத்தையும் "அறத்தான் வருவதே இன்பம்'' என்பதால் இன்பத்தையும் தோற்றுவித்து பொருளாம் இன்ப அறம் என முப்பாற் படுதலும் கூறினார். எனவே பொருளும் இன்பமும் அறவழிப்படும் என்பது தெளிவுறும்.

வள்ளுவர் கூறும் அறம்:

அறத்திற்கு வள்ளுவர் கூறிய விளக்கம் போல இதுவரை யாரும் கூறவில்லை. செயலில் வெளிப்படின் சிந்தித்து செயலுக்கு வருவதற்குள் அறமல்லாத உள்ளத்தையும் உணர்ச்சியையும் கெடுத்து விடுகின்றன. ஆகையால் அதனை உள்ளத்திலேயே அமைக்க வேண்டும் என்று கருதிய வள்ளுவர் அறமாவது "மனத்துக்கண் மாசிலனாதல்" என்றார். மன மாசுகள் என்பதை வள்ளுவரே அழுக்காறு, அவா, வெகுளி இவை மனத்தில் உண்டாகும் குற்றங்கள் என்றும், மொழிக் குற்றமாகிய கடுஞ் சொல் கூறுதலாகும். அறம் தவறும், இவை நான்கும் தவறாமல் காப்பதே அறம் என்றார். எனவே அறம் என்பது மனம், மொழி, மெய் தூயனாதல் என வரையறுத்துச் சொல்லியது வேறு எந்த நூலிலும் இல்லை. இது திருக்குறளுக்குப் பெருமை தருவது. அறம் என்ற சொல்லுக்கு வடமொழியில் தருமம் என்று பொருள் கூறுவர்.

மக்கள் நான்கு உறுதிப் பொருள்களையும் பெறுவது உலக வாழ்வினாலேயே. இத்தகைய வாழ்வு செம்மையாக நடைபெற முதலில் வேண்டப்படுவது கடவுள் 'தானலா துலக மில்லை' திருநாவுக்கரசர் கூறியபடி கடவுளில்லாமல் உலகம் இல்லை. எனவே தான் வள்ளுவர் கடவுள் வாழ்த்தை முதலில் கூறினார்.

உயிர்களின் உலக வாழ்வு – இயக்கம் கடவுளின்றி நிகழாது. எனவே முதல் எட்டு குறட்பாக்களில் கடவுள் இன்னின்ன குணமுடையவர் என்று வகுத்துக் கூறி, ஒன்பதாவது குறளில் அந்த எட்டு குணங்களையும் தொகுத்துக் கூறி ஆற்றல் மிக்க கடவுளை மக்கள் மனத்தால் நினைந்து, நாவினால் வாழ்த்தி, உடம்பால் வணங்கி வழிபட்டால் அல்லது உலக வாழ்வின் பயனாகிய "பிறவிப் பெருங்கடலை நீந்திக் கடக்க இயலாது என்பதைப் பத்தாவது குறளில் கூறி முடிக்கிறார்.

வான்சிறப்பு:

உலகில் உயிர்ப் பொருளையும் உயிரில்லாப் பொருளையும் இயக்கும் ஆற்றல் மழைக்கே உண்டு. நெருப்பில் சூடுபோல கடவுளிடத்திலிருந்து பிரிக்க இயலாத அவனுடைய அருள் சக்தியாகும். இச்சக்தியின் வெளிப்பாடாகக் கற்றவரும், கல்லாதவரும், அறிவாளியும், பேதையரும் உலகில் கண்கூடாகக் காணக் கூடியது மழை. மழையின்றி உலகியல் நடவாது.

மேற்கூறிய காரணங்களால் வள்ளுவர் பாயிரத்தின் இரண்டாவது அதிகாரமாகக் கடவுளின் அருள் வெளிப்பாடாக வான்சிறப்பை வைத்தார், உயிர்களுக்குக் குடிநீராக உதவுவதன்றி உணவுப்பொருள்களையும் உண்டு பண்ணுவது மழையே. மழையில்லையேல் தேவர்களுக்குப் பூசையும் விழாவும் நிகழா. உழவுத் தொழில் நடவாது, தானமும் தருமமும் நடக்காது.

நீத்தார் பெருமை:

இனி கடவுளின் அருள் உலகில் நிகழ்ந்தாலும் ஆணவத்தால் மறையும், அறியாமையில் உழலும், மக்கள் கடவுளையும் அவர் அருளையும் அறிந்தால்தான் உலக வாழ்வின் பயனை அடையமுடியும். அப்படிக் கடவுளின் அருள் பெற்றவர்களே

நீத்தார். அத்தகைய மகான்கள் மக்களுக்கு அறிவித்தாலன்றி அவர்கள் அவ்வருளை அறியமாட்டார்கள். எனவே நீத்தார் பெருமை என்று கூறினார். மக்களுக்கு அறத்தை உணர்த்தும் அருளாளர்கள் அவர்கள்.

"நீத்தார் எல்லா உயிர்களிடத்திலும் செந்தண்மை
பூண்டொழுகும் அறவோராவர்"

இத்தகைய நீத்தார் மக்கள் உய்யும் பொருட்டுக் கூறும் மறைமொழியே அறமாகும். அறம் மனம் மொழி மெய்களாற் செய்ய வேண்டியதைச் செய்தலும், விலக்க வேண்டியதை விலக்கியும் அறத்தின் வழி நடப்பதே அவர்கள் உலக வாழ்வின் பயனை அடையும் வழியாகும். எனவே நீத்தார் பெருமைக்கு அடுத்ததாக அறன் வலியுறுத்தல் வைத்தார்.

முடிவுரை:

வள்ளுவர் பாயிரம் அமைத்த நான்கு அதிகாரங்களும் மற்ற அறம் பொருள் இன்பம் அதிகாரங்களுக்கு மூலக்கூறாக அமைத்து நூலுக்குப் பெருமை சேர்த்தார். மேலும் நுண்ணிதின் உணர்ந்தால் வள்ளுவர் பாயிரம் அமைத்த முறையினை மிகச் செம்மையாகச் செய்துள்ளார் என்பதே சிறப்பு.

★★★

2. காமத்துப்பாலா? இன்பத்துப்பாலா?

இஃது ஆய்வுக்கு உரிய ஒரு சிறிய தலைப்பு. காமம் வடசொல். இன்பம் தமிழ்ச் சொல். காமம் அறநெறியில் வைத்து வரிசைப்படுத்தும் போது அறம், பொருள், இன்பம் என்ற முறையில் மூன்றாவது. எனவே வள்ளுவர் இன்பம் என்ற முறையில் இன்பத்துப் பால் என்றே கொண்டிருப்பார். மேலும் "அறத்தான் வருவதே இன்பம்" என்று கூறுவதால் இன்பம் என்றே கொண்டிருப்பார். வள்ளுவ மாலை செய்யுட்களில் அறம், பொருள், இன்பம், வீடு என்னும் அந்நான்கின் எனவும் இன்பத் திறம் இருபத்தைந்து எனவும் வருவன இன்பப்பால் என்ற வழக்கு இருந்தமையைக் காட்டுகிறது. இருப்பினும் காமத்துப் பால் என்ற வழக்கு எவ்வாறு வந்தது என்பதே இக்கட்டுரையின் நோக்கம்.

பரிமேலழகரும் பிற்காலத்து ஆசிரியரும் வள்ளுவ மாலையுள் காமத்துப் பால் இயல் வரையறுக்கும்போது

"காமத்தின் பக்கமொரு மூன்றாகக் கட்டுரைத்தார்
நாமத்தின் வள்ளுவனார் நன்கு"

என்று மோசிகீரனார் பாட்டும் காமமும் என்ற வழக்கு இருந்தமைக்கு ஏதேனும் காரணம் இருந்திருக்க வேண்டும். வள்ளுவப் பெருந்தகை இன்பத்துப் பாலில் காமம் என வழங்கிய வழக்கே காரணமாகலாம். வள்ளுவர் காமம் என்ற சொல்லை முப்பத்தொன்பது இடங்களில் இன்பத்துப் பாலில் கையாண்டுள்ளார். இவ்வாறே மக்கள் என்ற சொல் பெரும்பான்மை வழக்கத்தில் இருந்த காரணத்தைக் கொண்டு புதல்வரைப் பெறுதல், மக்கட்பேறு என்று கூறியுள்ளார் என்று கருதப் பெறுதல் போல இன்பத்துப் பாலும் காமத்துப்

பால் என வள்ளுவர் கருதி இருக்கலாம் என்பதே உண்மை. மேலும் காமம் காரணமாகவும் இன்பம் அதன் பயனாகவும் வள்ளுவப் பெருந்தகை கொண்டனர், என்பதற்குக் கடைசித் திருக்குறளில் "ஊடுதல் காமத்திற்கு இன்பம்" என்ற குறள் இதை உறுதிப்படுத்துகிறது. எனவே காமம் என்ற சொல் காதல் வளர்தலும், நுகர்தலுமாகிய செயலைக் காட்டும். இன்பம் என்பது அனுபவித்தல் என்ற தொழிலான் வரும் பயன் காரணத்துக்கும் பயனுக்கும் உள்ள ஒற்றுமை பற்றிக் காமமே இன்பம் எனக் கருதப்படும். எனவே காமம் காரணமாகவும் இன்பம் அதன் பயனாகவும் கொள்வதே பொருந்தும். ஆதலால் தகையணங்குறுத்தல் முதல் இருபத்தைந்து அதிகாரங்களில் கூறப்பட்டன காம நிகழ்ச்சி. அதன் பயன் மகிழ்தல், களவியலில் 'புணர்ச்சி மகிழ்தல்' என்று கூறியிருப்பதால் அறியலாம். எனவே காமம் இருபத்து நான்கு அதிகாரத்தாலும், இன்பம் ஓரதிகாரத்தாலும் கூறப்பட்டமையின் இன்பத்துப் பால் என்று கூறாமல் காமத்துப் பால் என்பதே வள்ளுவர் கூற்றாகலாம். இக்கூற்று பொருந்துவதாகவே உள்ளது.

இனிக் காமம் வடசொல்லோ என்பது சிந்தனைக்குரியதே ஆகும். காமம் வடசொல் என்று கருதினால், இதனை எந்தச் சொல்லால் தமிழர்கள் வழங்கினார்கள் என்ற வினா எழும். இச்சொல் தொல்காப்பியம், களவியலில் 'காமப்புணர்ச்சி' என்று கூறியிருப்பதாலும் 'காமம்' தமிழ்ச் சொல்லே எனத் தெளியலாம். மேலும் வள்ளுவ மாலையுள் பொதுவகையாக நான்கு பயன்களை பாடல்களைக் காட்டிலும் காமத்துப் பால் இயல்வரையறை மட்டும் காட்ட வந்த மோசிகீரனாரும் இதனை வலியுறுத்துகிறார்.

காமம் தவறான வழியில் செல்லும் போது பாவச் செயலாகக் கருதப்படும். இதனை உட்படுத்தியே 'காமவெறியன்' 'காமுகன்' போன்ற இழிவான தொடர்கள் உண்டாயின. இத்தகையவர்கள் 'எய்ட்ஸ்' போன்ற நோய்களுக்குத் தம்மை ஆளாக்கிக் கொண்டு விரைவில் இவ்வுலக வாழ்க்கையை இழக்கின்றனர். ஆனால் வள்ளுவர் காட்டும் காமம் இதனின் வேறுபட்டது. ஆகையால் இது சிறந்ததாகிறது. அறவழியில் வைத்துக் கூறத்தக்க காமம் விருப்பம் அதன் வழி நிகழும் இன்பம் ஆகிய இரண்டையும் உணர்த்தும். எனவே தொல்காப்பியரும் வள்ளுவரும் சொல்லும் காமம் இவற்றின் பயனாகிய இல்லறமாகிய களவும் இல்லறமாகிய

கற்பும் இவற்றின் பயனாகிய இன்பமும் ஆகும்.

தொல்காப்பியர் காதல் வாழ்க்கையைக் களவு, கற்பு என இரண்டாகப் பகுப்பார். அவற்றுள் களவைக் காமப்புணர்ச்சி, இடந்தலைப்பாடு, பாங்கற் கூட்டம், பாங்கியர் கூட்டம் என நான்கு வகைப்படுத்துகிறார். இவற்றுள் காமப்புணர்ச்சி தலைவனும், தலைவியும் கொடுப்பாரும் அடுப்பாரும் இல்லாமல் தம்முள் கூடும் கூட்டம். இது காதல் காரணமாக நிகழ்வது. ஆதலின் காமப் புணர்ச்சி என்றனர். இதனாலும் காதலாகிய காமமே இன்பத்திற்கும் காரணம் என்பதும் அதனால் இன்பத்திற்குக் காரணமாகிய புணர்ச்சியும், அதன் காரணமான காம நிலையுரைத்தல் இதனாலும் காமத்துப் பால் என்பதே பொருந்தும் எனலாம்.

இனி, இன்பம் என்ற சொல்லுக்குப் பொருள் வரையறுத்துக் கூறுவது கடினமே. வள்ளுவர் அறத்துப் பாலிலும் பொருட்பாலிலும் பல இடங்களிலும் இன்பம் என்ற சொல்லைப் பயன்படுத்தியுள்ளார். அறத்தான் வருவதே இன்பம் *39*, மக்கள் மெய்தீண்டல் உடற்கின்பம் *65*, அறம் பொருள் இன்பம் உயிரெச்சம் *501*, இன்பம் விழையான் *628*, இன்பம் பயக்கும் வினை *669*, இன்பத்துள் இன்பம் *854*, ஒறுத்தார்க் கொருநாளையின்பம் *156*, இழிவறிந்து உண்பான்கண் இன்பம் *946* என்று பல குறட்பாக்களில் இன்பம் என்ற சொல்லை வள்ளுவர் எடுத்தாண்டுள்ளார். எனவே இன்பப்பால் என்று பொதுவாகக் கூறினால் எது என்ற தடுமாற்றம் உண்டாகும் என்பதை உட்கொண்டே காமம் என்ற ஏதுவைக் கொண்டே இன்பமாகிய பயனைப் பெற வைத்தார் வள்ளுவர் என்பதே முடிந்த முடிபு. சுருங்கக் கூறினால் காமத்துப்பால் என்பதே வள்ளுவர் கருத்தாதல் வேண்டும்.

முடிந்த முடிபு:

காமம் என்ற சொல் பல குறட்பாக்களில் வருவதாலும், காமம் ஏதுவாகவும், அதன் பயன் இன்பமாகவும், இன்பம் பலவகையாக வரும் என்பதாலும், வள்ளுவ மாலையில் காமத்துப் பால் பாகுபாட்டைக் கூறும் மோசிகீரனார் காமம் என்ற சொல்லைக் கையாண்டதாலும் காமத்துப் பால் என்ற பாகுபாடே பொருந்தும் என்று கூறலாம்.

★★★

3. வள்ளுவர் கூறும் தாவர இயற்கை

திருவள்ளுவர் எல்லாத் துறைகளிலும் தம் முத்திரையைப் பதித்துள்ளார். அத்தகையவர் தாவரங்களைப் பற்றிக் கூறாமல் இருப்பாரா? தாவரங்களைப் பற்றி என்ன சொல்லியுள்ளார் என்பதைப் பற்றிக் காண்போம்.

திருக்குறளில் அனிச்சம், வற்றல் மரம், முள்மரம், நச்சுமரம், மருந்து மரம், பழம் தரும் மரம், பனை மரம், மூங்கில் ஆகிய தாவரங்களைப் பற்றிக் கூறியுள்ளார். இவற்றைப் பயன்படும் மரம், பயன்படா மரம் – என்று இரண்டாகப் பகுத்துப் பார்க்கவும் செய்யலாம். மேலும் தாமரை, குவளை நீர்ப்பூக்களும், நெருஞ்சி, பசும்புல், படர் செடிகளும் குன்றி மணி போன்ற கொடியும் கூறியுள்ளார். இவற்றில் தாவரங்களைப் பற்றி மட்டும் பார்ப்போம்.

வற்றல் மரம்:

அன்புடைமை அதிகாரத்தில் இக்குறள் இடம் பெறுகிறது. மக்களிடத்தில் நிலவும் இயற்கையான உணர்வு அன்பு. எனவே அன்பு இல்லாதவர்களைக் காண்பது அரிது. அப்படி அன்பே இல்லாதவர் யாரேனும் இருந்தால் அவர்கள் எத்தகையவர்களாக இருப்பார்கள் என்பதை விளக்குவதற்காக வற்றல் மரத்தை அவர்களுக்கு ஒப்புமைப்படுத்திக் கூறியுள்ளார்.

வற்றல் மரம் என்பதற்குப் பசுமை சிறிதும் இல்லாமல் காய்ந்து வற்றி விட்ட மரம் என்பது பொருள். காய்ந்து பட்டுப்போன மரம் எந்த மரமானாலும், அது மீண்டும் துளிர்க்காது. ஆகையால் தான் வள்ளுவர் மரத்தின் பெயரைக்

குறிப்பிடாமல் வற்றல் மரம் என்றே குறித்தார். எனவே பட்டுப்போன மரம் மீண்டும் துளிர்விட்டுத் தழைக்க வாய்ப்பே இல்லை. நீர் வளம் மிக்க மருத நிலத்தில் பட்டுப்போன மரம் கூட துளிர்ப்பது அரிதாகும். அப்படி என்றால் வெப்பம் உள்ள பாலை நிலத்தில் தழைக்க முடியுமா? ஆகையால் தான் வள்ளுவர் மரத்தின் பெயரைக் குறிப்பிடாமல் வற்றல் மரம் என்றே குறித்தார். எனவே பட்டுப் போன மரம் மீண்டும் துளிர்விட்டுத் தழைக்க வாய்ப்பே இல்லை.

அதுபோல நெஞ்சில் அன்பு இல்லாதவருடைய உயிர் வாழ்க்கை செம்மையுறாது. எனவே அன்புடையார் தம்முடைய உடல், பொருள், ஆவி மூன்றாலும் மற்றவர்களுக்கு உதவுவர். புகழ் எய்துவர். மனத்தில் ஈரமாகிய அன்பு சிறிதும் இல்லாதவர் தமக்கே உரியவராகி வாழ்வர். இத்தகையவர் யாருக்கும் பயன்படார். இத்தகையவர்களையே வள்ளுவர் பசுமை இல்லாத வற்றல் மரம் என்றார்.

"அன்பகத் தில்லா உயிர்வாழ்க்கை வன்பாற்கண்
வற்றல் மரம்தளிர்த் தற்று 78

முள்மரம்:

பகைத்திறம் தெரிதல் என்ற அதிகாரத்தில் பிறிது மொழிதல் அணியாக எடுத்துக் கொண்டு அரசனுக்கு எடுத்துரைக்கிறார்.

முள்மரம் என்றால் பெரும்பாலும் வேலமரத்தையே குறிக்கும். அம்மரம் முட்கள் நிரம்பியதாக இருக்கும். இப்பொழுது வேலிக் கற்றாழை மரங்கள் எங்கு பார்த்தாலும் காடுகள் போல் வளர்ந்துள்ளன. இதுவும் முள் மரங்களே. இம்மரம் வள்ளுவர் காலத்தில் இருந்ததாகத் தெரியவில்லை. ஆகையால் தான் முள்மரம் என்று பொதுவாகக் கூறினார். எனவே முள்மரம் என்றால் வேலமரம் என்றே கூறலாம்.

ஆகையால் முள்மரம் தானாக முளைத்திருந்தாலும் சிறு செடியாக இருக்கும் போதே கிள்ளி எறிந்து விட வேண்டும். அவ்வாறின்றி அது வளர்ந்து பெரிய மரமாக ஆனபோது முட்கள் முற்றி அவ்வழியே போவோர் வருவோர் காலில் குத்தி துன்புறுத்தும். வெட்டுபவர் கையில் குத்தி துன்பத்தைத்

தரும். முள்மரத்தை யாரும் விரும்பமாட்டார்கள். அதன் கட்டை அடுப்பு எரிக்க மட்டுமே பயன்படும்.

இதுபோலவே ஒரு அரசன் களையப்படுவதாகிய தம் பகையை ஆரம்ப நிலையிலேயே களைய வேண்டும். அவ்வாறில்லாமல் முற்றிய பின் களையலுறின் தம்மை அது களையும் என்பதை மிக நுட்பமாக எடுத்துக் கூறியிருப்பது எண்ணி மகிழத்தக்கதாகும்.

"இளைதாக முள்மரம் கொல்க களையுநர்
கைகொல்லும் காழ்த்த இடத்து" 879

நச்சுமரம்:

ஈயாத் தன்மையால் பிறரால், விரும்பப்படாதவன் செல்வம் ஊரின் நடுவில் நச்சு மரம் பழுத்தற்கு ஒப்பாகும். ஊரின் நடுவில் பொது இடத்தில் நச்சு மரம் வளர்ந்து காய்த்துக் கனிந்து இருக்கிறது. அது யாருக்கும் பயன்படாது.

அந்த இடத்தில் பயன் தரும் மரம் இருந்தால் தங்க இடமும் உண்பதற்குச் சுவைமிக்க கனிகளும் கொடுத்து உதவும். ஆனால் நச்சு மரம் பழுத்து கனிகள் தந்தாலும் பயனில்லை. யாரும் அதை உண்ண மாட்டார்கள். பறவைகள் கூட அம்மரத்தை நாடாது. எடுத்துக்காட்டாக எட்டி மரம் போன்றவற்றைக் கூறலாம்.

அதைப்போல "செல்வத்துப் பயனே ஈதல் துய்ப்பேம் எனினே தப்புந பலவே" என்ற புறப்பாடலுக்கு ஏற்ப, அறநெறி உணர்ந்த நயனுடையவனிடம் உள்ள செல்வம் யாவருக்கும் பயன்படும். ஆனால் அச்செல்வம் ஈயாத் தன்மையுடைய கஞ் சரிடத்தில் சேர்ந்தால் அவனிடம் சென்று நச்சுவார் (விரும்பிக் கேட்பார்) பெறுவாரும் இன்றிப் பயனற்றுப் போகும். மேலும் செல்வம் சேரச் சேர செருக்கை உண்டாக்கும். தீமைகள் செய்யவும் தூண்டும். தீமைகளுக்குப் பயன்படவும் செய்யும். நச்சல் – விரும்புதல். நச்சு – நஞ்சு.

"நச்சப் படாதவன் செல்வம் நடுவூருள்
நச்சு மரம்பழுத் தற்று" 1008

நச்ச என்ற எதுகைக்கு ஏற்ப நஞ்சு என்பது நச்சு என வந்துள்ளது.

பயன்மரம்: மருந்தாகித் தப்பா மரம்:

ஒப்புரவறிதல் என்ற அதிகாரத்தில் வரும் குறள். தாமே முன்வந்து மற்றவர்க்குப் பயன் கருதாமல் செய்யும் உதவியே ஒப்புரவறிதல் ஆகும். இவ்விரு குறட்பாக்களும் ஒரே கருத்தைச் சொற்களை மட்டும் மாற்றி வைத்துக் கூறியுள்ள நயம் படிப்பவர் நன்கு அறிவர்.

ஊரின் நடுவில் பொது இடத்தில் சுவையான கனி தரும் மரம் இருந்தால், அம்மரம் தன்னிடம் உள்ள கனிகளை யாவர்க்கும் கொடுத்துப் பயனளிக்கும். தான் உயிர்வாழ வேண்டி இலைகளை மட்டும் தான் வைத்துக் கொண்டு கனிகளை எல்லோருக்கும் கொடுத்து உதவும். இம்மரத்தைப் போல உலக நீதி பலவற்றிலும் ஒப்புரவறிதல் சிறந்தது என்பதை உணர்ந்தவரிடம் செல்வம் சேர்ந்தால் மிகுதியாக உள்ள செல்வத்தைப் பலருக்கும் கொடுத்து உதவுவர். இத்தகையவர்களை வள்ளுவர் நயனுடையான் என்கிறார்.

"பயன்மரம் உள்ளூர்ப் பழுத்தற்றால் செல்வம்
நயனுடை யான்கண் படின்" 216

ஈகைப் பண்பாளர், பலரும் தம்மை விரும்பிச் சூழ்ந்திருக்கு மாறு வாழ்வோர் நடு ஊரில் இருக்கும் மேடையால் சூழ்ந்த பெண் பனை மரத்திற்கு ஒப்பாவர் என்றும், செல்வம் மிக்க காலத்தும் பகுத்துண்ணா அற்பர் சுடுகாட்டில் இருக்கும் ஆண் பனைக்கு ஒப்பாவர் என்றும் நாலடியார் கூறுவதும் காண்க.

நடுவூருள் வேதிகைச் சுற்றுக்கோள் புக்க
படுபனை அன்னர் பலர்நச்ச வாழ்வார்
குடிகொழுத்தக் கண்ணும் கொடுத்துண்ணா மாக்கள்
இடுகாட்டுள் ஒற்றைப் பனை. **நாலடியார் ஈகை -6**

இனிப் பெருந்தகையாளருக்குக் காட்டப்பட்ட உவமை யைப் பார்ப்போம். இலை முதல் வேர் வரை எல்லா உறுப்பு களாலும் நோய் போக்கும் மருந்தாகத் தப்பாமல் பயன்படும். அதுபோல பண்புள்ள பெருந்தகையாளரிடம் செல்வம் சேர்ந்தால் அவர் அச்செல்வத்தை எல்லோருக்கும் கொடுத்து

உதவுவர். இவ்வாறு செல்வம் ஒரே இடத்தில் தேங்காமல் பலருக்கும் உதவ வேண்டும் என்பதே வள்ளுவர் கூற்றாகும். இதை விளக்க பழுமரம், மருந்தாகித் தப்பா மரம் என்று இன்ன மரங்கள் என்று சுட்டிக் கூறாமல் பொதுவாகச் சொன்னதால் அம்மரங்கள் எவை என்பதை நம் சிந்தனைக்கு விட்டு விட்டார் எனக் கொள்ளலாம்.

> மருந்தாகித் தப்பா மரத்தற்றால் செல்வம்
> பெருந்தகை யான்கண் படின். **217**

பனை மரம்:

பனை மரத்தை அறத்துப் பாலில் செய்ந்நன்றியறிதல் என்ற அதிகாரத்திலும், பொருட்பாலில் குற்றம் கடிதல் அதிகாரத்திலும், காமத்துப் பாலில் புணர்ச்சி விதும்பல் அதிகாரத்திலும் வள்ளுவர் குறிப்பிட்டுள்ளார்.

பனை மரம் – கிளைகள் இல்லாத மரம். மிக உயரமாக வளரும் மரம். பனை மரம் தானாக வளரும் மரம். பனை மரம் பல விதங்களில் மக்களுக்குப் பயன்படும். அவற்றை உரைப்பிற் பெருகும். எனவே விரிவஞ்சி விடுக்கிறேன். இத்தகைய பெருமை மிக்க பனை மரத்தை வள்ளுவர் எடுத்துக் கூறுவது மிகச் சிறப்பு.

மூன்று குறட்பாக்களிலும் உயர்வை எடுத்து கூறவே கூறியுள்ளார். மிகச் சிறியதற்குத் தினையையும், பெருமைக்குப் பனையையும் கூறியிருப்பது மிகப் பொருத்தமே. பனைமரம் கோணலாக வளராது. மிக நேராகவே வளரும்.

தினையளவு உதவி செய்தாலும், அவ்வுதவியின் பயனை அறிந்த சான்றோர் அதனைப் பனையளவு உயர்வாகக் கருதுவர்.

பழிக்கு அஞ்சுபவர் தினையளவு குற்றம் வரினும் அதனைப் பனையளவு பெரிதாக எண்ணி நாணுவர் என்று இக்குறளிலும் பெரியது உயர்வு என்ற பொருளிலேயே கூறியுள்ளார்.

மகளிர்க்குக் காமம் பனையளவை விட மிகவும் உண்டாயின், அவரால் தம் காதலரோடு தினையளவும் ஊடல் கொள்ளாமை வேண்டும் என இக்குறளிலும்

அளவினை குறிக்கவே தினை, பனை என்ற சொற்களையே எடுத்தாண்டார்.

தினைத்துணை நன்றி செயினும் பனைத்துணையாக்
கொள்வர் பயன்தெரி வார் 104.

தினைத்துணையாங் குற்றம் வரினும் பனைத்துணையாக்
கொள்வர் பழிநாணு வார் 433.

தினைத்துணையும் ஊடாமை வேண்டும் பனைத்துணையும்
காமம் நிறைய வரின் 1282.

★★★

4. திருக்குறளில் கற்பனை

செய்யுளுக்கு அழகு தருவது அணி. அவ்வணிகள் பல. அவற்றுள் எல்லா அணிகளுக்கும் தாய் வீடாக இருப்பது உவமையணியாகும். கற்பனையில் இயைபு கற்பனையுடன் தொடர்புடையது. உவமை என்பது ஒரு பொருளோடு ஒரு பொருளை ஒப்புமைப்படுத்திக் கூறுவது என்பார் பேராசிரியர்.

கற்பனை என்பது இலக்கியங்களிலும், அகப்பாடல்களிலும் பெரும்பான்மை பயின்று வரும். நீதி நூல்களில் கற்பனைக்கு இடமில்லை. ஆகையால் வள்ளுவர் அறம், பொருள் கூறும்போது அணிகள் வைத்து சுவைபடக் கூறினார். ஆனால் காமத்துப் பாலில் வள்ளுவரின் கற்பனை வளம் நம்மால் காண முடிகிறது. உவமை அணியைக் கொண்டே காட்டுகிறார். இனி சில குறட்பாக்களைக் கொண்டு கற்பனை நயம் காண்போம்.

கற்பனை:

"திருமூலர்

கற்பனையற்றுக் கலைவழியே சென்று"

(திருமந்திரம் 628)

எனக் கூறுகிறார். "கற்பனை கற்பித்த கடவுளர் (சுந்தரர் தேவாரம் 594) இடம் பெறுகிறது. கற்பனை என்ற சொல்லை வள்ளலார் "கலை உரைத்த கற்பனையே நிலை எனக் கொண்டாடும் கண்மூடி வழக்கமெல்லாம் மண்மூடி போக" (திருவருட்பா 3768) என்று கூறுகிறார்.

கற்பனை என்ற சொல்லுக்குரிய பொருளில் புனைதல்,

புனைவு என்ற சொற்கள் பழைய இலக்கியங்களில் உள்ளன. திருக்குறளில் நலம் புனைந்து உரைத்தல் என்ற தொடரால் அறியலாம். செம்பியன் றன்ன செஞ்சுவர் புனைந்து என்று பத்துப்பாட்டிலும் *(6–485)* புனையா ஓவியம் என்று பத்துப்பாட்டு *(7–14)* காணலாம்.

கற்பனை இலக்கியங்களில் சிறப்பு பெற்றுள்ளது உணர்ச்சி, கற்பனை, கருத்து, வடிவம் – நான்கால் கவிதை சிறப்புப் பெறுகிறது. கவிதைக்கு உயிர் உணர்ச்சி உடல் – கற்பனை. உடை – ஒலிநயம் என்று மு.வ. குறுந்தொகைச் செல்வம் (பக் 4ல்) கூறுவதைக் காணலாம். கற்பனையில் பலவகை உண்டு. காமத்துப் பாலில் சிலவற்றைக் காணலாம்.

உண்மைக் கற்பனை:

திருக்குறளில் இக்கற்பனையே முதலிடம் பெறுகிறது.

தலைவனும் தலைவியும் ஒருவரை ஒருவர் அன்பு கொண்டு பல நாள் பழகினர். இன்பம் துய்த்தனர். தலைவன் தலைவி.

காலை அரும்பிப் பகலெல்லாம் போதாகி
மாலை மலருமிந் நோய் **1227**

என்பதற்கு ஏற்ப மாலை நேரம் வருகிறது. அவளைத் துன்பம் வாட்டுகிறது. மாலை நேரம் அவளை நெருப்பாக மாறிச் சுடுகிறது. ஆயர் சிறுவர்கள் காலையில் ஆநிரைகளை மேய்ப்பதற்காக ஓட்டிச் சென்றனர், பகலெல்லாம் மேய விட்டனர். மாலையில் வீட்டிற்கு ஓட்டி வருகின்றனர். வரும் போது வீட்டிற்கு வரும் மகிழ்ச்சியில் ஆயர் சிறுவர் புல்லாங்குழல் இசைத்த வண்ணம் வருகின்றனர். இதற்கு முன் அவ்விசை கேட்டு இன்புற்ற தலைவி இப்பொழுது புல்லாங்குழல் இசை கூட அவள் செவிக்கு இன்பம் தரவில்லை. குறளைப் பார்ப்போம்:

அழல்போலும் மாலைக்குத் தூதாகி ஆயன்
குழல்போலும் கொல்லும் படை. **1228**

வெறுங்கற்பனை:

இல்லாத ஒன்றை புனைந்து கூறுவது வெறுங்கற்பனை.

அதாவது உயர்வு நவிற்சி அணியை அளவு கடந்து கூறுவது வெறுங்கற்பனையாகும்.

தலைவன் தலைவியைப் பிரிந்து மிகத் தொலைவிற்குச் சென்றான். அப்பிரிவு தலைவியை மட்டும் வருத்தவில்லை. தலைவனையும் வருத்தப்படச் செய்தது. தலைவன் மனசு தலைவி இடத்தும், தலைவி மனசு தலைவனிடத்தும் அலை பாய்கிறது. இருவரும் ஒருவரை ஒருவர் காணத் துடிக்கின்றனர். தலைவன் பிரிவு தலைவியை அளவு கடந்து வருத்தமுறச் செய்தது. எனவே தலைவன் எப்போது வருவான் என்று வரவை எதிர்பார்த்துக் காத்திருந்தாள். அவ்வாறு எதிர் நோக்கிய அவள் மனம் மரத்தின் கிளைகளின் மேல் ஏறி தலைவன் வரவை பார்த்தது என்று இக்குறளில் கூறப்பட்டுள்ளது. இப்படி வரும் கற்பனையே வெறுங்கற்பனையாகும்.

> கூடிய காமம் பிரிந்தார் வரவுள்ளிக்
> கோடுகொ டேறுமென் நெஞ்சு **1264**

தலைவியின் கண்களின் அழகு தலைவனை வருத்தப்படச் செய்தது. இவ்வழகிய பெண்ணின் கண்கள் என்பது தலைவனுக்குத் தெரியாதா? தெரியும். இருந்தாலும் அப்பார்வை தலைவனுடைய உயிரைக் கொல்வதாகக் கூறுகிறான். கூற்றம் தானா? அவ்வாறில்லாமல் என் பார்வை செலுத்துவதால் கண்தானோ? அல்லது பெண் மான் போல் மருண்டு நோக்குவதால் மான்தானோ? இந்த மூன்றின் தன்மைகளையும் தலைவன் கலவையாகப் பெற்றான் என்பதால் இதுவும் வெறுங்கற்பனையே.

> கூற்றமோ கண்ணோ பிணையோ மடவரல்
> நோக்கமிம் மூன்றும் உடைத்து. **1085**

இதே கற்பனையை 1103, 1105 குறட்பாக்களில் கண்டு தெளிக.

கருத்து விளக்கக் கற்பனை:

பொருள், உணர்ச்சி, கருத்து முதலியவற்றில் பொருந்தியுள்ள பயன் மதிப்புகளை ஒரு புலவன் தன் உள்ளத்தால் உணர்ந்து அவற்றிற்கு ஒரு கருத்து விளக்கம் தர உதவுகின்ற அறிவுத் திறமையே கருத்து விளக்கக் கற்பனை ஆகும். (Interpretative Imagination)

தலைவன் தலைவியின் மென்மையை உணர்ந்தவன் ஒரு நாள் தலைவி அனிச்சம் பூவைச் சூடினாள். அந்தப் பூவிலுள்ள காம்பை எடுக்காமல் சூடினாள். அதனால் அக்காம்பின் பாரத்தைத் தாங்காமல் அவளுடைய உயிர் நீங்கி விடுமோ? அதன் காரணமாக இழவுப் பறை ஒலிக்குமோ? என்று எண்ணிக் கவலைப்பட்டான் தலைவன்.

அனிச்சப்பூக் கால்களையாள் பெய்தாள் நுசுப்பிற்கு
நல்ல படாஅ பறை 1115

செவிப்புலக் கற்பனை:

உணர்வு இன்பத்தைத் தரக்கூடிய சொற்களால் ஒலிநயம் தோன்றும்படி படிப்பவர் உள்ளத்தில் கற்பனை உண்டாகும்படி அமைவதே செவிப்புலக் கற்பனை (Auditory imagination). சொற்களைச் சிறந்த முறையில் அமைக்கும் போது ஒலிநயம் பிறக்கும். இது பாடலின் பொருளுடன் பொருந்தும். இது செவி வழியாக மனத்திற்கு இன்பம் தரும்.

தலைவன் தலைவியை நோக்கினான். தலைவி தலைவனை எதிர்நோக்கினாள். அவளே தாக்கி வருத்துவதோர் அணங்கு, தாக்குவதற்குச் சேனைப்படையையும் கொண்டு வந்தாற் போல் இருந்தது என்பது, அழகால் வருந்துவது மேலும் குறிப்பால் வருத்துதல் தன்மைத்தாயிற்று.

நோக்கினாள் நோக்கெதிர் நோக்குதல் தாக்கணங்கு
தானைக்கொண் டன்ன துடைத்து 1082

இயைபு கற்பனை:

கவிஞன் காணும் காட்சி அவன் மனதில் உணர்ச்சியைத் தூண்டும். அவ்வுணர்ச்சியை மிகுதிப்படுத்துவதாக வேறு சில கருத்து வடிவங்களை நினைவு அவள் உள்ளத்திற்கு மீட்டுக் கொண்டு வரும். அவற்றை இணைத்து ஓர் அழகிய கற்பனையைப் படைப்பதே இயைபு கற்பனை. (வின்செஸ்டர் என்பர். இக்கற்பனையை Associative imagination என்று கூறுவர்.)

தலைவன் இடந்தலைப் பாட்டின்கண் சொல்லியது. நெஞ்சே யானே காணப்பெற்ற இவள் கண்கள் பலராலும்

காணப்படும் பூக்களை ஒக்கும் என்று கருதி தாமரை குவளை முதலான மலர்களைக் கண்டால் மயங்கா நின்றாய். நின் அறிவிருந்தாவாறென்னை? இயற்கைப் புணர்ச்சி நீக்கம் முதலாக தலைமகள் கண்களைக் காணப் பெறாமையின் அவற்றோடு ஒக்கும். மலர்களைக் கண்டுழி எல்லாம் அவற்றிடத்தில் காதல் செய்து வந்தான். இப்பொழுது அக்கண்கள் நலம் முழுவதும் தானே தமியாளை இடத்து எதிர்ப்பட்டு அனுபவித்தான். ஆகையால் அம்மலர்கள் ஒவ்வாமை பார்த்து ஒப்புமை கருதிய நெஞ்சை இகழ்ந்து தலைவன் கூறினான்.

மலர்காணின் மையாத்தி நெஞ்சே இவள்கண்
மலர்காணும் பூவொக்கும் என்று 1112

களவொழுக்கத்தில் பல இடையூறுகளால் அடைய முடியாத விருப்பத்தை இப்பொழுது எய்தப் பெற்றான்.

அறிவிற்கு எல்லை இல்லை. ஆகையால் மேலும் மேலும் அறிய அறிய முன்னை அறிவு அறியாமையாய் முடிவது போல செறிவிற்கு எல்லை இல்லை என்று உணர்ந்த தலைமகன் மேலும் மேலும் செறிய முன்னைச் செறிவு செறியாமையாய் முடியா நின்றது என தன் ஆற்றாமையைக் கூறினான். இப்புணர்ச்சி மகிழ்தல் தலைமகளுக்கும் உண்டு. என்றாலும் அவள் இடத்து குறிப்பால் நிகழ்தலை அறியலாம்.

அறிதோ றறியாமை கண்டற்றால் காமம்
செறிதோறும் சேயிழை மாட்டு 1110

எனவே, கற்பனையில் உருவகம், வேற்றுமையணி, உயர்வு நவிற்சியணி ஆகியவை அடங்கும். இயைபு கற்பனையில் உவமையணி அமையப் பெறும். கருத்து விளக்கக் கற்பனையில் தற்குறிப்பேற்ற அணி பிறிது மொழிதல் அணி, ஒட்டணி ஆகியவை அடங்கும்.

இக்கற்பனைகள் அணிகள் இலக்கியத்திற்கு இன்பமும் சுவையும் தரும். பாடல்களின் கருத்துக்களைத் தெளிவாக்கும்.

★★★

5. உழுவார் உலகத்தார்க்கு ஆணி

உலக மக்கள் அனைவருக்கும் மிக அவசியமான தேவைகள் மூன்று. அவை முறையே உணவு, உடை, உறைவிடம் என்பவையாகும். உடை மானத்தைக் காத்துக் கொள்ளவும், ஓர் இடத்தில் நிலையாகத் தங்கி குடும்பம் நடத்த வீடும் தேவை. ஆனால் உயிர் வாழ்வதற்கு உணவே மூலகாரணம். அவ்வுணவைத் தருவது உழவுத்தொழிலே என்றால் அது மிகையாகாது. எனவே முதன்மைத் தொழிலாகிறது. ஆதி மனிதர் கூட இம்மூன்றினைப் பெறவே முயன்று படிப்படியாக வளர்ந்தார்கள். எந்தத் தொழில் செய்தாலும் உணவுப் பொருள்களை நாடி உழவனிடம் செல்ல வேண்டும்.

சுழன்றும்ஏர்ப் பின்னது உலகம் அதனால்
உழந்தும் உழவே தலை **திருக்குறள் 1031**

குறிப்பது நோக்குக.

உழவு செய்பவர்கள் (உழவர்) உழவுப் பணியைச் செய்யாமல் முடங்கி விட்டால் முற்றும் துறந்த முனிவர்களாலும் வாழ இயலாது. உலக இயக்கம் நின்று விடும். எனவே தான் உலகம் என்ற தேர் ஓடுவதற்கு உழவர்கள் அச்சாணி போன்றவர்களாக உள்ளனர். அச்சாணி இல்லை என்றால் தேர் ஓடாதல்லவா? 1032வது குறள் கூறுவது காண்க.

கம்பர் கூட ஏர் எழுபது என்ற தம் நூலில் வேளாளர் பற்றிச் சிறப்பித்துக் கூறியுள்ளதைக் காண்போம்.

அழுங்குழவிக்கு அன்புடைய தாயேபோ லனைத்துயிர்க்கும்
எழுங்கருணைப் பெருக்காளர் எளியரோ யாம்புகழ
உழுங்கொழுவிற் கருவீறி யுலகமுதற் கருவாகச்
செழுங்கமலத் தயனிவரைச் செய்துலகஞ் செய்யானேல்

என்று கூறியுள்ளார்.

இனி, உலகில் பல தொழில்கள் உள்ளன. அவற்றில் உரிமையுடையன சில. இல்லாதன பல. ஆனால் உழவுத் தொழில் உரிமையுள்ள தொழில். அவரவர் நிலத்துக்கு அவரவர் உழவு செய்ய முழு உரிமையுள்ளவர்கள் ஆகின்றனர். உழவர்கள் வாழ்க்கை அறவாழ்க்கை. தம் முயற்சியால் உழுது விளைவித்த பொருள்கள் உடலை வளர்த்து உயிரைக் காக்கும். "உண்டி கொடுத்தோர் உயிர் கொடுத்தோரே" என்று புறப்பாடல் கூறுவதும் காண்க.

வள்ளுவர் வாழ்ந்த காலம் முடியாட்சி நடைபெற்ற காலம். பேரரசர்களும் சிற்றரசர்கள் ஆட்சி செய்த காலம். இவ்விருவகை அரசுகள் நன்றாக அமையவும், நாட்டில் பட்டினி இன்றி மக்கள் மகிழ்ச்சியாக இருக்கவும் உழவர்களே உறுதுணையாக இருந்தனர். உழவுத் தொழிலில் போட்டி, பொறாமை இல்லை. யாருக்கும் எந்தத் தீங்கும் இல்லை. உழவுத் தொழிலில் நாட்டம் செலுத்தி உழைப்புக்கு மதிப்பளித்தனர். அதனால் வீடும், நாடும் வளம் பெற்றன. எனவே தான் உழு தொழில் மேன்மையான தொழிலாகக் கருதப்பட்டது.

> "உழுதுண்டு வாழ்வதற்கு ஒப்பில்லை கண்டீர்
> பழுதுண்டு வேறோர் பணிக்கு"

என மூதுரை கூறுவதையும் காணலாம். வள்ளுவர் கூறும் உழவுமுறை எந்தக் காலத்துக்கும் பொருந்துவதாகவும் போற்றத்தக்கதாகவும் உள்ளது.

நெல்லினை – உழுதல் செய்து தண்ணளி உடைய உழவர் குடை நிழலதாய மண் முழுதினையும் குடைக்கீழ் காண்பர் என்கிறார் வள்ளுவர்.

> "ஈரச் செவ்வி உதவின ஆயினும்
> பல்எருத் துள்ளும் நல்எருது நோக்கி
> வீறுவீறு ஆயும் உழவன் போல" புறம்: 289

புறநானூறு பாடல் ஒன்றில்

"ஊன்றுசால் மருங்கின் ஈன்றதன் பயனே" புறம்: 35

கிள்ளிவளவனை நோக்கி முடிநாகனார் கூறியது.

"உழுபடை நிலத்திலே உழுது உண்டாக்கிய விளைவின் – உணவின் பயனால் வந்தவையே என்பதை நீ நினைவில் கொள்க" பருவ மழை தவறினாலும் நிலவளம் குன்றினாலும், செயற்கை முறைகளால் தீமைகள் விளைந்தாலும் ஆட்சி செய்யும் அரசனையே இவ்வுலகம் பழிக்கும், எனவே நீ இவற்றை உணர்ந்து பிறர் கூறும் பொய்யுரைகளைக் கேளாது, ஏருழவர் குடியைப் பாதுகாத்து மற்ற மக்களுக்கும் நன்மை செய்க. அப்படிச் செய்தால் பகைவரும் போற்றுவர் என்று அரசனுக்குக் கூறும் முகத்தான் உழவர்களின் சிறப்பினை எடுத்துக் கூறுகிறார்.

"பல்குடை நீழலும் தங்குடைக்கீழ் காண்பர்
அலகுடை நீழ லவர்" **1034**

உழுதல்:

"அகல உழுவதை விட ஆழ உழுவதே மேல்" என்பது பழமொழி. இக்கருத்தை வலியுறுத்தும் வள்ளுவர் எவ்வாறு உழுதல் வேண்டும் என்று தெளிவுபடுத்துகிறார். ஒரு பலம் உள்ள கட்டி கால் பலமாக உழ வேண்டும். பலமுறை உழ வேண்டும் என்பது பொருள். கஃசா – கால் பலம் கட்டி. வள்ளுவர் காலத்தில் நிறுத்துதல் அளவு பலம் என்ற முறையில் இருந்தது என்பதையே காட்டுகிறது. இப்படி பலமுறை உழும்போது நிலத்தின் ஆழம் மிகும். இது நஞ்சை புஞ்சை இரு நிலத்துக்கும் பொருந்தும். உழுத நிலத்தை வெயிலில் காய விட வேண்டும். அவ்வாறு உலரும்போது காற்று உள்புக ஏதுவாகும். ஈரத்தன்மை நீங்கும். பலமுறை உழுவதால் கீழ் மண் மேலும், மேல் மண் கீழும் கலந்து சரி செய்யப்படும். அதனால் வெப்பமும் மாறும். சத்தும் சரியாகும். அப்பொழுது எரு இல்லாமலேயே பயிர் வளரும்.

தொடிப்புழுதி கஃசா உணக்கின் பிடித்தெருவும்
வேண்டாது சாலப் படும் **1037**

குறள் காட்டுகிறது.

இதே கருத்தமைய புறப்பாட்டில் உள்ளதைக் காண்போம்.

"அம்பு சென்று இறுத்த அரும்புண் யானைத்
தும்புடைத் தடக்கை வாயொடு துமித்து
நாஞ்சில் ஒப்ப நிலமிசைப் புரள" **புறம் 19**

வீரர்கள் அம்பு எய்த அது யானையின் உடல் முழுதும் தைத்தது. அதன் துதிக்கையையும் துணித்து தரையில் வீழ்த்தியது. துளையை உடைய அத்துதிக்கைகள் கலப்பையைப் போல நிலத்தில் கிடந்து புரள எனக் கூறுவதும் காணலாம். நாஞ்சில் – கலப்பை.

எரு விடுதல்:

பிறந்த குழந்தை நல்ல ஆரோக்கியமாக வளர சத்துள்ள உணவு கொடுத்து வளர்ப்பாள் தாய். அது போல் மண்ணில் ஊன்றிய விதை நன்றாக முளைத்து செழிக்க எருவிடுதல் அவசியம். 1037 வது குறளில் உழுதலுக்கு அவசியம் தந்து பிடித்தெருவும் வேண்டாம் என்று சொன்ன வள்ளுவர் எருவிடுதல் அவசியம் என்பதை உணர்ந்தார் போலும், எனவே 1038வது குறளில் நீரினும் நன்றதன் காப்பு என்று கூறுகிறார் ஒவ்வொன்றுக்கும் தனித்தனி குறட்பாக்களைக் கூறாமல் இரண்டே குறட்பாக்களில் பிடித்தெருவும், ஏரினும், நீரினும் சிறப்பு உம்மை கொடுத்து உழுதல், (விதைத்த வரவழைத்து) எருவிடுதல், களை எடுத்தல், நீர்பாய்ச்சல் – இத்தன்னையும் மிக நுட்பமாகக் கூறிய திறன் வள்ளுவரைத் தவிர வேறு யாரால் முடியும்.

எருவிடுதலை காதலர் வாழ்க்கையுடன் தொடர்புபடுத்தி கூறுவதைப் பார்ப்போம்.

தலைவனும் தலைவியும் காதல் கொள்கின்றனர். அக்காதல் வளர்வதை பயிர் வளர்ச்சியுடன் ஒப்பிடுகிறார். பயிருக்கு எரு போடுதல் அவசியம். அதுவும் தொடக்கத்தில் இட வேண்டும். அது அறுவடையின் போது தேவையில்லை. இதை உணர்ந்த வள்ளுவர் காதலரைப் பற்றி ஊரார் பேசும் பேச்சை எருவாக உருவகம் செய்கிறார். ஊர்மக்கள் அக்காதல் உறவைப் பற்றிப் பேசுவர். அவர்கள் பேசும் பேச்சுகளே அவர்கள் காதலை மேலும் வளர்க்கும். கடைசியில் திருமணத்தில் முடியும். அதன் பின் ஊரார் பேச்சு நீங்கும். அது போல பயிரும் மேலும் மேலும் வளரும். எனவே அவர்கள் காதல் பற்றிப் பேசுவது போல சத்துள்ள எருவை இட வேண்டும், என்பதை “ஊரவர் கௌவை எருவாக” என்ற குறள் மூலம் காட்டுகிறார்.

நீர் பாய்ச்சல்:

நீர் பாய்ச்சுதல் அறுவடை காலம் வரைத் தொடர வேண்டும். இது மிகவும் அவசியம். மேற்கூறிய அதே குறளில் தலைவியின் அன்னையின் கடினச் சொற்கள் பயிருக்கு நீர் பாய்ச்சுவது போல அவர்கள் காதலை வளர்த்தது. அது களவொழுக்கம் நீக்கி திருமண வாழ்க்கை வரை இருந்தது போல பயிருக்கு நீர் பாய்ச்சல் அறுவடைக் காலம் வரை தொடர்வது போல இருந்தது என்பதை "அன்னை சொல் நீராக" தொடரால் அறியலாம்.

இனி நீர் பாய்ச்சலுக்கு மழை வேண்டுமல்லவா? உழவு அதிகாரத்தில் மழை பற்றிக் கூறவில்லை. காரணம் பாயிரத்தில் இரண்டாவது அதிகாரத்திலேயே மழை பற்றிக் கூறிவிட்டார். கூறியது கூறல் குற்றம். ஆகையால் நீர் பாய்ச்சல் மட்டுமே கூறினார்.

மழை சில நேரங்களில் அளவுக்கு மீறி பெய்து கெடுக்கும், தொடர்ந்து பெய்யாமலும் கெடுக்கும். இந்த இரண்டு வகை ஆற்றல் மழைக்கு உண்டு என்பதை வான் சிறப்பில் காட்டுகிறார். வள்ளுவர், இவ்விருவகை மழையாலும் உழவுத் தொழில் பாதிக்கும் நிலை உண்டாகும்.

அறநிலை வழுவாமல் அரசாளும் அரசன் செங்கோலை நோக்கி குடிமக்கள் வாழ்வார்கள் அதுபோல உலகம் மழையை நோக்கி வாழும் சிறப்பை 542ம் குறளில் காட்டுகிறார். அரசன் அருள் இல்லாத கொடுமையானவனாக இருந்தால் குடிமக்கள் துன்பப்படுவதை மழைத்துளி காணாமல் உலகம் துன்புறும் நிலையுடன் ஒப்பிட்டுக் கூறுகிறார்.

> துளியின்மை ஞாலத்திற் கெற்றற்றே வேந்தன்
> அளியின்மை வாழும் உயிர்க்கு 557

நாட்டை ஆளும் அரசன் தான் செய்யும் பொருளை முறைதப்பச் செய்யுமாயின் அவன் நாட்டில் பருவ மழை இன்றாக வகை மேகம் பொழிதலைச் செய்யாது என்பதை 558ஆம் குறட்பாவில் கூறியுள்ளார்.

இனி செங்கோல் செலுத்தும் அரசனது நாட்டில் பருவமழையும், குன்றாத விளைவும் ஒருங்கு கூடி நாட்டை

வளமுறச் செய்யும் என்று 545வது குறளில் கூறுகிறார்.

"இயல்புளிக் கோலோச்சும் மன்னவ னாட்ட
பெயலும் விளையுளும் தொக்கு" **545**

"உணவெனப் படுவது நிலத்தொடு நீரே" **புறம்**

"நீரும் நிலனும் புணரி யோரின்
உடம்பும் உயிரும் படைத்திசினோரே" **புறம்**

எனக் கூறுவதால் உழவு செய்ய தண்ணீர் எவ்வளவு இன்றி யமையாதது என்பது தெற்றென விளங்கும். நாட்டை ஆளும் மன்னனுக்கும், மழை பெய்வதற்கும் தொடர்பினையும் காட்டுகிறார்.

இனி நீர் பாய்ச்சல் என்பதால் புன்செய்ப் பயிரை நீக்கி நன்செய்ப் பயிரையே காட்டுகிறது. புன்செய் பயிருக்கு அவ்வப்போது சிறிதளவு மழை இருந்தாலே போதுமானது. நன்செய்ப் பயிர் அவ்வாறின்றி தொடர்ந்து தண்ணீர் பாய்ச்சியே ஆக வேண்டும். மேலும் புன்செய்ப் பயிர் மக்கள் பசியைப் போக்காது. நன்செய்ப் பயிர் தான் அதன் மூலம் வரும் நெல் பசியைப் போக்கும். இதனை வள்ளுவர் நீர் பாய்ச்சல் மூலம் உறுதிப்படுத்தியுள்ளார்.

நல்ல உணர்வுடையவர்களிடத்தில் ஒரு கருத்தைச் சொன்னால் அது பல கருத்துக்களாக மலர்ந்து பெருநன்மை தரும். இச்செயல் தானாக வளரும் பயிருக்குப் பாத்தி கட்டி நீர் பாய்ச்சுவது போலாகும். புன்செய்ப் பயிருக்கும் தண்ணீர் தேவை. பாய்ச்சல் தேவையில்லை.

களை எடுத்தல்:

பயிரில் முளைத்திருக்கும் தேவையில்லாத புல் பூண்டுகளை களை என்கிறோம். களை – நீக்குதல் என்று பொருள். இக்களையைக் களையாவிட்டால் பயிர் செழித்து வளராது. நன்செய் பயிர்களில் புல் பூண்டுகளைக் கையால் வேரோடு பிடுங்கி விட வேண்டும். அப்படிச் செய்யாது போனால் வேர் மீண்டும் துளிர்த்து வந்துவிடும். புன்செய் பயிரில் கையால் எடுக்க கூடாது. களைவெட்டியால் களைந்து எடுக்க வேண்டும்.

உண்டி கொடுத்தோரே உயிர் கொடுத்தோராவர். அத்தகைய உயிர் கொடுப்பவர் உழவர், மேற்குறிப்பிட்ட எல்லாம் செய்த பின்னர் நெற்பயிற் வளரும்போது வேண்டாத புல் கூடவே வளரும். நெற்பயிர் செழித்து வளர வேண்டுமானால் பயிரில் இருக்கும் புல்லைக் களைய வேண்டும். தேவைப்பட்டால் இரண்டு மூன்று முறை கூட களை எடுக்கலாம். அப்பொழுதுதான் நெற்பயிர் செழித்து வளரும். களை பறிக்கவில்லை என்றால் பயிர் செழித்து வளராது.

அரசன் மக்கள் செலுத்திய வரிப் பணத்தில் குளம் ஏரிகளை ஆழப்படுத்தியும் அணைகள் கட்டியும், வாய்க்கால் வெட்டியும், உழவர்க்குரிய நீர்பாசன வசதிகளைச் செய்து தரவேண்டும். நாட்டு மக்கள் நலமாக வாழ அறிவும் பண்பும் பெருக்கி நல்லாட்சி செய்ய வேண்டும். அரசன் இவ்வாறு நல்லாட்சி செய்தாலும், நாட்டில் நல்லவர்களிடையே வஞ்சகர், கொலை, கொள்ளை, வழிப்பறி செய்வோர், சூறையாடுவோர் – போன்ற கொடியவர்களும் வாழத்தான் செய்கின்றனர். (இது எந்தக் காலத்துக்கும் பொருந்தும்) அத்தகைய தீயவர்களால் நாட்டில் அமைதி கெடும். அரசனுக்குப் பல இடைஞ்சல் ஏற்படும். நாட்டில் நல்லவர்கள் துன்பப்பட நேரும். எனவே இத்தகையவர்களைக் கண்டறிந்து கொன்றழிக்க வேண்டியது அரசனின் தலையாய கடமையாகும்.

"கொலையிற் கொடியாரை வேந்தொருத்தல் பைங்கூழ்
களைகட் டதனோடு நேர்" 550

நல்லவர்க்கு – நெற்பயிரும், தீயவர்களுக்கு – களையும் – வள்ளுவர் கூறியது எந்தக் காலத்துக்கும், எந்த நாட்டுக்கும் பொருந்துவதாகும். வள்ளுவர் காட்டும் அரசியல்படி நடந்தால் நாட்டு மக்கள் நலமுடன் வாழ்வர்.

காப்பு: பயிர்ப் பாதுகாப்பு மிகவும் அவசியம். காப்பு இரண்டு வகைப்படும். பயிர்களுக்கு நோய் வராமல் காத்தல், பறவை, விலங்குகளால் கேடு வராமல் காத்தல், உழவர் கடமை. சில நேரங்களில் வயலுக்குப் பாய்ச்சிய நீர் வயலில் தங்காமல் போதலும் உண்டு. அதை சரிபார்ப்பது, மாடுகள் பயிரை மேய்வதும் உண்டு. கிளி கதிர்களைக் கொத்திச்

செல்வதும் உண்டு. எலி, பூச்சி போன்றவை நாசப்படுத்தும். இவை எல்லாம் நிகழா வண்ணம் நாள்தோறும் வயலுக்குச் சென்று பார்த்தல் ஆவன செய்ய வேண்டியது உழவனின் கடமை. "பயிர் பாராமையால் கெடும், கடன் கேளாமையால் கெடும்" என்ற பழமொழி இதற்காக உண்டானதே. மேலும் அதி மழை – மழை இன்மை, புயல்காற்று போன்ற இயற்கைச் சீற்றங்களால் கேடு உண்டாகும். எனவே பயிர் காப்பது மிக முக்கியம். அவ்வாறு காக்காவிட்டால் பட்ட கஷ்டமெல்லாம் வீணாகிவிடும்.

பயிர் காப்பினை ஓர் உவமை வாயிலாக வள்ளுவர் விளக்குவதைச் சிறிது காண்போம்.

உணவுப் பொருள் அத்தனையும் விளைவிப்பது உழவுத் தொழிலே. 'ஆடையில்லா மனிதன் அரைமனிதன்' என்பது பழமொழி. ஆடைக்கு மூலப் பொருளாகிய பருத்தியை விளைவிப்பதும் உழவுத் தொழிலே. போரில் வெற்றியைத் தருவதும் ஏர்முனையே.

"வருபடை தாங்கி பெயர் புறத்து ஆர்த்து
பொருபடை தரூஉம் கொற்றமும் உழுபடை
ஊன்றுசால் மருங்கின் ஈன்றதன் பயனே" புறம் -35

என்ற பாடல் உழவின் சிறப்பைக் கூறுவதைக் காணலாம்.

மனைத்தக்க மாண்பு மிக்க நல்லாளை மனைவியாகப் பெற்ற கணவன், இல்லறக் கடமைகளை மறந்து, மனைவி மக்களை மறந்து நெறி தவறி வாழ்வானாயின், மனைவி பொருளின்மையால் பிள்ளைகளைப் பேண வழியின்றி, காதல் இன்பம் துறந்தும் வாடுகிறாள். இத்தகைய கணவனை வெறுப்பு கொண்டு அவனுடன் ஊடலும் கொள்வாள். அவனும் இல்லறப் பயனையும் இழந்தவனாகிறான். எனவே ஒருவன் தன் மனைவியைப் பேணிக் காப்பது போல தனக்குரிய வயலையும் பயிரையும் காத்து வருதல் வேண்டும். அவ்வாறின்றி நெறி தவறி வாழ்பவன் மனைவியைப் போல நிலமகளும் ஊடிவிடுவாள் என்று அழகான உவமை வாயிலாகக் கூறி காத்தல் அவசியத்தை எடுத்துரைக்கிறார்.

"செல்லான் கிழவன் இருப்பின் நிலம்புலந்
தில்லாளின் ஊடி விடும்" குறள்:1039

கிழவன் – நிலத்துக்குரியன். புலந்து – வெறுத்து.

வள்ளுவர் காலத்தில் சிறப்போடு இருந்த உழவுத் தொழில் இன்று அறிவியல் வளர வளர தேய்ந்து கொண்டு வருகிறது. மனித உழைப்பு குறைந்து விட்டது. உழவு செய்பவர்கள் நிலத்தில் உழைத்து உழைத்து ஓடாய்த் தேய்ந்து வயிராற உணவும் இன்றி நல்ல உடையின்றி எங்கோ சிற்றூர்களில் வாழ்கின்றனர். ஆனால் சிலர் அவர்கள் உழைப்பினைத் தின்று கொழுத்து உடல் துன்பமுறாது ஆடம்பர வாழ்க்கை வாழ்கின்றனர். பல நூற்றாண்டுகள் கழிந்தும் உழவர்கள் வாழ்வில் முன்னேற்றம் அடையாமல் இன்னும் நிறை வாழ்க்கை எட்டாமலேயே வாழ்கின்றனர்.

அறிவியல் வளர்ச்சியால் படிப்பவர் தொகை உயர்ந்து விட்டது. படித்தவர்கள் வேலை தேடி நகரங்களை நாடி வரத் தொடங்கிவிட்டனர். எனவே நகரங்கள் பெருகிவிட்டன. கிராமங்கள் சுருங்கிவிட்டன. வயதானவர்கள் கிராமங்களில் உழவுத் தொழில் செய்ய முடியாத அவல நிலைக்குத் தள்ளப்பட்டுள்ளனர். உழவுத் தொழில் செய்ய ஆள் கிடைப்பதில்லை. என்னதான் உழுகருவி, அறுவடைக் கருவி – போன்ற நவீன கருவிகள் வந்தாலும், அதை வாங்கும் சக்தி ஏழைகளுக்கும் நடுத்தர மக்களுக்கும் எட்டாத கனியாகவே உள்ளது. இக்காலத்துப் படித்த இளைஞர்கள் உழவுத் தொழில் செய்வதைக் கேவலமாகக் கருதுகின்றனர். அதற்கேற்றவாறு நீர் வளமும் குறைந்துவிட்டது. மழை தக்க நேரத்தில் பெய்யாமல் பொய்த்துப் போகிறது. செயற்கை உரங்கள் போட்டு உணவுப் பொருள்கள் நச்சு தன்மை அடைந்து வருகின்றன. இதனால் புதுப் புது நோய்கள் மக்களைத் தாக்குகின்றன. மக்கள் உத்யோகம், வாணிகம் – இவற்றுக்கு முதலிடம் தந்து உழவுத் தொழிலைப் பின்னுக்குத் தள்ளிவிட்டனர்.

மேலும், உழவு நிலங்கள் எல்லாம் வீட்டுமனைகளாக மாறிக் கொண்டு வருவது வேதனை தரக்கூடிய செய்தியாகும். எனவே உழவு செய்யும் நிலப்பரப்பு சுருங்கி வருகின்றது. மக்கள் தொகை பெருகிவிட்டது. அதற்கேற்ப உணவுப்

பொருள்கள் உற்பத்தி இல்லை. இதனால் விலை ஏற்றம் கட்டுபாடில்லாமல் போய்க் கொண்டிருக்கிறது. மக்கள் பணத்தாசை கொண்டு ஓடி ஓடி பொருள் ஈட்டினாலும் பணத்தைச் சாப்பிட முடியாதல்லவா?

ஆகையால் அரசு ஏனைய தொழில்களுக்குத் தரும் முக்கியத்துவத்தை உழவுத் தொழிலுக்கும் தருதல் வேண்டும். விவசாயிகளுக்குப் பயிர்க் கடன் தருதல், கருவிகள் தருதல் ஆகியவை செய்து உழவுத் தொழிலை ஊக்குவிக்க வேண்டும். நதிகளை இணைத்து உழவுத் தொழிலுக்கு தண்ணீர் வசதி செய்து தரவேண்டும். "உழவுக்கும் தொழிலுக்கும் வந்தனை செய்வோம்'' என்ற பாரதியார் கூற்றை ஏற்று உழவுத் தொழிலுக்கு முக்கியத்துவம் தருதல் வேண்டும். நாட்டில் வீணாக உள்ள தரிசு நிலங்களை விளைநிலங்களாக மாற்ற அரசும் ஆவன செய்ய வேண்டும்.

உழவுத் தொழில் உடம்பால் உழைத்துச் செய்யும் தொழில். வாழ்வின் அடிப்படைத் தொழில். உடம்பால் உழைத்து செய்யும் தொழில் எதுவாக இருந்தாலும் உழைப்புக்கு மதிப்பளிக்க வேண்டும். உழவர்கள் அவல நிலை இனி தொடரக் கூடாது. அரசு எல்லா வசதிகளையும் செய்து தந்து ஆக்கம் தரவேண்டும்.

எனவே உழவுத் தொழில் எக்காலத்து இடைவிடாமல் நடக்க வேண்டிய தொழில். ஆகையால் வள்ளுவர் கூறியபடி உழுதல், எருப்பெய்தல், களை கட்டல், நீர்கால் யாத்தல், காத்தல் – முறையாக உள்ள இவ்வைந்தும், வேண்டும் என்பது எந்தக் காலத்துக்கும், எந்நாட்டிற்கும் பொருந்தும், ஆகையால் அவர்களே "உலகத்தார்க்கு ஆணி'' என்பது எவ்வளவு உண்மை என்பதை மேற்கூறிய காரணங்களால் அறியலாம், அவர்கள் வாழ்வே நல்ல வாழ்வு, மற்றவர் பசியைப் போக்கும் உன்னதமான வாழ்வு. அவர்களே உலகத்தார்க்கு அச்சாணி போன்றவர்கள்.

★★★

6. ஊழும் முயற்சியும்

நம் வாழ்க்கையில் எந்த நிகழ்வுகள் நடந்தாலும் அறிவின் துணைகொண்டோ? தருக்க முறையிலோ? விளக்கம் கூற இயலாதபோது அதற்கு விதி அல்லது பழவினையைக் காட்டி வருகிறோம். இதற்கு இந்து மதம் கூறும் மறுபிறப்புக் கொள்கையையும் காரணம் கூறுகிறோம்.

வள்ளுவர் கூறும் ஊழ்க் கொள்கை முற்பிறப்புப் பற்றியோ, பழவினைப் பற்றியோ கூறவில்லை. உரை எழுதிய பரிமேலழகரும் ஊழ் அதிகாரத்தில் முன்வினை பற்றிக் கூறவில்லை. துறவு, மெய்யுணர்தல், நிலையாமை, அவா அறுத்தல் - அதிகாரங்களிலும் பழவினை - பற்றிய விளக்கம் காணப்படவில்லை. நாலடியார் பழவினை என்று கூறுகிறது.

ஊழ்விளக்கம்

ஊழாவது முன்பு செய்த வினை பின்பு விளையும் முறை, மேற்கூறிய அறப்பகுதியும் இனிக் கூறுகின்ற பொருட்பகுதியும், இன்பப் பகுதியும் முன் செய்த நல்வினையால் வருதலையும், இவற்றிற்கு மாறான பாவமும், வறுமையும், துன்பமும் தீவினையால் வருதலையும் அறியாதே அவை உலகத்தில் மக்கள் பலர் தமது முயற்சியால் வந்தன என்பாரன்றோ! அதற்காக இது கூறப்பட்டது. ஒருவன் செய்த வினை தனது பயனை வழுவின்றிப் பயத்தல் அறத்தினால் ஆகும். ஆதலின் அறத்தின் இறுதியில் கூறப்பட்டது என்பது மணக்குடவர் கூற்று. ஊழ் அறத்தின் விளைவே என்பது இவர் கருத்து, இது பொருந்துவதாகவே உள்ளது எனக் கருதலாம்.

வள்ளுவர் ஊழியலில், முதல் குறளிலேயே ஊழை இரண்டாகப் பிரித்து ஆகூழ், போகூழ் எனக் கூறுகிறார்.

இனி வள்ளுவர் கூறும் ஊழ் கொள்கையே பொருளும், அறிவும் பற்றிக் கூறுவதாகவே உள்ளது. ஆகையால்தான் முதல் குறளிலேயே கைப்பொருள் என்றும் அடுத்த குறள் அறிவகற்றலும் என்றும் கூறியுள்ளதை நோக்குங்கால் இவ்வுண்மைதெற்றென விளங்கும். வள்ளுவர் கூற்றுப்படி உலக மக்களை அறிவுள்ளவர் என்றும் அறிவில்லார் என்றும், பொருள் உள்ளார் என்றும், பொருள் இல்லார் என்றும், உலகில் உள்ளனர் என அறியலாம். ஊழ்கொள்கையே இதுதான். எனவே மக்கள் பொருள் ஈட்டுவதிலும், அறிவு பெறுவதிலும் முயல்கின்றனர். ஆனால் அவரவர்கள் செய்த நல்வினை, தீவினைக்கு ஏற்ப பொருளும் அறிவும் பெறுகின்றனர்.

ஊழ் என்ற சொல் முறை என்று பொருள் தரும். எனவே அது உலக முறை என்பது. இது *(373)*வது குறள் உலகத்தியற்கை என்பதனால் அறியலாம். எனவே அது ஒரு ஒழுங்கு முறைக்கு உட்பட்டு நடைபெறுகிறது. ஆனால் ஊழைப் பற்றி அறிவது மிகக் கடினமே. ஊழுக்குக் காரணிகள் பல, இடம், காலமாற்றம், அரசு, சமூகம் வரும் புறச்சூழலே ஊழாக மாறுகிறது என்று கூறலாம். இன்ன கலப்பு தொடர்புகளால் உலகத்து இயற்கை, உருவாகி இயங்குகிறது.

பரிமேலழகர் கருத்துப்படி ஒன்று முதல் ஆறு குறட்பாக்களும் பொருளுக்குக் காரணமாய் வந்தன. அடுத்த மூன்றும் இன்ப துன்பங்களுக்குக் காரணமாய் ஊழ் பற்றிக் கூறுகின்றன. எனவே புறம் சார்ந்துள்ள செல்வத்துக்கும் இன்ப துன்பங்களுக்கும் உலக இயற்கையின் தொடர்பு கூறப்படுகிறது.

> "நன்றாங்கால் நல்லவாக் காண்பவர் அன்றாங்கால்
> அல்லற் படுவ தெவன்." **379**

எனவே மணக்குடவர் ஊழ் என்பதற்கு உலக இயல்பு என்று கூறுகிறார்.

சில சூழ்நிலையில் வருந்தி அழைத்தாலும் வராத செல்வம் மற்றொரு சூழ்நிலையில் வந்து வீசி எறிந்தாலும் போகாமல் கிடக்கின்றன. *(376)* குறிப்பிட்ட ஒரு சூழ்நிலையில் செல்வமோ அறிவோ ஒன்றுதான் பெற முடிகிறது. *(374)* இவ்விரண்டினையும் பெறுதல் இயலாமல் போகிறது.

ஒருவர்க்குப் பிறவற்றில் நற்சூழ் தீச்சூழாகவும் செல்வம் ஈட்டற் கண் தீய ஊழ் நல்லூழாக மாறி நிற்கவும் செய்யும் *375*.

ஒருவன் நூற் கல்வி நுண்ணிய பரப்பிற்றாயினும் அஃது அவன் வாழும் சுற்றுப் புறத்தோடு இயையாவிடின் என்னவாகும் எனில் அச்செயற்கை அறிவு தாழ, உண்மையறிவு ஆகிய இயற்கையறிவு, அவன் சூழ்நிலையறிவே – அவனுக்கு மிக்கு தோன்றும் *373* "குலவிச்சை கல்லாமல் பாகம் படும்" என்பது பழமொழி.

ஊழிற் பெருவலி யாவுள:

ஊழ் அதிகாரத்தின் ஈற்றில் உள்ள குறள் இதுவே. ஊழின் வலிமையை இக்குறட்பாவில் மொத்தமாகச் சொல்லி நிறைவு செய்வதாக அமைத்துள்ளார். ஊழ் மிக வலிமையுடையது. ஊழ்வினையிலிருந்து தப்பிக்க வேறொரு வழியை நாம் நாடினாலும், அவ்விதி அவ்வாறு சூழ்வானது சூழ்ச்சியையும் தாண்டி, முன் சென்று அச்சூழ்ச்சியைப் பயனற்றதாகச் செய்யும்.

ஆனால் ஊழுக்கு நம்மை அடிமைப்படுத்துவது வள்ளுவர் கருத்தன்று. நம் அறிவாற்றலான் நம் வாழ்விற்கு அவ்வூழை நம் வசப்படுத்தி வாழ்வில் முன்னேற முயல வேண்டும். பிற உயிரினங்களுக்கு ஊழ்வினையால் தடையில்லை. எனவே தான் மனிதப் பிறவிக்கு பல தடைகள், துன்பங்கள் வந்தாலும் அதை வெற்றி கொள்ளப் போராடுகிறோம். பெருவலிமையுள்ள தீய சூழ்நிலையைக் கூட முயற்சி செய்தால் வென்று விடலாம். ஆனால் அம்முயற்சி விடா முயற்சியாக இருத்தல் வேண்டும். இதையே "உலைவின்றித் தாழாது உஞற்று பவர்" என்று முயற்சி பெரிய அளவில் இருக்க வேண்டும் என்றார். ஆதி மனிதன் முயன்று முயன்று ஒவ்வொன்றையும் தன் கடின முயற்சியால் கண்டறிந்தான். "காடு கொன்று நாடாக்கிக் குளந்தொட்டு வளம் பெருக்கி" என்பது மனிதனின் வெற்றியைக் காட்டவில்லையா?

பட்டி 283-83

"செயற்கை அறிந்தக் கடைத்தும் உலகத்து
இயற்கை அறிந்து செயல்" 637

என்ற குறள் ஆகூழொடு இணைந்து அது அதிக வலியுடையது என்று சோர்வடைந்து பின்வாங்காது அதனை எதிர்க்கவும் புறங்காணவும் செய்ய வேண்டும் என்பதே வள்ளுவர் கூற்று, ஆக ஊழை எதிர்த்து வாழ வேண்டும். ஆகையால் தான் ஊக்கம், மடியின்மை, ஆள்வினை, அறிவு, வினைத்திட்பம் – ஆகிய அதிகாரங்கள் வாயிலாக மனிதனுக்கு முயற்சியின் சிறப்பினை எடுத்துக் காட்டியுள்ளார்.

"ஊழையும் உப்பக்கம் காண்பர் உலைவின்றித்
தாழாது உஞற்று பவர்" 620

குறளில் எடுத்துரைக்கிறார். "உப்பக்கம் காண்பர்" என வள்ளுவர் நமக்கு நம்பிக்கை ஊட்டுகிறார் என அறியலாம்.

"ஆகூழால் தோன்றும் அசைவின்மை கைப்பொருள்
போகூழால் தோன்றும் மடி" 371

"பேதைப் படுக்கும் இழவூழ் அறிவகற்றும்
ஆகலூழ் உற்றக் கடை" 372

ஒருவன் தன் சூழ்நிலை ஆகூழா? போகூழா என்று அறிந்து கொள்ளும் வழியை இவ்விரு குறட்பாக்கள் மூலம் காட்டுகிறார் வள்ளுவர், ஆள்வினையும் அறிவும் சூழல் எதுவோ அது ஆகூழ் எனப் பற்றிக் கொள்ள வேண்டும், சோம்பலும், பேதைமையும் தரும் சூழல் எதுவோ அது போகூழ் என நீங்குக. இந்த நுட்பத்தினை அறிந்து அதற்கேற்ப வாழ்வதே நல்வாழ்க்கையாகும்.

எனவே ஊழை வெல்ல வேண்டும் எனில் உபாயங்கள் போதாது. உலைவின்றி – தளர்வில்லாமல்; உஞற்ற – கடுமுயற்சி செய்ய வேண்டும்; தாழாது – சலிக்காமல் காலம் கடத்தாமல் முயல வேண்டும்.

பரிமேலழகர் உரை சிறிது காண்போம்.

தாழ்வுறுதல் – சூழ்ச்சியினும்; வலி – முதலிய அறிதலும்; செயலினும் குற்றம் நீக்கல், ஊழ் ஒரு காலாக இரு காலாக அல்லது விலக்கலாகாமையிற் பலகான் முயல்வார் பயன் எய்துவர். எனவே ஊழை உப்பக்கம் காண்பர் என்றார், என்று கூறுகிறார் பரிமேலழகர். ஊழ் – என்ற சொல் ஊழதிகாரத்தில்

வலிமை கூற வந்தது. 620வது குறட்பா அந்த ஊழையும் முயற்சி செய்தால் வெல்லலாம் என விளக்க வந்தது.

முயற்சி அல்லது உழைப்பு என்ற மனித ஆற்றல் தான் முடிவானது. உழைப்பு தான் ஒரு மனிதனுக்குச் சொத்து, "முயற்சி திருவினையாக்குமன்றோ" எனவே இதுவே பொதுவிதி. உலக இயற்கை.

முயற்சி:

விதிப்படியே எல்லாம் நடக்கும் என்று நினைந்து முயற்சியைக் கைவிடக் கூடாது. விதி இருந்தாலும் முயற்சி செய்யாது ஒரு காரியமும் நடக்காது. எளிமையான முயற்சியால் நல்லது பயக்கும் காரியங்களைக் கூட விதிப்படி நடக்கட்டுமே என்று விட்டுவிட்டால் வாழ்க்கை நடக்காது. எனவே, ஊழ்வழி நடக்கும் என்று நம்புவோருக்கு, குமரகுருபரர் கூறுவது.

"முயலாது வைத்து முயற்றின்மை யாலே
உயலாகா ஊழ்த்திறத்த என்னார் - மயலாயும்
ஊற்றம் இறுவிளக்கம் ஊழுண்மை காண்டும் என்று
ஏற்றார் எறிகான் முகத்து"

நீதிநெறிவிளக்கம் 50

மயக்கம் இருப்பவரும் மறைவு இல்லாத விளக்கை வீசுகின்ற காற்று எதிரில் கையாலாவது மறைக்காமல் ஏற்றார். அவ்வாறே ஒருவன் எவ்வித முயற்சியும் செய்யாது ஊழ்வழி நடக்கும் காரியங்கள் நடந்தே தீரும் என்று சும்மா இருக்கலாமா? என்று கூறி முயற்சி செய்வதற்கு முதன்மை தருகிறார்.

மக்கள் அறிவே சிறந்தது என்பதை உணர வேண்டும். ஆகையால் கற்பதிலும், அறிவு வளர்ப்பதிலும் முயற்சி செய்ய வேண்டும். வாழ்க்கைக்கு வேண்டிய பொருளை அறவழியில் ஈட்ட வேண்டும். இங்ஙனம் உடல் வலிமை, அறிவு வலிமை, பொருள் வலிமை மூன்றையும் குறைவின்றி பெற்று அறவழியில் நின்று அரிய செயல்களைச் செய்து புகழுடன் வாழ்ந்து மறுமைக்கும் நன்மையை இப்பிறப்பில் தேடிக்கொள்ள வேண்டும்.

எனவே, உடலை ஓம்புவதிலும், அறிவைப் பெறுவதிலும்,

பொருளைச் சேர்ப்பதிலும் முயற்சி செய்தும் அவற்றை நாம் அடைய இயலவில்லை என்றால் மனம் சோர்ந்து வெறுப்படையக் கூடாது. மேன்மேலும் முயற்சி செய்வதே அறிவுடையவர்களின் கடமை. அவ்வாறில்லாமல் எளிய செயல்களைச் செய்து உண்டு உறங்கி மேற்கூறியவாறு முயலாமல் இன்பம் தேடிக் கொள்பவராய் தமக்குத் தாமே துன்பத்தைத் தேடிக் கொள்வர். நிலையான பயன் தரத்தக்க நல்ல முயற்சியில் ஈடுபட்டவர்கள் ஒருவேளை நினைத்தபடி கைகூடாமல் போனாலும் அவரை அறிவுடையோர் இகழமாட்டார்.

"பொறியின்மை யார்க்கும் பழியன்று அறிவறிந்து
ஆற்வினை இன்மை பழி" **618**

எனவே பயனுடைய செயல்கள் முயற்சி செய்து முழுமை பெறாமல் போனாலும் முயற்சி செய்து கொண்டிருப்பதே அறிவுள்ளவர் செயலாகும். விதியை நினைந்து நிலைத்த பயனைக் கைவிடுதல் அறிவிலார் செயல். முயற்சி செய்தால் கைகூடாதது போல இருந்தவை கைகூடுதலும் உண்டு. குமர குருபரர் பாடல் வழி பார்ப்போம்.

"உறுதி பயப்ப கடைபோகா வேனும்
இறுவரை காறும் முயல்ப - இறும் உயிர்க்கும்
ஆயுள் மருந்தொழுக்கல் தீதன்றால் அல்லனபோல்
ஆவனவும் உண்டு சில" **நீதிநெறி விளக்கம் 49**

இறக்கும் நிலையில் உள்ள ஒருவரை பிழைப்பிக்க மருந்து கொடுப்பதோ அல்லது மருத்துவரிடம் காட்டுவதோ நாம் செய்ய வேண்டிய முயற்சி. ஆனால் சிலர் அதற்கு வழிநாடாமல் விதிவழி நடக்கும் என்று இருக்கக்கூடாது. இச்செயல் அவர்களின் அறியாமையைக் காட்டுகிறது.

திருவள்ளுவர் ஊழ் பற்றி ஒரு அதிகாரத்தில் மட்டும் கூறினார். முதல் குறளிலும் கடைசிக் குறளிலும் *371–380* இரண்டிலும் குறிப்பாக ஊழ் என்ற சொல்லையே கையாண்டுள்ளார். ஆனால் முயற்சி பற்றி பல்வேறு அதிகாரங்களில் எடுத்தாண்டுள்ளார். அறிவுடைமை, வினைத்திட்பம், ஆள்வினை உடைமை, இடுக்கண் அழியாமை, வினைத்தூய்மை, பொருள் செயல்வகை, ஊக்கமுடைமை

அதிகாரங்களில் *651, 661, 666, 669, 611, 616, 483, 484, 537, 597, 594, 630* – ஆகிய குறட்பாக்களில் ஊழ்வினையை அடக்கி ஆளும் திறமை பற்றிக் கூறியுள்ளார். ஆகையால் முயற்சிக்கு அவர் தரும் முக்கியத்துவம் பற்றி அறிய முடிகிறது.

எனவே ஊழ், முயற்சி – இவற்றில் ஒன்றினை மட்டுமே எடுத்துக் கொள்ள வேண்டும் என்றால் பொருந்துவதாக இருக்காது. காரணம் ஊழின் வழியே எல்லாம் நடக்கும் என்று நம்புவோம். ஆனால் அவ்வாறு கொண்டால் உலகில் யாரும் முயற்சி கொள்ளார். ஆகையால் ஊழை முயற்சி செய்தால் வெல்ல முடியும் என்று நம்பினால் நாம் மேற்கொள்ளும் செயல்கள் கைகூடாவிட்டாலும் முயற்சியைக் கைவிடுதல் கூடாது. பலமுறை முயற்சி மேற்கொண்டாலும் காரியம் கைகூடாமல் போவதும் உண்டு. மனதைத் தளரவிடக்கூடாது. ஆகையால் ஊழ் என்பது உண்டு என்பதை அப்பொழுது உணர்கின்றோம். ஆகையால் மீண்டும் மனதில் தெளிவு பெற்று முயற்சியில் ஈடுபடுவது நம் கடமை.

ஊழ், முயற்சி இரண்டும் இரண்டு தண்டவாளங்கள் போன்றவை. தண்டவாளங்கள் இல்லாமல் தொடர் வண்டி ஓடாது. எனவே ஊழ், முயற்சி, இரண்டும் பெற்றே உலக வாழ்க்கை நடக்கிறது என்பதே உண்மை. ஊழ், முயற்சி இரண்டுக்கும் வலிமை உண்டு. ஆனால் ஊழின் வலிமை அதிகம் என்பதை “மற்றொன்று சூழினும் தான் முந்துறும்” என்பதால் அறியலாம். இக்கருத்தை முன்பே பார்த்துள்ளோம். சில நேரங்களில் முயற்சி தோல்வியுதலும் உண்டு. எனவே முயற்சி செய்வது நம்மிடம் உண்டு. ஆனால் ஊழ் நம் கையில் இல்லை. கண்ணுக்குப் புலப்படாதது ஊழ். எனவே கண்களுக்குப் புலனாகாத ஊழ்வினையைப் பற்றிக் கவலைப்படாமல் முயற்சி செய்து நிறைவான வாழ்க்கை வாழ முயல்வது தான் நம் கடமை. ஊழை நாம் படைப்பதில்லை. ஆனால் முன்வினைப் பயன் இம்மையில் தொடரும் போது நல்வினைக்கு ஏற்ப நல்லூழும். தீவினைக்கு ஏற்ப தீயூழும் வாழ்வில் அமையும் ஊழ்வினை ஒருவனை குபேரனாக்கவும் செய்யும். பிச்சைக்காரனாக்கவும் செய்யும் வலிமை ஊழுக்கு உண்டு. முயற்சி வாழச் செய்யும்.

ஊழின் வலிமை சொன்ன வள்ளுவர் முயற்சிக்கும் அதே வலிமை தந்து கூறுவது ஒன்றுக்கு ஒன்று முரணாகத் தோன்றுகிறது. முயற்சி திருவினை தரும். முயற்சியின்மை வறுமையில் சேர்க்கும் எனக் கூறினார். முயற்சியில் தோல்வியுற்றால் அதனால் பாதகம் இல்லை. ஆனால் அதற்குரிய வழிமுறைகளை அறிந்து முயற்சி செய்யாமல் இருப்பது தான் பழியாகும்.

ஊழ்வினையால் நாம் கருதிய பயனை அடைய முடியாமல் போனாலும் உடல் வருந்திய வருத்தத்தின் கூலியையாவது முயற்சி கொடுக்கும் என்பதில் ஐயமில்லை.

"முயற்சி திருவினை ஆக்கும் முயற்றின்மை
இன்மை புகுத்தி விடும்" 616

"தெய்வத்தான் ஆகா தெனினும் முயற்சிதன்
மெய்வருத்தக் கூலி தரும்" 619

வள்ளுவர் முன்வினை பற்றியோ இம்மை மறுமை பற்றியோ ஊழியலில் கூறவில்லை. ஆனால் வள்ளுவர் இன்னா செய்யாமை என்ற அதிகாரத்தில்,

"பிறர்க்குஇன்னா முற்பகல் செய்யின் தமக்கின்னா
பிற்பகல் தாமே வரும்" 319

என்று கூறியிருப்பது, முற்பகலில் பிறருக்குத் துன்பம் செய்யின் பிற்பகலில் தமக்குத் துன்பம் தாமாகவே வரும் என்று கூறியிருப்பதால் வள்ளுவர் இம்மை மறுமை என்று கூறவே இல்லை. செய்த தீவினைக்கு ஏற்ப இம்மையிலேயே அதன் பலன் கிடைக்கும் என்று கூறுவாரும் உண்டு.

குடிசெயல்வகை அதிகாரத்தில் "தெய்வம் மடிதற்றுத் தான்முந் துறும்" 1023 என்ற குறளில் மற்றொன்று சூழினும் தான் முந்துறும்" 380 குறட்பாவிலும் கூறியிருப்பது நோக்கத் தக்கது. முன்னதில் முயற்சியைப் போல் சிறப்புடையது வேறு இல்லை. எனவே முயற்சி அறிவு இரண்டிலும் தொழில் இடைவிடாது செய்து வந்தால் குடி (நாடு) உயர்வடையும். குடி செய்வல் நாட்டை முன்னேறச் செய்வேன் என்று உணர்ந்து தொழில் செய்யும். அத்தகையவரை உலகம் தானே சுற்றமாகப் பாவிக்கும். இவ்வூழ் ஆகூழே யாகும். காந்தி, புத்தர், தெரசா,

விவேகானந்தர் போன்றவர்களை எடுத்துகாட்டாகக் கூறலாம். 380வது குறளில் உள்ள முந்துறும் என்பது போகூழாகும்.

மேற்கூறப்பட்ட 380, 620 இரு குறட்பாக்களிலும் முரண்பட்ட கருத்து இருப்பது தெரிகிறது. இக்கருத்து பன்நெடுங்காலமாக இருந்து வருகிறது. ஊழ் பெரிதா? முயற்சி பெரிதா? என்ற வினா எழுதல் இயல்பே. இவ்வினாவிற்கு விடை கூறுவது கடினமே. வள்ளுவர் ஊழையும், முயற்சியையும் இரண்டும் சம வலிமையுடையவை என்று கூறுவது போல் உள்ளது எனக் கருதலாம்.

வள்ளுவர் உட்கிடக்கை இவ்வாறு கூட இருக்கலாம் எனவும் நினைக்கத் தோன்றுகிறது. அதாவது ஊழ் வேறு. முயற்சி வேறு. எனவே இரண்டும் ஒன்றல்ல. வேறு வேறு எனக்கொள்வது ஒரு முறை. இரண்டும் தனித்தனி வலிமையுடையது என்று கொண்டால் குழப்ப நிலை வராது.

எனவே ஊழ்வினை பற்றிக் கவலைப்படத் தேவை இல்லை. கடவுள் இட்ட வழி என்று ஆண்டவனை முழுமையாக நம்பிக்கை கொண்டு, சோம்பலை நீக்கி முயற்சியைக் கைப்பொருளாகக் கொண்டு வாழ்ந்தால் பொருள் தானே வழிவினவிக் கொண்டு சென்றடையும்.

"ஆக்கம் அதர்வினாய்ச் செல்லும் அசைவிலா
ஊக்கம் உடையான் உழை" 594

எனவே ஊக்கத்தைப் பற்றிப் பல இடங்களில் கூறியுள்ளதால் வள்ளுவர் முயற்சிக்கே முதலிடம் தருகிறார் எனத் தெளிவாக விளங்கும்.

வினை உதிர்ப்போம்:

ஊழ்வினை பெருவலி உடையது. அதனை முந்துவது ஏதுமில்லை. உயிர் உடல் இரண்டையும் பிணைத்து இயக்குவது. வினைத்துகள் என்பர் அறவோர். சகல வல்லமை படைத்த உயிர் உயிரில்லாத வினை எனும் ஜடப்பொருளுக்கு அடிமையா? அதனை வெல்ல முடியாதா? எனக் கேட்போர் உண்டு. ஆம் வினை வலிது. எனினும் அதனை வெல்ல முடியும் என்பதே ஜைன அறவோர் தரும் பதிலாகும்.

வினைவலிதே என்றிருக்க வேண்டா குபுதி
தனைவலிதாப் பெற்றால் அகலும் உலைவில்
இலையடுக்கில் தான்பழமா மேஇருளைப் போக்கும்
நிலைய சுடரது போல் சேர்ந்து.

ஜீவசம் போதனை 410

மேற்கூறிய பாடல் இக்கருத்தினை எடுத்துரைக்கிறது. வினை வலிது என்று சோர்ந்து போகாமல் மூவகை அடக்கும் (குபுதி) (த்ரிகுப்தி) என்பது மன அடக்கம், உடல் அடக்கம், மொழி அடக்கம் வழி நல்ல எண்ணத்துடன் செயல்பட்டால் வினையை விலக்கி வென்று விடலாம்.

இருள் எங்கும் சூழ்ந்துள்ளது என்று யாரும் வருந்துவதில்லை. அச்சம் கொள்வதும் இல்லை. கை விளக்குக் கொண்டு ஒளிப்பெற்று தம் காரியத்தை முடிப்பர். அதுபோல வலிய வினையையும் த்ரிகுப்தி என்னும் மூவகை அடக்கம் மூலம் ஒடுக்க முடியும் என்பார் தேவேந்திர மாமுனிவர்.

மரத்திலேயே காய் கனிந்து பழமாகும் வரை காத்திராமல், இலைகளுக்கு இடையே மறைந்திருக்கும் காய்களைப் பறித்துப் பழமாக்கி உண்கிறோம். இதே போன்று வினைகளையும் முயற்சியினால் விலக்கி உயிரின் சுயநிலை சுத்த நிலையினை அடையலாம்.

வினை எனும் பெருமலையினை 'குபுதி' எனும் சிறிய உளி கொண்டு தடுத்து விடலாம்.

"வாய்மனம் உடலிற் தூய்மை யாகுமின்
தூய்மையாகவே தொல்வினை உதிரும்"

என்பதனாலும் அறியலாம். இதுவும் வினையை முயற்சியால் வெற்றி அடைய முடியும் என்பதைக் காட்டுகிறது.

★★★

7. உடலும் உயிரும்

உயிரும் உடம்பும் பிரிக்க முடியாதது. அப்படிப் பிரியும் போது அது நம் வாழ்க்கையின் முடிவாக இருக்கும். உடம்பை வளர்ப்பது உணவு. உடம்புக்கு உயிர் உடம்பு, செயிர் உடம்பு என இரண்டு உண்டு.

> உயிருடம்பின் நீக்கியா ரென்ப செயிருடம்பின்
> சொல்லாத்தீ வாழ்க்கை யவர் - குறள் 330

செயிர் உடம்பு – நோய் உடல் என்பது பொருள். உடல் உயிர் சுமக்கவும், உடல் இயங்க உயிரும் தேவை என்பதை திருமூலர் “உடம்பை வளர்த்தேன் உயிர் வளர்த்தேனே” என்றார். உடலைப் பார்க்கிறோம் அது பருப்பொருள். உயிர் பார்க்க இயலாத பொருள். ஆகையால் அது நுண்பொருளாகும். எனவே தான் மனிதனை உடலை நோய் பற்றுகிறது. அதனால் உயிரும் துடிக்கிறது.

இந்தக் காலத்தில் புதுப் புது வியாதிகள் மனித சமுதாயத்தைப் பற்றி ஆட்டிப் படைக்கிறது. மனித உடம்பில் உள்ள அத்தனை உறுப்புகளையும் பாதிக்கும் வியாதிகள் பெருகிவிட்டன. அறிவியல் உலகம் நோய் தீர்க்கும் மருந்துகளைக் கண்டு பிடித்தவாறு உள்ளது. சில வியாதிகள் மருந்துகளாலும் போக்க முடியாததாகவும் உள்ளன. மருத்துவர்களும், மருத்துவமனைகளும் பெருகிவிட்டன. சில பெரிய பெரிய வியாதிகள் அறுவை சிகிச்சை செய்து செயற்கை உறுப்புகளைப் பொருத்திப் போகிற உயிரைக் கூட சிறிது காலம் நிறுத்தி வைக்கும் மருத்துவ முறை கடவுள் தந்த கொடையாகும். ஆனால் இந்த அறிவியல் உலகில் கூட பெரிய பெரிய நோய்கள் வந்தால் பணவசதி இல்லாதவர்கள் கூற்றுவனுக்கு இரையாவது உண்டு. இப்படி இருவேறு நிலை

சமுதாயத்தில் நிலவுகிறது.

"அக்கேபோல் அங்கை யொழிய விரலழுகித்
துக்கத் தொழுநோய் எழுபவே" நாலடியார் 123

கூறுவதும் காண்க.

மனிதனுக்கு மனநலம், அறிவு நலம் தேவையாகும். துன்பம் இயற்கை, மனிதன் வாழ்க்கையில் இன்பம் துன்பம் மாறி மாறி வந்து கொண்டே இருக்கும். எனவே உடல் துன்பங்களுக்கு இருப்பிடமாக உள்ளது. இதை வள்ளுவர்,

"இடும்பைக்கே கொள்கலம் கொல்லோ குடும்பத்தைக்
குற்றம் மறைப்பான் உடம்பு"

மனிதர்களுக்கு வரும் நோய்கள், உயிரையும், மனத்தையும் அறிவையும் தாக்கலாம். ஆனால் மனதைத் தாக்கினால் அதற்கு மருந்தே இல்லை. அதனால் தான் "மனோவியாதிக்கு மருந்தில்லை" என்று கூறினர். எந்த வியாதியும் மிக விரைவில் உடம்பைத் தாக்கும். உடல் நோய்க்கு இருப்பிடமாக உள்ளது என்பதை 1132, 1163 குறட்பாக்களில் கூறியுள்ளார்.

மனம் – நுண்பொருள். கண்ணுக்குப் புலப்படாதது. ஆனால் உணரும் தன்மையது. ஆனால் உடம்பு என்பது உருவுடம்பும் அருவுடம்பும் கொள்ளப்படும் குறள் 345. அருவுடம்பானது பத்துவகை இந்திரிய உணர்வோடும் ஐவகை வாயுக்களும் காமவினை விளைவுகளுடன் கூடிய மனம். இது நுண்ணுடம்பு என்று கூறப்படும்.

பத்துவகை இந்திரியங்கள்:

மெய், வாய், கண், காது, முக்கு – ஐம்பொறிகளும் அறியும் கருவிகளாகும். இனி வாக்கு, கால், கை, ஆண்குறி, பெண்குறி ஆகிய ஐந்தும் ஆக இந்தப் பத்தையும் மனம் ஆள்கிறது. தூண்டுகிறது. நுண்ணியது.

வாயுக்கள் ஐந்து, அவை:

1. பிரானனின் இடம் – இதயம்
2. அபானனின் இடம் – புட்டம்
3. சமானனின் இடம் – கொப்பூழ்

4. உதானனின் இடம் – கழுத்து

5. வ்யானனின் இடம் – உடல் முழுதும்

இவற்றை வடமொழியில் பஞ்சப் பிராணன்கள் என்பர். காமவினை விளைவுகள் சுவை, ஒளி, ஊறு, ஓசை, நாற்றம் – என்ற தன்மாத்திரைகள் ஐந்தும், மனம், புத்தி, அகங்காரம் மூன்றும்.

"குடம்பை தனித்தொழியப் புள்பறந் தற்றே
உடம்போ டுயிரிடை நட்பு"

பறவையின் முட்டையிலிருந்து தக்க மருத்துவத்தில் வெளிப்போந்த குஞ்சு பறந்து விடும். அதைப்போல் உடல் தனித்துக் கிடக்க உள்ளே இருக்கும் நுண்பொருளாகிய உயிர் நீங்கி விடுகிறது. ஆகையால் உயிருக்கும் உடம்புக்கும் உள்ள தொடர்பு இத்தகையதே யாகும்.

குடம்பை – முட்டை, புள் – பறவை.

"சேக்கை மரனொழியச் சேணீங்கு புட்போல" நாலடியார் 30

என்று நாலடியார் கூறுவதையும் ஒப்பு நோக்குக.

உயிர் என்பது காற்று. அது நீங்கினால் செயல்கள் அடங்கிவிடும். உடம்பு வேறு உயிர் வேறாகும். ஒன்று சேராது.

காதலிக்கும் தனக்கும் உள்ள தொடர்பு எதைப் போன்றுள்ளது என்று நினைத்துப் பார்க்கிறான் தலைவன்.

உடலைப் போற்றினால் உயிரைப் போற்றலாம். உடல் அழிந்தால் உயிர் அழியும். உடல் நலமாக இருந்தால் உயிர் மகிழும். உடல் நோயுறின் உயிர் வருந்தும். உடல் அழிந்தால் உயிர் மறையும். உயிர் போன உடனே உடல் அழிந்து விடும். உடலுக்கும் உயிருக்கும் உள்ள தொடர்பு பின்னிப் பிணைந்துள்ளது என்பது தெள்ளத் தெளிவாகும். அதைப் போன்ற தொடர்பே எனக்கும் காதலிக்கும் உள்ள தொடர்பு என்று தலைவன் நினைக்கிறான். எனவே அவளின்றி நானில்லை நானின்றி அவளில்லை என்ற நினைப்பு இருவர் உள்ளத்திலும் உண்டாகிறது.

உடம்பொடு உயிரிடை யென்னமற் றன்ன
மடந்தையொடு எம்மிடை நட்பு. 1122

ஆனால் உயிருக்கு நிலையான இடம் இல்லாததால் உயிர் மீண்டும் பிறப்பெடுக்கிறது. உயிருக்கு நிரந்தரமான இடம் என்றால் அது மோட்ச உலகமே. இக் கருத்தை குறள் 50இல் காண்க.

மனித வாழ்க்கை இன்பம் துன்பம் கலந்தது. துன்பத்திற்குக் காரணம் ஆசை. அன்பு இன்பம் தரும். அன்பு, ஆசை, இரண்டும் ஒன்றல்ல வேறு வேறு காமம் – ஒருவகை ஆசையே. அன்பு – உயிரையும் உடலையும் இணைக்கும். ஆசை துன்பங்களால் பொறுக்க இயலாத நிலையில் உயிர் என்ற தோள் சுமை சுமக்கும் கொம்பில் ஒரு பக்கம் காமமும், மற்றொரு பக்கம் கூற முடியாத நாணமும் இரண்டு பொருள்களாகத் தொங்குகின்றன. இவற்றைச் சுமக்க இயலாது உடலும் உயிரும் துன்புறுகின்றன என்கிறார் வள்ளுவர்.

காமமும் நாணும் உயிர்காவாத் தூங்குமென்
நோனா உடம்பின் அகத்து

உடலுக்கும் உயிருக்கும் உள்ள தொடர்பு பற்றி மற்றொரு முறையில் வள்ளுவர் கூறுவதை சிறிது காண்போம். பிறப்புடன் உயிரும் உடன் சேரும். ஆனால் இறக்கும் போது உயிர் பிரிகிறது.

பிறப்பு இறப்பு:

பிறப்பு இறப்பு தொடர்ந்து நடப்பவை. எதுவானாலும் தோற்றம் உண்டென்றால், அழிவும் உண்டு. இது இயற்கை நியதி.

"உறங்கு வதுபோலும் சாக்காடு உறங்கி
விழிப்பது போலும் பிறப்பு" 339

உறக்கம் – விழிப்பு – நாள்தோறும் உண்டு. அதற்காகவே இயற்கை இரவு பகல் தந்துள்ளது. உறக்கநிலை, விழிப்பு நிலை – இயற்கையின் நியதி, விழிப்பு நிலை உழைக்கவும், உறக்க நிலை ஓய்வு பெறவும்.

"பிறந்தவர் சாதலும் இறந்தவர் பிறத்தலும்
உறங்கலும் விழித்தலும் போன்ற துண்மையின்"

மணிமேகலை
ஆதிரை பிச்சையிட்ட காதை 86-8

என்பது காண்க.

இயற்கை தந்த நியதி, உடலுக்கு அழிவு உண்டு. ஆனால் உயிருக்கு அழிவில்லை. உடல் விட்டு நீங்கிய உயிர் மறு பிறவி எடுக்கிறது.

பிறவிகள் பல உண்டு. வள்ளுவரும் "எழுமையும் எழு பிறப்பும்" என்றார். பிறப்பை நீக்குதலே வள்ளுவர் குறிக்கோள். அறியாமையால் பிறவி ஏற்படும். அறிவு முழுமை நிலை அடையும்போது மறுபிறவி நீங்கி விடுகிறது. "பிறப்பு என்னும் பேதைமை நீங்கி சிறப்பு என்னும் செம்பொருள் காண்பது அறிவு" குறள் 358 என்று கூறுவார், முழுமையான நிலை அறிவுடையவனாதல். வாலறிவன் – தூய்மை அறிவு, அதாவது அறியாமையே அற்றவன். உயிர் அறிவு, அறியாமை இரண்டும் உடையது. அறியாமையை நீக்கி தூய்மையான அறிவு அடைந்தால் இறைநிலை அடைவோம். இதையே மெய்யுணர்தல் என்கிறோம். மேலும் அவாவை நீக்கினால் பிறப்பு நீங்கிவிடும்.

ஆசை அறுமின்கள் ஆசை அறுமின்கள்
ஈசனோடு ஆயினும் ஆசை அறுமின்கள்

என்பார் திருமூலர், வள்ளுவரும்.

அவாவென்ப எல்லா உயிர்க்குமெஞ் ஞான்றும்
தவாஅப் பிறப்பீனும் வித்து **361**

சிலர் ஏழ்மையில் பிறந்து எழ்மையில் வாழ்ந்து எந்த இன்பசுகமும் இன்றி அழிந்து போவோர்கள் உண்டு. சிலர் பெரிய செல்வந்தர் இல்லங்களில் பிறந்து இன்ப வாழ்க்கை வாழ்ந்து மடிபவர்களும் உண்டு. இதற்குக் காரணம் அவ்வுயிர் செய்த வினை என்பர். இதனை ஆன்ற குடிபிறத்தல் சொற்றொடர்களால் குறிப்பார் வள்ளுவர். இதை 681, 992 குறட்பாக்களில் கண்டு தெளிக.

எல்லா உயிர்க்கும் பிறப்பு ஒன்றுதான். ஆனால்

வேறுபட்ட சூழ்நிலைகளால் வேறுபட்ட ஏற்றத்தாழ்வுடன் உயிர்கள் பிறப்பதற்குக் காரணம் அவரவர்களின் செயல்பாடே என்பது புலப்படும்.

இது போன்றதே செல்வ நிலையே அல்லாமல் பண்பில் தோன்றிய உயிர்கள் தம் நிலையிலிருந்து என்றும் தாழ்வதில்லை. இப்பண்பை இப்பிறவியில் வளர்த்துக் கொள்ள வேண்டும். எப்போதும் அந்நிலையிலிருந்து குன்றுதல் கூடாது என்கிறார் வள்ளுவர்.

"அடுக்கிய கோடி பெறினும் குடிப்பிறந்தார்
குன்றுவ செய்தல் இலர்" **954**

★★★

8. அறிவுக் கோட்பாடு

மனிதனை விலங்குகளிலிருந்து பிரித்துக் காட்டுவது பகுத்தறிவு. இதுவே ஆறாவது அறிவு ஆகும். நூலறிவு நுண்ணறிவு, வாலறிவும் வாழ்வதற்குத் தேவையாகும். இந்த யுகம் அறிவியல் அசுரவேகம் கொண்டு வளர்ந்து வருகிறது. எங்கும் கணினி மயம். உலகம் நம் கைப்பிடியில் அடக்கம். வீட்டில் இருந்தபடியே உலகச் செய்திகளை அறியும் காலமிது. சந்திர மண்டலம் சென்று வருகின்ற காலம். என்னதான் அறிவியல் காலமாக இருந்தாலும் சில கண்டுபிடிப்புகள் மனிதனை வியக்கச் செய்கிறது. இதற்கெல்லாம் மூலமாக இருப்பது மனிதனின் அறிவு. விலங்குகள், பறப்பன, ஊர்வன – எல்லாம் மனிதன் தோன்றிய காலத்தில் இருந்தவாரே இன்றும் உள்ளன. அவற்றில் எந்த மாற்றமும் இல்லை. ஆனால் மனித வாழ்வில் வியத்தகு முன்னேற்றம் ஏற்பட்டது. இதற்கு எல்லாம் காரணம் ‘அறிவு’ என்ற ஒரு சொல்லில் கூறிவிடலாம். இத்தகைய அறிவு பற்றி வள்ளுவர் வழிக் காண்போம்.

இன்றும், இனி என்றும் மின்சாரம் இல்லையேல் சமுதாயம் முடங்கிவிடும். எல்லா அறிவியல் கண்டுபிடிப்புக் கருவிகளும் கூட மின்சாரம் இல்லையேல் இயங்காது. இது கண்டுபிடித்ததற்கும் அறிவாற்றலே காரணமாகும். மின்சாரம் உலகிற்குக் கிடைத்த வரப்பிரசாதம்.

அறிவு எல்லா உயிர்களுக்கும் பொது. நாய், குரங்கு போன்ற உயிரினங்கள் சில மனிதனைப் போல் அறிவு உள்ளவை. ஆனால் பகுத்தறிவு மட்டும் அவைகளில் இருந்து நம்மை வேறுபடுத்துகிறது. இதற்குக் காரணம் மனம் சார்ந்த அறிவு. ஆகையால் தனித்தன்மை பெறுகிறது.

அறிவு இல்லையேல் வளர்ச்சி இருக்காது. எனவே தான் வள்ளுவர்,

"அறிவுடையார் எல்லா முடையார் அறிவிலார்
என்னுடைய ரேனும் இலர்" 430

அறிவியல் தனிமனித வளர்ச்சிக்கும் சமுதாய வளர்ச்சிக்கும் பயன்படுகிறது என்பதை அறிகிறோம். ஆனால் ஆக்கத்திற்கும் அழிவிற்கும் கூட அறிவு துணை போகிறது என்பதும் உண்மையே.

"சென்ற இடத்தாற் செலவிடா தீதொரீஇ
நன்றின்பா லுய்ப்ப தறிவு" 422

மனமும் அறிவும் சேர்ந்து செயல்படும் நிலையை இக்குறள் காட்டுகிறது. எனவே மனம் போன போக்கில் போனால் வாழ்க்கை கெடும். ஆகையால் தக்க வழி அறிந்து மனத்தைத் திருத்திச் செலுத்த வேண்டும். அவ்வாறு தீமையிலிருந்து தடுத்து நன்மையில் செலுத்த வல்லமை பெற்றதே அறிவு.

கார் ஓட்டிக் கொண்டு போகும் போது, பிரேக்கின் பயனை நாம் கையாள்கிறோம். வேகத்தை வேண்டிய அளவு மேற்கொள்வதற்கும், மற்றவர்களுக்கும், தனக்கும் துன்பம் நேராதவாறு விலக்கி நல்லநெறியில் செலுத்துவதற்கும் பிரேக் கருவியைப் பயன்படுத்துகிறோம்.

இவ்வுவமை மனத்திற்கும் அறிவுக்கும் பொருந்தும். உலகச் சூழ்நிலைகள் நம் மனத்தைக் கடல் அலைபோல் தாக்கும் தன்மையுடையன. ஆனால் அதைத் தடுக்கும் வல்லமை மனத்திற்கு இல்லை. நல்லதும், தீயதும் பற்றும் தன்மை மனத்திற்கு உண்டு. ஆனால் தடுத்து நிறுத்தும் ஆற்றல் அறிவுக்கு மட்டுமே உண்டு. மனம் இருக்கும் வரை அறிவுக்கு அழிவில்லை. எனவே மனத்தினை இயக்க ஆகாதபோது தடுத்தும், ஆகும்போது உயர்த்தியும் அறிவு செயல்படும். அறிவு பற்றாத மனம் மூக்கணாங் கயிறு இல்லாத காளை மாட்டை ஒக்கும். அறிவை வாழ்வின் தொடர்புடைய அனைத்திலும் பயன்படுத்த வேண்டும் என்பதே வள்ளுவர் கருத்தாகும்.

மனவுறுதி அறிவின் துணையால் ஐம்பொறிகளையும்

காக்க வேண்டும். இது மட்டும் போதாது பகுத்தறிவால் உண்மையை அறிந்து செயல்படவில்லை என்றால் குறள் 24. உரன் என்னும் தோட்டியான் காண்க.

"ஐயுணர் வெய்தியக் கண்ணும் பயமின்றே
மெய்யுணர் வில்லா தவர்க்கு"

செல்கின்ற புலன்கள் வேறுபாட்டால் ஐந்தாகிய உணர்வு அவற்றை விட்டுத் தம் வயத்தாய வழி அதனால் பயனில்லை, மெய்யினை உணராதவர்க்கு,

"எப்பொருள் யார்யார்வாய்க் கேட்பினும் அப்பொருள்
மெய்ப்பொருள் காண்பது அறிவு" 423

அறிவு, யாரானாலும், அவர்கள் காலத்தும் சூழ்நிலைக்கும், அவரவர் கற்ற கல்விக்கும் உட்பட்டே கருத்துக்களைக் கூறுவர். எழுதுவர். ஆனால் அவைகளை அப்படியே ஏற்றுக் கொள்வது அறிவாகாது. ஏன் எனில் கணித்துணர்தலே அறிவின் தொழிலாகும்.

பரிமேலழகர் உரை பார்த்தால் இக்குறளின் சிறப்பு நமக்குப் புலப்படும். அதை அப்படியே இங்கு தருகிறேன்.

குணங்கள் மூன்று. அவை சாத்வீக குணம், இரசோ குணம், தமோ குணம்' – இவை மூன்றும் யாவருக்கும் மாறி மாறி வருவது உண்மை. அப்படி மாறி மாறி வரும் போது உயர்ந்த பொருள் இழந்தார் வாயிலிருந்தும் வரும். இழிந்த பொருள் உயர்ந்தவர் வாயிலிருந்தும் வரும். உறுதிப்பொருள் பகைவர் வாயிலிருந்தும், கெடு பொருள் நண்பர் வாயிலிருந்தும் சில நேரங்களில் கேட்கப்படுவதால், "எப்பொருள் யார் யார்வாய்க் கேட்பினும்" என்று கூறினார் வள்ளுவர். எனவே உண்மைப் பொருள் காண்பதே அறிவாகும்.

அறிவு இருப்பது நல்லது செய்வதற்கு, தீமை செய்யாமல் இருப்பதற்கு என்பதை முதலில் அறிதல் வேண்டும். பகுத்தறிவின் தலையாய தன்மை எது எனில், பகைவர்க்குக் கூட தீமை செய்யாதிருத்தல்.

"அறிவினு ளெல்லாந் தலையென்ப தீய
செறுவார்க்குஞ் செய்யா விடல்" 203

இன்பம் துன்பம் எல்லா உயிர்களுக்கும் பொது. ஆனால் பிறருக்குத் துன்பம் வந்தால் தனக்கு வந்ததாகக் கருதி அதைப் போக்க வேண்டியவற்றைச் செய்யவில்லையென்றால் அறிவினால் என்ன பயன்? என்று வினா எழுப்பி, ஒன்றும் இல்லை எனக் கூறுகிறார்.

"அறிவினான் ஆகுவ துண்டோ பிறிதின்நோய்
தந்நோய்போற் போற்றாக் கடை" 315

ஆனால் தற்காலத்தில் தவறு செய்பவர்கள் பெரும்பான்மையும் கற்றுள்ள அறிவாளிகளே! கற்றவர்களே வெளிநாட்டில் வேலை வாங்கித் தருவதாகக் கூறி ஏமாற்றிப் பணம் பறிப்பது, ஏலச்சீட்டு நடத்தி அப்பாவி மக்களிடம் பணம் சுரண்டுவது, இப்படி உடல் வருத்தம் கொள்ளாமல் ஏமாற்றுவது என கற்றவர்கள் நாகரிகமாகப் பணம் சம்பாதிப்பது பெருகிவிட்டது. இவர்கள் அரசிடமோ, சமுதாய மக்களிடமோ மாட்டிக் கொண்டாலும் அறிவின் துணை கொண்டு தண்டனைகளில் இருந்து தப்பித்து விடுகின்றனர். ஆனால் இவன் கற்ற கல்வி சமுதாயத்திற்குப் பயன்படாமல் தான் வாழ சுயநலத்துக்குப் பயன்படுத்துவது கொடுமையிலும் கொடுமையானது. ஆனால், படிக்காதவன் தவறு செய்யப் பயப்படுவான், இப்படிப்பட்ட கெடு செயல்கள் செய்யமாட்டான்.

"அறிவற்றங் காக்கும் கருவி செறுவார்க்கும்
உள்ளழிக்க லாகா அரண்" 421

அறிவு, அழிவு வராமல் காத்துக் கொள்ளும் தற்காப்பு அரண் ஆகும். அரண் என்பதாகும். புறத்தே நாட்டிற்கு அரணாக உள்ள கோட்டையைப் பகைவர்களால் அழிக்க முடியும். ஆனால் அகத்தில் உள்ள அறிவாகிய அரணை யாராலும் அழிக்க முடியாது. எனவே அறிவை நல்லதுக்கே பயன்படுத்த வேண்டும்.

அறிவை வளர்க்க வேண்டும். அதனால் தான்

பழங்காலத்தில் "கண்டதைப் படித்தால் பண்டிதனாவான்" என்ற பழமொழி புலவர்களிடையே இருந்தது. பழங்காலப் புலவர்கள் கல்வி அறிவோடு சோதிடக் கலை, சித்த மருத்துவம் போன்ற துறைகளிலும் மிக்கு பல்துறை அறிவு பெற்றுத் திகழ்ந்தனர். கணியன் பூங்குன்றனார் – போன்றவற்றால் அறியலாம். ஆனால் தற்காலத்தில் பல்துறை அறிவு குறைந்து விட்டது. பல துறைகள் கல்வியில் வளர்ந்துள்ளன. அழகுக் கலை, சமையல்கலை, விளையாட்டு இவ்வாறு நூற்றுக்கணக்கான துறைகள் விரிவடைந்துள்ளன.

பல்துறை அறிவை இன்றைய மாணவர்கள் ஏற்பதில்லை. தற்காலத்தில் அறிவு வளர்ந்துள்ளது. வரவேற்கத் தக்கதே. ஆனால் கல்வியில் ஆழமில்லை. கல்வியைப் பணம் சம்பாதிக்க மட்டுமே என்று நினைக்கின்றனர். கல்வி மனிதனுக்குப் பல்வகையில் பயன்படுகிறது.

அறிவுடையார் ஆவ தறிவார் அறிவிலார்
அஃதறி கல்லா தவர் 427

கல்வி ஒரு குறிப்பிட்ட காலம் வரை படித்து முடித்தபின் அதோடு விட்டு விடுதல் கூடாது. நம் அறிவை மேலும் மேலும் வளர்த்துக் கொள்வது நம் கையில் உள்ளது. சிலர் எப்போதோ சிறு வயதில் படித்தது மறந்துவிட்டது என்று கூறுவதைக் கேட்கிறோம். எனவே நம் மூளை துருப்பிடித்த இரும்பு போலல்லாமல் அவ்வப்போது படித்து அறிவை வளர்த்துக் கொள்ள வேண்டும். அதற்காக நாள்தோறும் ஒரு மணி நேரமாவது படிக்க ஒதுக்க வேண்டும்.

அறிவு வளர வளர நம் அறியாமையை உணர்கிறோம். "கற்றது கைமண் அளவு, கல்லாதது உலகளவு" என்பது பழமொழியன்றோ? எனவே இதுவரை அறியாத ஒன்றை அறிந்து கொள்ளும் போது, இதுவரை நாம் தெரிந்து கொள்ளாமல் போனோமே என்று நம் அறியாமையை உணர்கிறோம். எனவே கல்வியை நம் வாழ்நாள் இறுதிக்காலம் வரை தொடர்ந்து பெற வேண்டும்.

"தொட்டனைத் தூறும் மணற்கேணி மாந்தர்க்குக்
கற்றனைத் தூறும் அறிவு" 396

"அறிதோ றறியாமை கண்டற்றால் காமம்
செறிதோறும் சேயிழை மாட்டு" 1110

கல்வியும், வினையும் நம் உயிரோடு சேரும் என்று கூறும் ஒரு மரபு உண்டு. இருப்பினும் நம் பரம்பரை மூதாதையர் அறிவு ரத்த உணர்வுகள் நமக்கு வருகின்றன. ஆனால் நிறைய நூல்களைக் கற்றவன் அறிவை பல நிலைகளில் வளர்த்துக் கொண்டாலும், சில நேரங்களில் தன் உண்மை அறிவு மட்டும்தான் உதவுகிறது. கற்ற கல்வியால் பெற்ற அறிவு பயன்படுவதில்லை.

"நுண்ணிய நூல்பல கற்பினும் மற்றுந்தன்
உண்மை யறிவே மிகும்" 373

மனம் செம்மையாக இருக்க வேண்டும் என்றால் சிற்றினம் சேராது இருத்தல் வேண்டும். நாம் பல்லாற்றான் பெற்ற அறிவு கூட நாம் சேரும் இனத்தால் பாதிக்கப்படும், எடுத்துக்காட்டுகளால் காணலாம்.

ஒரு குடம் பாலை சிறு துளி நஞ்சு கெடுத்தல் போல பெரியார் துணையாலாகிய பெரும் பயனை சிறியாருடன் கொள்ளும் நட்பு கெடுத்து விடும். ஆகையால் அற்பர்களின் தொடர்பு இருத்தல் கூடாது.

நல்லவர் நட்பு அரிதாகவும் தீயவர் நட்பு எளிதாகவும் கிடைக்கும். வேகமாகவும் வளரும். தீமையும் விரைவாக வரும். எனவே வள்ளுவர் சிற்றினம் சேராமை அதிகாரத்தில் தீயோரின் தீமையை விளக்குகிறார்.

ஒருவன் எவ்வளவு நல்லவனாக இருந்தாலும், அவன் சேரும் இனத்திற்கு ஏற்ப அவன் அறிவு திரியும். இனம் அறிவை மாற்றிவிடும். எப்படி? சிறிது பார்ப்போம்.

மழைநீர் வானத்திலிருக்கும் போது தன் இயல்பிலிருந்து மாறுவதில்லை. அம்மழை நீர் நிலத்தைச் சேர்ந்தவுடன் தன் இயல்பு மாறி சேர்ந்த நிலத்தின் நிறத்தையும் சுவையையும் அடைகிறது. "செம்புல பெயல் நீர்போல" புறப்பாடல் கூறுவதையும் காணலாம். இதுபோலவே மனத்தில் தோன்றிய தூய அறிவும் சேர்கின்ற இனத்திற்கேற்பவே திரியும்.

நல்லவரோடு சேரும் போது நல்லதும், தீயாரோடு சேர்ந்தால் தீதும் வந்து சேரும்.

"நிலத்தியல்பால் நீர்திரிந் தற்றாகும் மாந்தர்க்கு
மனத்தியல்ப தாகும் அறிவு" 452

கைகேயி நல்லவளாக இருந்தும் தீய மந்தரையின் சேர்க்கையால் நல்லவர்கள் எல்லாரும் துயரத்தில் துயருறும் நிலை ஏற்பட்டது என்பதை இராமாயணம் காட்டுகிறது.

"நல்லாரைக் காண்பதுவும் நன்றே. நலம் மிக்க
நல்லார் சொல் கேட்பதுவும் நன்றே - நல்லார்
குணங்கள் உரைப்பதுவும் நன்றே அவரோடு
இணங்கி இருப்பதுவும் நன்று" மூதுரை 8

எனவே நல்லோர் தொடர்பு பெற்று, தீயோர் நட்பு நீக்கி வாழ்வதே நமக்கு நன்மை பயக்கும்.

புறத்தோற்றத்தில் அறிவு அவன் மனத்துள்ளது போலத் தோன்றும். ஆனால் வெளிப்படுவது இனத்தின் நிலையை வெளிப்படுத்தும் என்பதை 454வது குறளில் கண்டு தெளிக.

இனி, பெற்றோர் மட்டும் அறிவுடையராய் இருந்தால் மட்டும் போதாது. தம்முடைய பிள்ளைகளையும் அறிவுள்ளவராகச் செய்ய வேண்டும். இது ஒரு தந்தையின் கடமை. மக்கள் மெய்தீண்டல் உடற்கு இன்பம், குழந்தை சொல் கேட்டல் செவிக்கு இன்பம், சிறுகை அளாவிய கூழ் அமிழ்தை விட இனிது. – குழந்தைப் பருவத்து மழலை இன்பம் பெற்றோர்க்குக் கிடைக்கும். இத்தகைய இன்பம் நமக்குப் பிறர் குழந்தைகள் மூலம் கிடைப்பதில்லை. அப்படியே கிடைத்தாலும் சில நேரங்களில் மட்டுமே. இது உலகியலியல்பு. ஆகையால்தான் வள்ளுவர் தம் மக்கள் என்பதைச் சுட்டிக் கூறினார். இத்தகைய இன்பம் சில காலமே கிடைக்கும். ஆனால் நீடித்த இன்பம் ஒன்று உள்ளது. அந்த இனிமை பெற்றோர்களே அன்றி பிறவுயிர்க்கெல்லாம் பயன்படுவதாக வள்ளுவர் கூறுகிறார்.

"தம்மின் தம்மக்கள் அறிவுடைமை மாநிலத்து
மன்னுயிர்க் கெல்லாம் இனிது" **68**

பிள்ளைகளின் அறிவாக்கமே பெற்றோரின் வளர்ப்பு நோக்கம். இந்த மக்கட் பேறுடையார்க்கு கைகூட வேண்டும். ஆனால் சில பிள்ளைகளுக்குக் கல்வியில் ஆர்வம் இல்லாமல் போகும் போது பெற்றோர் கவலையுறுகின்றனர். சில பெற்றோர் பிள்ளைகளுக்குச் செல்லம் கொடுத்தும் பணம் அள்ளிக் கொடுத்தும் பிள்ளைகளைக் கெடுத்து விடுகின்றனர். அத்தகைய குழந்தைகளால் பெற்றோர்க்குப் பெருமை சேராது. எனவே தமக்கு இருக்கும் அறிவை விட குழந்தைகளுக்கு அதிகமாகக் கொடுக்க வேண்டும் என்ற குறிக்கோள் பெற்றோர்க்கு இருக்க வேண்டும். ஆகையால் தந்தையானவர் தம் மக்கட்கு அழியும் செல்வத்தைச் சேர்த்து வைப்பதை விட அழியாத செல்வத்தைப் பிள்ளைகளுக்குக் கொடுத்தல் வேண்டும், இதை வள்ளுவர்,

தம்மின்தம் மக்கள் அறிவுடைமை மாநிலத்து
மன்னுயிர்க் கெல்லாம் இனிது **68**

என்று குறள் யார்த்தார்.

ஒருவனுக்கு இல்லாமை பலவற்றுள்ளும், கொடுமை மிகவும் இல்லாமையாவது அறிவில்லாமையே ஆகும். பொருள் இல்லை என்றால் உலகத்திலுள்ளார் அதை ஒரு பொருட்டாகக் கொள்ளார். அறிவை நல்வழியில் பயன்படுத்துவதே பெற்ற அறிவின் பயன்.

"அறிவின்மை இன்மையுள் இன்மை பிறிதின்மை
இன்மையா வையா துலகு" **841**

அறிவின் இலக்கணத்தை ஐந்து குறட்பாக்களில் 422 முதல் 426 வரை கூறியுள்ளார்.

தீய வழியில் செல்லாது தடுத்து நல்வழியில் செலுத்த வல்லது அறிவு. உண்மைப் பொருள் காண்பது எதுவோ அதுவே அறிவு. நுண்பொருள் காண்பது அறிவு. மலர்தலும் கூம்பலும் இல்லது அறிவு. உலகத்தோடு அவ்வது உறைவது அறிவு.

ஒரு மனிதன் எல்லா வசதிகளும் பெற்று வசதியான வாழ்க்கை வாழ்ந்தாலும், கோடிக் கோடியாகப் பணம் வைத்திருந்தாலும், அவன் வாழ்க்கையின் நோக்கம் என்ன? அதற்கு அறிவு எப்படித் துணையாகும் எனக் கேள்வி கேட்கிறார் வள்ளுவர். நாம் உலக வாழ்வில் இருக்கும் வரை உயிருக்கு ஊதியமாக ஈதல் இசைபட வாழ்ந்து இறப்பிற்கு அடிப்படை என்ன அதை நீக்கி என்ன செய்ய வேண்டும் எனச் சிந்தித்து மெய்ப்பொருளைக் காண வேண்டும்.

"பிறப்பென்னும் பேதைமை நீங்கச் சிறப்பென்னுஞ்
செம்பொருள் காணப் தறிவு" **358**

என்பது குறள்.

அறிவு என்பதை வடமொழியில் ஞானம், புத்தி என்றும் கூறுவர்.

★★★

9. ஊழ்வினை உருத்து வந்து ஊட்டும்.

இளங்கோவடிகளின் சிலப்பதிகாரத்தில் மூன்று நிகழ்வில் ஊழ்வினையே விஞ்சி நிற்கிறது. காப்பியம் முழுவதும் விரவி வந்துள்ளது. இதுவே மற்ற இரண்டினையும் வழி நடத்திச் செல்கிறது. இதன் பொருள் "முன் செய்த தீவினை உருக்கொண்டு வந்து தன் பயனை நுகர்விக்கும்" என்ற பழவினைக் கொள்கையைப் பதிகத்திலேயே கூறிப் பதிக்கிறார்.

பூம்புகார் கடற்கரையில் ஒருநாள் மாலை நேரம். கோவலனும் மாதவியும் மகிழ்வாக சிறிது நேரம் இருக்கச் சென்றனர். அங்கு ஊழ்வினை ஒரு சிறு விளையாட்டாகவே தொடங்கியது. ஆரம்பித்து வைத்தவனே கோவலன் தான். விளையாட்டே வினையானது. மாதவியிடம் யாழினை வாங்கி இசை எழுப்பினான். யாழினை வாங்கிய கோவலன் அகப்பொருள் அமைந்த பாடல் பாடினான். அதைக் கேட்ட மாதவி கோவலன் தன்னிலை மயங்கினான் எனக் கருதி ஊடல் கொண்டாள். அவளும் யாழினை வாங்கி வேறு குறிப்பினள் போல் அகப்பொருள் கருத்தமைந்த வரிப்பாடல்கள் பாடினாள். இதனால் இருவரிடையே கருத்து வேறுபாடு ஏற்பட்டது. அவளை அணைத்த கைகள் நெகிழ்ந்தன. தனியே புறப்பட்டுச் சென்றான், மாதவியும் கையற்ற நெஞ்சினளாக தனியே தன் இல்லம் சென்றாள்.

யாழிசைமேல் வைத்துத்தன் ஊழ்வினை
வந்து உருத்ததாகலின்

உவவுற்ற திங்கள் முகத்தாளைக்
கவவுக்கை நெகிழ்ந்தனன்" கானல்வரி 65-66

என்று இளங்கோ மனமுருகிக் கூறுகிறார்.

கோவலன் மாதவி இருவரும் கடற்கரை வந்தபோது சேர்ந்து மகிழ்ச்சியாக வந்தவர்கள், போகும் போது இருவரையும் பிரித்து தனித்தனியே போகச் செய்தது ஊழ்வினையே. கோவலனின் ஊழ்வினை இங்கிருந்தே தொடங்கியது. இதுவே இவர்கள் கடைசி சந்திப்பாகவும் அமைந்தது.

"காதலற் பிரியாமல் கவவுக்கை நெகிழாமல்"

கவவுக்கை நெகிழ்தல் என்ற தொடர் கண்ணகி மணவிழாவில் இருவரையும் வாழ்த்தும்போது இதைக் கூறினார். அதனால் முதலில் கண்ணகியைப் பிரிந்து மாதவியிடம் சென்றான். கடற்கரையில் மாதவியைப் பிரிந்து கண்ணகியிடம் சென்றான். இவ்விருவிடங்களிலுமே பிரிவினையையே குறிப்பாக உணர்த்தியது.

மாதவியைப் பிரிந்து வந்த கோவலன் தன் நிலை எண்ணி வருந்தினான். வறுமையுற்றதை நினைந்து நாணமுற்றான். இதைக் குறிப்பால் உணர்ந்த கண்ணகி சிலம்புள கொள்க என்று கூற, சிலம்பை முதலாகக் கொண்டு பொருளீட்ட மதுரை செல்ல நினைக்கிறேன் எழுக என்று கோவலன் அழைக்க கண்ணகி உடனே புறப்படுகிறாள்.

வினைகடைக் கூட்ட வியங்கொண்டான் கங்குல்
கனைசுடர் கால் சீயாமுன்"

கனாத்திறம் உரைத்த காதை 78-79

கோவலன் முற்பிறப்பில் தான் செய்த தீவினை நெடுங்காலம் இருந்து நெஞ்சை உந்த அவ்வினையினது ஏவலைக் கொண்டான். வைகறையில் இருவரும் மதுரை நோக்கிப் புறப்பட்டனர்.

சிலப்பதிகாரத்தில் துணைப் பாத்திரங்களில் மாடல மறையோன் சிறந்த பாத்திரம். அடைக்கலக் காதையில் கவுந்தியடிகளைச் சந்திக்கிறான். அங்கு புறஞ்சேரியில் ஒரு பொழிலில் கோவலனைச் சந்தித்தான். மாடலனை முன்பே

அறிந்திருந்த கோவலன் திருவடிகளை வணங்கி நின்றான்.

புகாரில் மாடலன் கோவலனை நன்கு அறிந்தவன். இப்போது செல்வம் இழந்த நிலையில் மனைவியுடன் துன்புறும் நிலை கண்டு மனம் வருந்தினான். புகாரில் செல்வம் மிக்கிருந்த போது நல்வினைகளையே செய்தான்.

"இம்மை செய்தன யானறி நல்வினை
உம்மை பயன்கொள் ஒரு தனி உழந்து இத்
திருத்தகு மாமணிக் கொழுந்துடன் போந்தது"

ஆனால் இப்பொழுது இங்கு வந்து துன்பப்படக் காரணம் முற்பிறப்பில் செய்த தீவினையோ? என்ற ஐயம் மாடல மறையவன் மனதில் தோன்றியது.

இன்றைய நிலையில் பொருத்திப் பார்ப்போம்.

துன்பத்தில் உழலும் சிலர் நான் மனமறிய யாருக்கும் எந்தத் தீங்கும் செய்யவில்லை, நன்மையே செய்கிறேன். அப்படியிருக்க ஆண்டவன் ஏன் இத்தனை துன்பங்களையும் சோதனைகளையும் தருகிறார் என்று வாழ்க்கையை வெறுத்து இறைவனையே நிந்திக்கின்றனர். ஆகையால் நல்லதோ கெட்டதோ நுகர்வதற்குக் காரணம் இறைவனல்ல. நாம் முற்பிறப்பில் செய்த வினைகளுக்கு ஏற்ப ஒவ்வொருவருடைய வாழ்க்கை அமையும்.

காப்பியத்தின் நடுவாக அமைவது கொலைக்களக் காதை. இக்காதையில் தான் ஊழ்வினை வலிமை காட்டுகிறது.

கோவலன் சிலம்பு விற்க மதுரைக்குப் போகுமுன் கண்ணகியைப் பலவாறு புகழ்ந்து பாராட்டினான். கண்ணகி நிலை எண்ணி வருந்தினான். மகிழ்ச்சியும் துன்பமும் மாறி மாறி வர கோவலன் யாதும் அறியாமல் கலங்கினான். கண்ணகியைப் பார்த்து நாம் இவ்வாறு துன்புறுவதற்குக் காரணம் யாராவது செய்த மாயமா? அல்லது நமது பழைய வலிமை மிக்க ஊழ்வினையா? என்று புரியாமல் உள்ளம் கலங்குகிறேன் என்று கூறினான்.

"மாயம் கொல்லோ வல்வினை கொல்லோ
யான்உளம் கலங்கி யாவதும் அறியேன்"

கொலைக்களக் காதை 61-62

கொலைக்களக் காதையில் கோவலன் ஊழ்வினை முடிவுக்கு வந்ததை அறியலாம். சிலப்பதிகாரத்தில் பொற்கொல்லனைத் தீய பாத்திரமாக அடிகள் காட்டுகிறார். கோவலனுக்கு கூற்றுவனாக வந்தவன் பொற்கொல்லன்.

கோவலன் கண்ணகியைப் பார்த்து, நின் சீறடி சிலம்பின், ஒன்று கொண்டு போய் விற்று வருவேன் 'மயங்காதிரு' என்று தேற்றி விரைந்துச் சென்றான். மதுரை வீதியில் பொற்கொல்லனைக் கண்டான். விற்பதற்குத் தான் கொண்டு வந்த சிலம்பினைக் காட்டினான். அந்தப் பொற்கொல்லன் முன்பே அரச மாதேவியின் சிலம்பு ஒன்றைத் திருடியவன். எனவே தனது களவு வெளிப்படுவதற்கு முன், இச் சிலம்பால் ஐயம் உண்டாகாமல் இருக்க, துணிச்சலுடன் கோப்பெருந்தேவி அணிவதற்கு ஏற்ற சிலம்பு. ஆகையால் நான் அரண்மனைக்குச் சென்று அரசனுக்குக் காட்டிவிட்டு வரும்வரை இங்கே இருங்கள் என்று கூறிச் சென்றான். அரசரால் மட்டுமே இதை வாங்க முடியும், வேறு யாராலும் வாங்க முடியாது என்பதைக் குறிப்பாக கோவலனுக்கு உணர்த்தினான் பொற்கொல்லன்

பொற்கொல்லன் அரண்மனையில் ஒரு சிலம்பைத் திருடினான். கோவலனும் விற்பதற்குக் கொண்டு வந்தது ஒரு சிலம்பே. உருவத்திலும் இரு சிலம்புகளும் ஒத்திருந்தன. எனவே பொற்கொல்லனுக்கு நேரம் காலம் சாதகமாக அமைந்தது. ஆகூழ் தீயவனுக்கும் நல்லதாகவே அமையும் என்பதற்கும் பொற்கொல்லன் எடுத்துகாட்டாக உள்ளான், கோவலன் நல்லவனானாலும் தீமையே நடந்தது. இது ஊழ்வினை அன்றி வேறெதனால் இயலும்.

அரசன் அரசமாதேவியின் ஊடலைத் தீர்க்க அரண்மனை உள்ளே ஊடலை நீக்கும் சிந்தனையுடன் நடந்து போகும் சமயத்தில் வஞ்சனையே உருவான பொற்கொல்லன் அரசனை வணங்கி, அரசே! கன்னக்கோல் இன்றியும் மந்திரத்தைச் சாதகமாகக் கொண்டு காவலரை ஏமாற்றி அரண்மனையில் உள்ள சிலம்பினைத் திருடிய கள்வன் அகப்பட்டான். அவன் இப்பொழுது என் குடிலில் இருக்கிறான்; தங்கள் கட்டளைக்குக் காத்திருக்கிறேன் என்றான்.

அரசன் ஊடலைத் தீர்க்கச் செல்கிறான் என்பதை

பொற்கொல்லன் அறிய வாய்ப்பில்லை. ஆனால் அந்த நேரம் அவனுக்கு வாய்ப்பாக அமைந்துவிட்டது. சிலம்பு கிடைத்தால் அரசியின் ஊடலைச் சுலபமாகத் தீர்த்து விடலாம் என்ற எண்ணம் அரசன் மனதில் மேலோங்கி இருந்தது.

மனம் ஒன்றில் ஆழமாக ஊன்றியுள்ளபோது வேறொன்றில் செல்லாது. அரசன் சிந்தனை மனைவியின் ஊடலைத் தீர்ப்பதிலேயே இருந்ததால் வேறொன்றின் மீது கவனம் செல்லவில்லை. எடுத்துக் காட்டாக, வழியில் ஒருவர் வந்து கொண்டிருக்கிறார். அவர் ஏதோ ஒரு சிந்தனையில் ஆழ்ந்தபடி இருந்தார். எதிரில் வந்த ஒருவர் ஐயா இந்த வழியாக ஒருவர் போனாரா? என்று வினவினார். நான் பார்க்க வில்லையே? யாரும் வரவில்லையே? என்றார். ஆனால் இவர் கூறிய ஆள் அவர் பக்கத்திலேயே கடந்து சென்றார். இத்தகைய நிலையில் தான் அரசனும் இருந்தான். எனவே பொற்கொல்லன் சொல்லைக் கேட்ட பாண்டிய மன்னன் மனக்குழப்பத்தால் பாதகமாக நடந்து கொண்டு,

"வினைவிளை காலம் ஆதலின் யாவதும்
சினையலர் வேம்பன் தேரா னாகி
ஊர்காப் பாளரைக் கூவி ஈங்குஎன்
தாழ்பூங் கோதைதன் காற்சிலம்பு
கன்றிய கள்வன் கைய தாகின்
கொன்றச் சிலம்பு கொணர்க.... **148-153**

எனக் கட்டளை இட்டான். இது முறையான தீர்ப்பா என்று சிறிது ஆராயலாம்.

மன்னன் ஊர்க்காப்பாளரிடம் 'கொன்றச் சிலம்பு கொணர்க' என்று எடுத்த உடனே சொன்னானா என்றால் இல்லை. அச்சிலம்பைக் கொண்டு வருக என்று கட்டளையிட்டான். ஆனால் ஆழ்ந்த நுட்பமான ஒரு சொல்லை வைத்தே தெரிவித்தான். அந்தச் சொல் "கையதாகின்" என்பதே. இதன் நுட்பம் அக்கீழ்மகனுக்குத் தெரிந்திருக்க வாய்ப்பில்லை.

கோவலன் கையில் இருந்தது அரசமாதேவியின் சிலம்பு தானா? என்பதை முதலில் ஆராய்ந்திருக்க வேண்டும். கோவலன் கையில் சிலம்பு இருந்ததால் அவனே கள்வன் என்ற முடிவிற்கு வந்திருக்கக்கூடாது. எனவே திருடியவன்

யார்? என்று ஆராய்ந்திருக்க வேண்டும், தனக்குரிய பொருளை தான் பெற செயல்படும் பொழுது அறவழியில் பெறவே முயல வேண்டும். அதுதான் அரச தருமம்.

"எப்பொருள் யார்யார்வாய்க் கேட்பினும் அப்பொருள்
மெய்ப்பொருள் காண்ப தறிவு." 423

வள்ளுவர் வாக்கினை அரசன் அறிந்து செயல்பட்டிருந்தால் தவறு நேர வாய்ப்பு இருந்திருக்காது. இங்குதான் ஊழ்வினையின் வலிமையை அறிய முடிகிறது. இளங்கோவடிகள்

"வினைவிளை கால மாதலின்
.... தேரா னாகி"

எனவே ஊழ்வினையின் பலன் தரக்கூடிய காலமாகி இருந்ததால் அரசன் எதுவும் ஆராய்ந்து பார்க்காமல் மதி மயங்கினான் என்பதே உண்மை.

கையதாகின் என்ற சொல், என் தாழ்பூங் கோதை தன் காற்சிலம்பாக இருந்தால், திருடியவன் அவனாக இருந்தால் என்ற பொருள்படும், ஆராய்ந்து துணிந்து பின் கள்வனைச் சிலம்புடன் கொணர்க என்று அரசன் சொல்லியிருக்க வேண்டும். கள்வனைக் கொன்றுச் சிலம்பைக் கொணர்க என்று வாய் தவறிக் கூறினான். திருடனாகவே இருந்தாலும் கொலைத் தண்டனை தந்திருக்க வேண்டாமே! நம்மை சிந்திக்க வைக்கிறது.

ஊர்க்காப்பாளரின் தன்மையை சிறிது ஆராய்வோம். கோவலனையும், அவனிடம் இருந்த சிலம்பையும் பார்த்தனர். சிலம்பின் செய்தி எல்லாம் பொற்கொல்லன் புரிந்துடன் காட்ட, சிலம்பினைக் கண்ட ஊர்க்காவலர் அரசியின் காணாமல் போன சிலம்புதான் என்று அதன் புறத்தோற்றத்தைக் கண்டு உணர்ந்தார்கள். ஆனால் அவர்கள் நம்பவில்லை. "அகத்தின் அழகு முகத்தில் தெரியும்" என்ற பழமொழிக்கேற்ப கோவலன் முகத்தில் கள்வனுக்குரிய அறிகுறி சிறிதும் காணவில்லை. சலனமற்று இருந்தான்.

"இலக்கண முறைமையின் இருந்தோன் ஈங்கிவன்
கொலைபடு மகனலன்" 162-163

என்று கூறும் ஊர்காப்பாளர் இலக்கண முறைமையின்

என்றதால் உயர்குணங்கள். உள்ளவன் கொலை செய்வதற்கு உரியவன் அன்று என்று நம்பினர்.

பொற்கொல்லனிடமே, "நீ விலையிடுதற் காதியோ என கோவலன் கேட்டது. ஊழ் காரணமே எனலாம்.

கோவலன் பொற்கொல்லனை முதலில் நம்பினாலும், அடுத்தடுத்து அவன் பேசிய விதம், ஊர்க்காப்பாளரிடம் அவன் கூறிய முறை, அவன் முகத்தோற்றம் ஆகியவற்றை உணர்ந்திருக்க வேண்டும். சொல்வன்மை இல்லாத கோவலனுக்கு அது புரியவில்லை.

"குறிப்பிற் குறிப்புணரா வாயின் உறுப்பினுள்
என்ன பயத்தவோ கண்" 705

என்று வள்ளுவர் கூறியது போல கண்களிருந்தும் குருடனைப் போல குறிப்பு உணராது பித்தன் போல் இருந்தான். ஊர்க்காவலரிடம் எதிர்த்துப் பேசவும் இல்லை. எனவே கோவலனிடம் எவ்வித எதிர்வினைகள் இல்லாததால் மௌனம் சம்மதத்திற்கு அறிகுறி என்பது போல உண்மை என நம்பினர். பொற்கொல்லனும் தன் பேச்சு வன்மையால் காவலர்களை நம்பச் செய்தான்.

எனவே கோவலன் தண்டனையில் இருந்து தன்னை விடுவித்துக் கொள்ள சிலம்பின் சிறப்புகளைக் கூறியிருக்கலாம். அதன் மதிப்பு எவ்வளவு என்று அரசனிடம் சென்று தெரிந்து கொள்கிறேன் என்றாவது சொல்லியிருக்கலாம். உண்மைத் திருடனே தன்னை தண்டனையிலிருந்து காத்துக் கொள்ள பொய்யை உண்மையாக்கி வாதம் செய்து தப்பிக்கவே பார்ப்பார். ஆனால் நிரபராதியான கோவலன் தன்னைப் பழியிலிருந்து காத்துக் கொள்ள எந்தவித முயற்சியும் செய்யாமல் மௌனமாக இருந்தமைக்கு அவன் ஊழ்வினை வலிமையே காரணம். ஊழ்வினை சூழும் போது அறிவையும் வேலை செய்ய விடாமல் தடுத்து விடும் என்பதை கோவலன் வாழ்க்கை காட்டுகிறது.

ஒருவனுக்கு அடுக்கடுக்காகத் துன்பம் வரும் போது நிலை குலைந்து விடுவான். அத்தகைய நிலையிலேதான் கோவலனும் இருந்தான். மாதவியைப் பிரிந்த ஏக்கம். அன்பு

மகள் மணிமேகலையைப் பிரிந்த துயரம். கண்ணகிக்குத் தான் செய்த கொடுமை, தன் பொருள் இழந்து தாழ்வுற்ற நிலை, தாய் தந்தையரைப் பிரிந்து வந்த துயரம் இத்தனையும் ஒன்று சேர்ந்து கோவலனைக் கிட்டத்தட்ட பைத்தியமாக்கி செயலற்றவனாக்கியது என்றே கூறலாம். இத்தனையும் காவலர்கள் அறிய (முடியவில்லை) வாய்ப்பில்லை. இதற்குக் காரணம் விதி அன்றி வேறு எக்காரணம் கூறுவது?

கோவலன் ஒற்றைச் சிலம்பு எடுத்துச் சென்றது ஏன்? என்ற வினா எழுவது இயல்பே. சிறிது ஆராய்வோம். கோவலன் கண்ணகியிடம் இருந்து ஒரு சிலம்பு மட்டுமே பெற்றான். இதனைக் கொண்டு போய் விற்று வருவேன் மயங்காது இருப்பாய் எனக் கூறிப் புறப்பட்டான். பொற்கொல்லனுக்குத் தேவைப்பட்டதும் ஒரு சிலம்பே.

மற்றவர் அணியும் பயன் கருதி விற்க நினைத்திருந்தால் இரண்டு சிலம்புகளையும் கொண்டு வந்திருக்க வேண்டும். மற்றொரு சிலம்பு இருந்தால் தான் வழக்காட முடியும் என்ற நோக்கம் ஏற்க முடியாது. ஏன் எனில் கோவலனுக்கு இப்படி ஒரு சூழ்நிலை உருவாகும் என்று முன்கூட்டி யாராகிலும் நினைப்பார்களா அந்த இரண்டாவது சிலம்பு இல்லாமலேயே வெற்றி பெற்றிருக்க முடியும். சிலம்பில் உள்ள பரலும் முத்தும் காட்டி இருக்கலாம்; கோவலன் குற்றமற்றவன் என்பதற்கு இது ஒரு சான்றே போதுமானது.

கண்ணகியின் சிலம்பு விலை மதிப்பு மிக்கது. நுண்வேலைப்பாடு கொண்டது. எனவே இரண்டையும் விற்க மனம் இடம் தராமலும் இருந்திருக்கலாம், மேலும் ஒரு சிலம்பு விற்றாலே போதும் என்றும், ஒரு சிலம்பு இருந்தால் அதேபோல் இன்னொன்று செய்து விற்றதை ஈடுசெய்து கண்ணகிக்குத் தந்து அவளை மகிழச் செய்யலாம் என்ற தொலை நோக்கு பார்வையும் இருந்திருக்கலாம். இவ்வாறு பலவிதமாக நம்மைச் சிந்திக்க வைக்கிறது.

கோவலன் இம்மையில் நல்ல காரியங்கள் செய்தான் என்று மாடல மறையோன் வாயிலாக முன்பே அறிந்தோம். ஆனால் இவ்வாறு துன்பப்படக் காரணம், முன் செய்த தீவினைக் காரணமாக அது விரித்த வலையில் தானே

வலியப்போய் விழுந்தான், கொல்லப்படுவதற்குத் தானே வழிவகுத்துக் கொண்டான் கோவலன் என்பதை அடிகள் தெளிய வைக்கிறார். கோவலன் தீவினை வழியில் சென்று மாண்டதோடு தொடர்புள்ள அனைவரையும் துன்பத்திற்குள்ளாக்கினான். வளையாத செங்கோல் வளைந்தது. அரசன் உயிர் துறக்கச் செய்தது. இதை இளங்கோவடிகள் மனத்துயருடன் காட்டுகிறார்.

புண்ணுமிழ் குருதி பொழிந்துடன் பரப்ப
மண்ணக மடந்தை வான்றுயர் கூறக்
காவலன் செங்கோல் வளைஇய வீழ்ந்தனன்
கோவலன் பண்டை ஊழ்வினை யுருத்தேன்.

கொலை 214-217.

என்று கூறி ஊழ்வினை தன் பயனைத் தந்தே தீரும் என்று உறுதிப்படுத்துவதுபோல் கூறியுள்ளார். மாடல மறையோன் செங்குட்டுவனுக்கு அறிவுரை கூறும்போது

"செய்வினை வழித்தாய் உயிர்செலு மென்பது
பொய்யில் காட்சியோர் பொருளுரை யாதலின்"

கொலை 167-168

எனக் கூறி தான் செய்த வினையின் வழியே உயிர் செல்லும் என்ற அறிவுடையோரின் கருத்தை செங்குட்டுவனுக்குக் கூறித் தெளிவித்தான். புறானூற்றிலும்,

"நீர்வழிப் படூஉம் புணைபோல் ஆருயிர்
முறைவழிப் படூஉம் என்பது திறவோர்
காட்சியில் தெளிந்தனம்"

புறநானூறு 192-9-11

நீர் வழியில் செல்லும் ஓடம் போல உயிர் விதி விட்ட வழிச் செல்லும். ஒவ்வொருவரின் செயலுக்கும் அவரவர் விதிதான் காரணம் நீர்வழிச் செல்லும் ஓடம் இறுதியில் கடலையடைந்து அழிந்து போகும். அதுபோல ஊழ்வினையால் அலைக்கழிக்கப்பட்டு உயிர்கள் மாண்டு போகும். எனவே ஊழ்வினை வழியில்தான் உயிர் செல்லும் என்று பண்டைய மக்கள் நம்பினர்.

சிலப்பதிகாரத்தில் கோவலன் முற்பிறப்புச் செய்தியைக் கண்ணகிக்கு மதுராபதி தெய்வம் கூறுகிறாள்.

கலிங்க நாட்டில் உள்ள சிங்கபுரத்தை வசு என்ற மன்னனும், கலிங்கபுரத்தினை குமரன் என்ற மன்னனும் ஆண்டு வந்தனர். இருவரும் பகை கொண்டு ஒருவரை ஒருவர் வெல்லுவதற்கு முயற்சி செய்து கொண்டிருந்தனர், இரு நாடுகளுக்கும் இடைப்பட்ட ஆறு காத எல்லையில் யாரும் இயங்காதிருந்தனர். சங்கமன் என்னும் வணிகன் பொருளீட்டும் ஆசையால் தன் மனைவியோடு மறைந்து சென்று சிங்கபுரத்தின் கடைவீதியில் அரிய பொருள்களை விற்றுக் கொண்டிருந்தான். அரசனிடத்தில் பணியாளாக இருந்த பரதன் என்பவன் அவனைப் பார்த்தான். அவன் கபிலபுரத்தில் இருந்து வந்த ஒற்றன் என்று அவனை அழைத்துச் சென்று அரசனிடம் ஒப்படைத்தான். சிங்கபுர மன்னன் வசு என்பவனும் அவன் ஒற்றன்தான் என்று முடிவு செய்தான். எனவே அவனைக் கொல்லுமாறு கட்டளையிட்டான். அரசன் சொன்னதை ஏற்று பரதனும் அதை நிறைவேற்றினான்.

சங்கமன் மனைவி நீலி என்பவள் மிக்க துயருடன் கண்ணீர் விட்டுக் கதறி மக்களிடம் முறையிட்டாள். இவ்வாறு பதினான்கு நாட்கள் சுற்றித் திரிந்தும் முறையிட்டும் பயனில்லை. பதினான்காம் நாள் இறுதியில் மலையின் உச்சியை அடைந்து தன் கணவனுடன் சேர்தல் பொருட்டு உயிர்விட முடிவு செய்தாள். உயிர் விடுவதற்கு முன் எமக்குத் துன்பம் செய்தோர் மறுபிறவியில் இதே துன்பத்தை அடைவாராக" என்று சாபமிட்டு உயிர் நீத்தாள். கற்புள்ள உத்தமப் பெண்கள் சாகும்போது கூறும் வார்த்தைகள் அப்படியே பலிக்கும் என்ற உண்மையை இவள் கூற்று நிரூபித்து விட்டது என்றே கூறலாம்.

சங்கமனைக் கொன்ற பரதனே மறுபிறவியில் கோவலனாகப் பிறந்தான். அந்த ஊழ்வினை காரணமாகவே கோவலன் கொல்லப்பட்டான், என்று மதுராபதி கண்ணகிக்குக் கூறினாள். அதன் விளைவுதான் இப்பொழுது அடைகிறீர்கள். நான் சொல்வதைக் கேள்.

முற்பிறப்பில் செய்த தீவினை பயன் அளிக்க வந்த போது செய்த தவமும் உதவாது. எனவே உன் கணவனை பதினான்கு

நாட்கள் கழிந்த பின் தேவர்களுடைய வடிவத்தில் காண்பாய் என்று மதுராபதி தெய்வம் கோவலனது முற்பிறப்பின் வரலாற்றையும் ஊழ்வினையின் வலிமையையும் எடுத்துக் கூறினாள். இளங்கோவடிகள் இதனைக் கட்டுரைக் காதையில் தெளிவுபடுத்துகிறார்.

"கொலைத்தலை மகனைக் கூடுபு நின்றோள்
எம்முறு துயரம் செய்தோ ரியாவதும்
தம்முறு துயரமிற் றாகுக வென்றே
விழுவோ ளிட்ட வழுவில் சாபம்"

கட்டுரைக் காதை 116 - 69

இதனால் அறிவது, சங்கமன் ஒற்றன் இல்லை என்பதைச் சங்கமனும் நிலைநாட்டவில்லை. நீலியும் அதைச் செய்யவில்லை. நீலி மன்னன் தவறு செய்தான் என்பதைக் கூட சுட்டிக் காட்டவில்லை. ஆனால் கோவலன் கள்வன் அல்லன் என்பதை மன்னனிடம் வாதம் செய்து உண்மையை மெய்ப்பித்துக் காட்டி கற்பினை உலகறியச் செய்த பெருமை கண்ணகியைச் சாரும். ஆனால் நீலி எதுவும் செய்யாமல் போனது குறைபாடே. ஒருவேளை கண்ணகிக்கு காற்சிலம்பு ஆதாரமாக இருந்தது போல நீலிக்கு ஒற்றன் அல்ல என்பதை நிரூபிக்க எந்த ஆதாரமும் கிடைக்கவில்லையோ என நினைக்க வைக்கிறது. சங்கமனைக் கொன்றவனுக்கும் தண்டனை இல்லை.

நீலி கணவன் இறந்ததை நினைத்து வருத்தப்பட்டு அழுது புலம்பி இறுதியில் உயிர்விடத் துணிந்தவள் "எமக்குத் துன்பம் செய்தோர் மறுபிறப்பில் இத்துன்பத்தை அடைவாராக" எனச் சாபமிட்டு இறந்தாள். அந்தப் பரதன் தான் இப்பொழுது உன் கணவன் கோவலனாகப் பிறந்தான். அதுபோலவே துன்பம் அடைந்தான், என்று மதுராபதி கண்ணகிக்குக் கூறினாள் நீலிக் கண்ணீருடன்.

அல்லற்பட் டாற்றா தழுதகண் ணீரன்றே
செல்வத்தைத் தேய்க்கும் படை 555

குறளுக்கு ஏற்ப ஊழ்வினை உருக்கொண்டது எனலாம்.

முற்பிறப்பில் கோவலன் பரதன் என்ற பெயரில் பிறந்தது

வடநாட்டில் உள்ள கலிங்க நாட்டில் உள்ள சிங்கபுரம். ஆனால் மறுபிறப்பில் புகார் நகரத்தில் கோவலன் என்ற பெயரில் பிறந்தான். கோவலன் தான் பிறந்து வாழ்ந்த புகாரிலேயே இந்த நிகழ்ச்சி நடந்திருக்கலாம். அவ்வாறு நடக்காமல் ஊழ்வினை கோவலனை மதுரைக்குத் துரத்தியது. எந்த நாட்டில் மறுபிறவி எடுத்திருந்தாலும் கொலைத் தண்டனையே கிடைத்திருக்கும். இப்பழவினைக் கொள்கையே காப்பியம் நமக்கு எடுத்துக் காட்டுகிறது.

கட்டுரைக் காதையில் மதுராபதி தெய்வம் கண்ணகி முன் நிற்க அஞ்சி பின்புறம் தோன்றிப் பேசும் போது

"நீ ஈதொன்று கேள்
எம் கோமகற்கு ஊழ்வினை வந்தக் கடை.
தீதற வந்த வினை"

என்று பாண்டிய மன்னனுக்கும் கோவலனுக்கும் ஊழ்வினை வந்த நிலையைச் சுட்டிக் காட்டினாள். எனினும் கோவலனுக்கு வந்த ஊழ்வினைக்குக் காரணம் எந்தக் காரணமும் விளக்கமும் குறிக்கப்படவில்லை. ஊழ்வினைக் குறிப்பு மட்டுமே மதுராபதி கூறினாள்.

சிலம்பில் பாண்டிய மன்னனின் பேச்சு மதுரைக் காண்டத்தில் இரண்டு காதையில் வருகிறது. கொலைக்களக் காதையில் *150–153* வரி, வழக்குரை காதை *48–49, 64–65, 73–77* வரிகள் ஆகிய இடங்களில் அரசன் கூற்று நிகழ்கிறது. இந்த இரு இடங்களிலும் பாண்டிய மன்னன் பேசுவதைச் சிறிது பார்ப்போம்.

பாண்டிய மன்னன் ஊர்க்காவலரிடம், கொலை களக்காதையிலும் கட்டளை இடுவதாக வருகிறது. அடுத்த இரண்டு இடங்களிலும் அரசன் கண்ணகி உரையாடல் வருகிறது. அரசனை முதலில் பார்க்கும் இடமும் இதுவே. அரசன் கண்ணகியிடம் கேட்ட முதல் கேள்வி நீ யார்? அவ்வமயம் கண்ணகியின் தோற்றம் மன்னனைக் கலங்க வைத்தது. கோவலன் குற்றவாளி என்று அரசன் அதிகாரத் தோரணையோடு பேசினான். ஆனால் கண்ணகி கோவலன் குற்றமற்றவன் என நிருபித்த பின்னர் குரல் தணிந்தது.

"கள்வனைக் கோறல் கடுங்கோ லன்று
வெள்வேல் கொற்றம் காண்" -

என நேர்மை தன் பக்கம் உள்ளதாகப் பேசினான். ஆனால் கோவலன் குற்றம் அற்றவன் என்பதைக் கண்ணகி மெய்ப்பித்துப் பின் "யானோ அரசன், யானே கள்வன்" என்று தன்னையே நொந்து கொண்டான், நிரபராதியைத் தண்டித்த பழி தனக்கு நேர்ந்ததை எண்ணி உயிர்விட்டான்.

கோவலன் நல்லவனாக இருந்தும் தண்டனை அடைந்ததற்குக் காரணம் முன்வினைப் பயன் என்பதா அல்லது ஒழுக்கக் கேடு என்பதா? பார்ப்போமே!

"போற்றா ஒழுக்கம் புரிந்தீர்"

ஒரே வரியில் எல்லா செய்திகளும் அடங்கியிருப்பதாகக் கண்ணகி கூற்றால் அறிய முடிகிறது. ஆனால் மாடல மறையோனுக்கு இந்த ஒழுக்கக் குறை தீவினையாகத் தெரியவில்லை. எனவே "இம்மை செய்தன யானறி நல்வினை" என்று பாராட்டினான். போற்றா ஒழுக்கத்திற்குத் தண்டனையோ பழிச் சொல்லோ பெறவில்லை. ஆனால் செய்யாத குற்றத்திற்குப் பழியை ஏற்றான், கடுமையான தண்டனையும் பெற்றான்.

ஒழுக்கத்தின் எய்துவர் மேன்மை இழுக்கத்தின்
எய்துவர் எழுதாப் பழி. **137**

என்ற குறள் இதனைக் காட்டுகிறது.

மதுரை எரிந்தது ஊழ்வினை விளைவா? மதுரையை எரிக்க கட்டளைப் பெற்றதாகத் தீக்கடவுளே கூறுவது வியப்பாக உள்ளது. மதுராபதி தெய்வம் மதுரையும் அரசனையும் கேடு அடைய சோதிடக் குறிப்பும் இருந்ததாகக் குறிப்பிடுகிறார்.

"ஆடித் திங்கள் பேரிருட் பக்கத்து
அழல்சேர் குட்டத் தட்டமி ஞான்று
வெள்ளி வாரத்து ஒள்ளெரி யுண்ண"

உரைசால் மதுரையோடு அரசு கேடுறும்" தீக்கடவுள் ஏவல் பெற்றது பற்றியும் மதுராபதி கூறிய சோதிடக் குறிப்பும் முழு விளக்கம் நம்மால் அறிய முடியவில்லை. ஆகையால் இவ்விரு நிகழ்ச்சிகளும் ஊழ்வினையால் நிகழ்ந்த விளைவுகளே

என்று அறியலாம்.

காப்பியத்தின் உயிர்நாடியாக இருப்பது ஊழ்வினை, இக்கொள்கைக்கு அரண் செய்வது கோவலன் பழவினைக் கொள்கை. அதற்கு மதுரை களமாக அமைந்தது. எனவே மதுரை நோக்கிச் சென்றான், அங்கு நடந்தவைகள் என்ன என்பது நாம் அறிந்ததே.

ஊழ்வினை மாதவியின் வரிப்பாடல் வாயிலாக உள்ளே நுழைந்து காப்பியம் முழுவதும் நடத்திச் செல்கின்ற தன்மையை யாராலும் மறுக்க முடியாது. ஊழ்வினைப் பயனை அனுபவித்தே ஆக வேண்டும், என்பதற்கு கோவலன் வாழ்க்கை சிறந்த எடுத்துக் காட்டாக விளங்குகிறது. மேலும் ஊழ்வினை பற்றி காலம்தோறும் பேசப்பட்டு வருகிறது. ஒரு கருத்தை பல பேர் வழிவழியாகச் சொல்லி வருகிறார்கள் என்றால் அதில் ஏதோ ஒரு உண்மை இருக்கிறது என்றே கொள்ளலாம். கோவலன் வாழ்க்கையும் அத்தகையதே.

★★★

10. அமிழ்தம்

கடவுள் உலக உயிர்களைக் காப்பாற்றுவது போல மழையும் உலக உயிர்களாகிய ஓரறிவு உயிர் முதல் ஆறறிவு உள்ள மக்களையும் காத்து வருகிறது, உலகம் நடைபெறக் காரணமாவது மழையே. மழை இன்றேல் உலக உயிர்கள் இல்லை. எனவேதான்

> "மாமழை போற்றுதும் மாமழை போற்றுதும், நாம் நீர் வேலி யுலகிற்
> கவனளி போல் மேனின்று தான் சுரத்தலான்"

என்று இளங்கோவடிகள் மழையை வாழ்த்தி காப்பியத்தை எழுதினார்.

வான் சிறப்பு அதிகாரம் நமக்கு உணர்த்துவது உணவு, கடலாக்கம், ஒழுக்கம், தானம், தவம், கடவுளுக்குச் செய்யும் பூசை, மழையின் வல்லமை இவையெல்லாவற்றையும் தன்னுட் கொண்டது மழை என்பதாகும்.

வாழ்வதற்கு உணவு அவசியம். உணவுக்கு விளைவு தேவை. அவ்விளைச்சலுக்கு மழை பெற்ற மேகம் தேவை. மேகம் உண்டாக கடலாக்கம் இன்றியமையாதது. இவை எல்லாம் பெற்றாலும் மக்களிடத்தில் ஒழுக்கம் தேவை. ஒழுக்கம் அமைந்துவிட்டால் தானம், தவம், பூசை நடைபெற இத்தனைக்கும் மூலக் காரணமாக இருப்பது மழை.

மழைக்கு கடல் இன்றியமையாததாகிறது. எனவே தான் உலகம் நான்கில் மூன்று பங்கு தண்ணீரால் சூழப்பட்டுள்ளது.

உலகிற்கு மழையே அமிழ்தம்

> "வான்நின்று உலகம் வழங்கி வருதலால்
> தானமிழ்த மென்றுணரற் பாற்று"

வான் – ஆகாயம். வானத்தில் உள்ள மேகங்கள் கடலில் முகந்து சென்ற நீரை மழையாகப் பொழிகிறது.

“வான் முகந்த நீர் மழை பொழியவும்” – பட்டி 126. முதல் குறளில் முதன் முறையாக மழையை அமிழ்தம் என்று கூறியவர் வள்ளுவரே.

வான் இல்லை என்றால் உலகம் இல்லை. உலகம் இருவித உயிர்களைக் கொண்டது. இயங்கும் உயிர்கள், இயங்கா உயிர்கள் என்பவை. எனவே இவ்விருவகை உயிர்களுக்கும் மழை வேண்டும். ஆகையால் வானின்று உலகம் என்று கூறினார். வாழ்க்கைக்கு மூலமாக இருப்பது மழையாகையால் “வானின் றுலகம் வழங்கி வருதலால்” என்று கூறினார். வருதல் – என்றால் காலம்தோறும் உயிர்களை வளர்த்து வருதலை உணர்த்துகிறது.

திருவள்ளுவர் மழையை அமிழ்தம் என்று கூறியது ஏன்? சிந்தித்தால் உண்மை விளங்கும். தேவர்கள் உண்ணும் அமிழ்தம் உண்டவரை மரணத்தில் இருந்து காத்து எப்போதும் வாழ வைப்பது போல உலகத்து உயிர்களை மழை என்ற அமிழ்தத்தைத் தந்து வாழ வைக்கிறது. ஆகையால் மழையை அமிழ்தம் என்று கூறினார். எனவே உடல் உயிர் இணைந்து இன்பமாக இயங்குவது தான் வாழ்க்கை. அந்த வாழ்க்கை நமக்கு மழையால் கிடைக்கிறது. அத்தகைய நல்வாழ்க்கைக்கு உயிர்ப்பாய் அமைவது மழையே. எனவே மழை அமிழ்தம் எனப்பட்டது.

ஓரறிவுயிர்களாகிய புல், பூண்டு, மரம், செடிகொடி போன்றவை மழைநீர் பெறவில்லையென்றால் வாடி வதங்கி காய்ந்துவிடும். பூமியில் பசுமை நிறமே இருக்காது. இதையே வள்ளலாரும் "வாடிய பயிரைக் கண்ட போதெல்லாம் வாடினேன்" என்று கூறியிருப்பதைக் காணலாம். இத்தகைய நேரத்தில் பெய்யும் மழை மீண்டும் அவற்றிற்கு உயிரூட்டுகின்றது. எனவே மழை அமிழ்தம் ஆகிறது. ஓரறிவு உயிர்களின் பாடே இப்படி என்றால் மற்ற உயிர்களின் நிலை என்ன என்பதை சொல்லவும் வேண்டுமோ? மழை இன்றேல் பசி, பட்டினி நோய் முதலியவற்றால் பாதிக்கப்படுவர். அப்பொழுது மக்கள் மனம் மழை பெய்யாதா? என ஏங்கும். ஆண்டவன் கருணை

கொண்டு அருள் கொள்ளும் போது மழை பெய்கிறது, மழை பெய்து நாடு வளமாகும் போது தண்ணீர் பஞ்சம் தீருகிறது. அப்பொழுது மக்களுக்கு இம்மழையே அமிழ்தமாகிறது. எனவே வள்ளுவர் மழையை அமிழ்தம் என்று கூறியதன் நுட்பம் நம்மால் உணர முடிகிறது.

"துப்பார்க்குத் துப்பாய துப்பாக்கித் துப்பார்க்குத்
துப்பாய தூஉம் மழை" 12

துப்பார்க்கு – நுகர்வோருக்கு ஐம்பொறிகளால் நுகரும் இன்பம் என்பதே இதன் பொருள். துப்பு ஆய துப்பு ஆக்கி – என்பதற்கு உணவுப் பொருள்களை உண்டாக்கி, துப்பார்க்கு – அப்படி நுகர்பவர்களுக்கு, துப்பு – தூய நல்ல, ஆயதூஉம்– உண்பவர்க்குத் தானும் உணவாக இருப்பதும் மழை என்பது புலப்படும்.

ஐம்புலன்களால் நுகரும் பொருள்கள் பல. அவற்றுள் சிறப்பானது உணவுப் பொருள்கள். மழை உணவுப் பொருள்கள் உண்டாக்குவதோடு இவ்வுணவுப் பொருள்கள் மூலம் உடலுக்கு சக்தியும் தருகிறது. உணவுப் பொருள்கள் பற்பல வகைகளில் விளைவிக்கிறது. அவை தானியங்கள், கீரைகள், கிழங்குகள், பால், தயிர், நெய், நீர் முதலியன இருந்தால் மட்டும் போதுமா? அவற்றைச் சமைத்து உண்ண நீர்தேவை. மழை இல்லையேல் இவ்விளைபொருள்கள் விளையாது. எனவே உணவுப் பொருள்கள் நுகர்ந்தாலும் தண்ணீர் குடிக்க வில்லையென்றால் தாகம் தீராது. உணவில்லாமல் சில நாட்கள் கூட உயிர் வாழலாம். ஆனால் தண்ணீரின்றி ஒரு நாள் கூட உயிர் வாழ முடியாது. தாகம் தீர்த்துக் கொள்ளவும் மழையே அமிழ்தமாகிறது.

எனவே மழை துப்பார்க்குத் துப்பு ஆகியும் பயன்படுவதால் துப்பு விளைதற்குரிய நிலத்துக்கும் துய்ப்பவர் உடலுக்கும் அது நலன் பயக்கும். எனவே மழை அமிழ்தமாகிறது என்பது தெளிவாகும்.

விண்ணின்று பொய்ப்பின் விரிநீர் வியனுலகத்து
உள்நின்று உடற்றும் பசி. 13

மழை பெய்யாது பொய்த்துவிட்டால் உலகத்தில் உள்ள உயிர்களைப் பசி நிலைத்து வருத்தும்.

மேற்கூறிய இரண்டு குறட்பாக்களில் மழையை அமிழ்தம் என்றும், துப்பு என்றும் கூறிய வள்ளுவர், அத்தகைய மழை பொய்த்துவிட்டால் உண்டாகும் பசிக் கொடுமையைப் பற்றி இக்குறளில் கூறுகிறார்.

விண் – என்பது ஆகுபெயராக மழையைக் குறிக்கிறது. நின்று என்பதற்குச் சில ஆண்டு காலம் மழை பெய்யாமல் பொய்த்துப் போவது. இவ்வாறு சில நேரங்களில் நேரிடுவதுண்டு. அதை நாம் பஞ்சம் என்றும் வற்கடம் என்றும் கூறுகிறோம். பொய்த்தல் – என்பதற்குத் தவறுதல் என்றும் தன் தொழில் மறுத்தல் என்றும் மணக்குடவர் விளக்கம் தருகிறார்.

அப்படிப்பட்ட வற்கடம் உண்டானதைப் பற்றி ஓர் எடுத்துக்காட்டால் பார்க்கலாம்.

வஜ்சிர போதி என்பவர் கி.பி.661–730 வரை பாண்டி நாட்டைச் சார்ந்த பொதிகை மலைக்கு அருகில் உள்ள மலை நாட்டில் வாழ்ந்தவர். இவர் தந்தையார் ஓர் அரசனுக்கு மதபோதகராக இருந்தார். இவர் கி.பி.661 இல் பிறந்தார். வட இந்தியாவில் இருந்த நாளந்தாப் பல்கலைக் கழகத்தில் 26 வயது வரையில் கல்வி கற்றார். பின்னர் 639இல் கபிலவாஸ் என்னும் நகரம் வரையில் யாத்திரை செய்தார். பின்னர் மீண்டும் தமிழகம் வந்தார். அக்காலத்தில் தொண்டை மண்டலத்தில் வற்கடம் உண்டாகி மக்கள் வருந்தினர். அந்நாட்டை ஆண்ட நரசிம்ம போத்தவர்மன் என்னும் அரசன் வச்சிரபோதியின் மகிமையைக் கேள்வியுற்று இவரை அணுகி நாட்டுக்கு நேரிட்டுள்ள வருத்தத்தைப் போக்க வேண்டுமென்று கேட்டுக் கொள்ள இவர் தெய்வத்தைப் போற்றி வேண்ட மழை பெய்து நாடு செழிப்படைந்தது என்று இவரது வரலாறு கூறுகின்றது.

(பௌத்தமும் தமிழும் நூலில் சீனி வேங்கடசாமி கூறியது: பக்கம் 158–159).

சில ஆண்டுகள் வரை மழை பொய்த்து விட்டால் பூமியில் நீர் வற்றிவிடும். எந்தப் பயிரும் செய்ய இயலாத நிலம் வெப்பம் ஏறும். மரம், செடிகொடிகள் உலர்ந்து விடும். அப்பொழுதுதான் பசி மக்களையே அல்லாமல் மற்ற

உயிரினங்களையும் வருத்தும். "வெயிலின் அருமை நிழலில் தெரியும்" என்பது போல பசிக் கொடுமையை அனுபவிக்கும் போதுதான் மழையின் அருமையை உணர்கின்றோம், கடலால் உலகம் சூழப்பட்டிருந்தாலும் மழை பெய்யாது பொய்த்து விட்ட பொழுது கடல் நீரால் உலகிற்கு ஒரு பயனும் இல்லை.

பசியை, தீ என்றும் பிணி என்றும் பல இலக்கியங்கள் கூறுகின்றன. பசித் தீ, பசிப்பிணி என மணிமேகலை கூறுகிறது.

பசி உண்டாவதை வயிறு நமக்குக் காட்டி விடும். அப்பொழுது எது கிடைக்கிறதோ அதைச் சாப்பிட்டு பசியைப் போக்க வேண்டும், "பசி ருசி அறியாது" என்பது முதுமொழி. அப்படி எதுவும் சாப்பிடாமல் இருந்துவிட்டால் உடல் இயக்கத்தைக் கெடுக்கும். உடல் உறுப்புகள் கூட பாதிக்கப்படலாம். அதிகபட்சமாக ஒருநாள் இரண்டு நாள் பசியைப் பொறுக்கலாம். அதற்கு மேல் தாங்க முடியாது. கடுமையான பசி உயிரையும் மாய்க்கும். உலகில் மிகக் கொடுமையானது பசிக் கொடுமை என்றால் மிகையாகாது. பசியைப் பற்றி மணிமேகலையில்,

"குடிப் பிறப் பழிக்கும் விழுபங் கொல்லும்
பிடித்த கல்விப் பெரும்புணை விடூஉம்
நாணணி களையும் மானெழில் சிதைக்கும்
பூண்முலை மாதரொடு புறங்கடை நிறுத்தும்
பசிப்பிணி யென்னும் பாவி"

என சீத்தலைச் சாத்தனார் பசியை 'பிணி' என்றும் 'பாவி' என்றும் கூறுவார்.

"பசி வந்திடப் பத்தும் பறந்து போம்" என்று நல்வழி கூறுவதும் காணலாம். அந்தப் பத்து கல்வி, மானம், குலம், வண்மை, அறிவு, தானம், தவம், காமம், முயற்சி, உடைமை ஆகியவை. இவை நம்மை விட்டு நீங்கிவிடும்.

பசி அதிகமானால் இறக்க நேரிடும். எனவே பசியைப் போக்கி இறப்பைத் தடுக்கும் ஆற்றல் மழை நீருக்கு மட்டுமே

உண்டு. எனவே மழையை அமிழ்தம் என்று வள்ளுவர் கூறுவது பொருத்தமானதே.

"ஏரின் உழாஅர் உழவர் புயலென்னும்
வாரி வளங்குன்றிக் கால்" 14

மழை என்னும் வருவாயின் வளம் குறைந்த காலத்தில் உழவுத் தொழில் செய்பவர் ஏரால் உழுதல் செய்யமாட்டார்.

புயல் – என்பதற்கு மேகம், மழை, இடி, காற்று என்ற பல பொருள்கள் கூறலாம்.

"மாமேகம் பெய்த கொழும் புயல்" - **சிந்தாமணி 2476**

உழவுத் தொழில் நடைபெற மழை வேண்டும். ஏரால் நிலத்தை உழுவதைக் குறிப்பதே உழவாகும். கிணறு, ஏரி, ஆறு இவைகள் மழை நீராலும் ஊற்று நீராலும் நிரம்பும். இந்நீரே உழவுக்குப் பயன்படும். ஆனால் மழை நீண்ட காலம் பெய்யாது பொய்த்து விட்டால் ஊற்று நீரும் வற்றி விடும். எனவே உழவர்கள் மழையின் வரவு பார்த்தே ஏர் பூட்டி உழுவர். ஆகையால் தான் பருவ மழைக்கு உழவு மழை என்றும் கூறுவர்.

உலகின் முதன்மைத் தொழில் உழவுத் தொழிலே. உழவு இல்லையேல் உலக வாழ்க்கை முடங்கிவிடும். உலகம் உழவுத் தொழிலால் தான் வளம் பெறும். வாணிபம் நடைபெறவும், அரசு இயங்கவும் உழவுத் தொழிலே முதன்மை பெறும். எனவே மழையின் சிறப்பு வான்சிறப்பிலும் உழவுத் தொழில் ஒரு தனி அதிகாரமாக வைத்தாலும் இரண்டையும் சேர்த்துப் பார்க்கும் போது மழையின் சிறப்பு, பயன் நாம் அறிந்து கொள்ள முடியும்.

"நெடுங்கடலும் தன்நீர்மை குன்றும் தடிந்தெழிலி
தான்நல்கா தாகி விடின்" 17

மேகம் மழை பெய்யாது ஓழியின் நெடிய கடலும் தன் இயல்பிலிருந்து குறையும். சுருங்கச் சொன்னால் கடல் வளம் குறையும்.

மேற்கூறிய குறட்பாக்களில் மழை நிலத்துக்கு இன்றியமை

யாதது என்பதை எடுத்துக் காட்டிய வள்ளுவர் இந்த ஒரு குறளில் மழை பெய்யக் காரணமாக உள்ள கடலுக்கும் முக்கியத்துவம் அளித்து மழை கடலுக்கும் தேவை என்பதைக் கூறுகிறார். எனவே மழை நிலத்துக்கு மட்டுமன்றி கடலுக்கும் துணையாகிறது. கடல் கெடின் உலகமும் கெடும். ஆகையால் இரண்டின் நலத்துக்கு மழை அவசியமாகிறது.

எழிலி – என்பது சூல்கொண்ட மேகம் என்று பொருள்படும் ‘கமஞ்சூல் எழிலிபோல்’ என்று பரிபாடல் கூறும்.

மேகம் நல்காது ஆகிவிடின் என்றால் என்னாகும்? நல்கும் என்றால் என்னாகும் என்பது நம்மால் ஊகிக்க முடியும், நல்கல் என்பதற்குக் கொடுத்தல் என்று பொருள். எழலி எதைக் கொடுக்கும். மழையைக் கொடுக்கும். கொடுப்பதில் இரு வகை உண்டு. ஒன்று பயன் நோக்கிக் கொடுப்பது. இரண்டாவது பயன் கருதாமல் கொடுப்பது. இவற்றில் இரண்டாவதாகக் கூறியதே சிறந்தது. பகவத் கீதையும் இதையே கூறுகிறது. மேகம் பயன் கருதாமலேயே மழையைப் பொழிகிறது.

“கைமாறு வேண்டா கடப்பாடு மாரிமாட்டு
என்ஆற்றும் கொல்லே உலகு” 221

என்ற குறளில் எந்தப் பயனும் கருதாமல் மழை பொழிகிறது என்பதைக் காட்டுகிறார், “மாரியன்ன வண்மையிற் சொரிந்து” புறநானூறு கூறுவதும் காணலாம். “மழை கரந்தன்ன ஈகை நல்கி” – மலைபடுகடாம் (580) ஆகிய இலக்கியச் சான்றுகளும் கூறுகின்றன.

கடல் நீரில் மேகம் சென்று முகந்து மழை பெய்கிறது. மேகம் செல்லல், நீரை முகத்தல், மழை பெய்தல் முதலான செய்திகள் இலக்கியங்களில் அறிவியல் கருத்தாக அமைந்துள்ளன. சில எடுத்துக்காட்டுகளைக் காண்போம்.

பாடிமிழ் பனிக்கடல் பருகிவல னேர்பு
கோடு கொண்டெழுந்த கொடுஞ்செல வெழிலி
பெரும்பெயல் பொழிந்த சிறுபுன் மாலை. முல்லைப் பாட்டு 4-6

இலங்க லாழியி னான்களிற் றீட்டம்போற்
கலங்கு தெண்டிரை மேய்ந்து கணமழை
பொலங்கொள் கொன்றையி னான்சடை போன்மின்னி
விலங்கள் சேர்ந்துவிண் ணேறிவிட் டார்த்தவே

-சீவக சிந்தாமணி.

இப்பாடல்களை உற்று நோக்குவோமானால் விஞ்ஞான உண்மை நமக்குப் புலனாகும்.

மழை நிலத்திலும் கடலிலும் பெய்கிறது. நிலத்தில் பெய்யும் மழைநீர் நிலத்துக்குப் பல வழிகளில் பயன்பட்டு, மீண்டும் அதிக நீர், ஆறுகள் மூலமாகக் கடலிலேயே போய்ச் சேர்கிறது. கடல் நீரை மீண்டும் அதிக நீர் மேகங்கள் முகந்து மழை நீராகக் கடலில் சேர்க்கிறது. இத்தகையச் செயலைச் செய்வது ஞாயிற்றின் ஒளி என்றால் அது மிகையல்ல.

சூரிய வெயிலால் கடல்நீர் ஆவியாகி மழை பெய்யும் செயல் நடைபெறவில்லை எனில் கடலின் இயல்பு மாறும். கடலில் வாழும் உயிரினங்கள் அழியும். ஆகையால் சூரியன் இச்செயலைச் செய்வதால் உலக உயிர்கள் வாழ்கின்றன. எனவே தான் கடவுள் கடல் பரப்பு மூன்று பங்காகவும், நிலப்பரப்பை ஒரு பங்காகவும் படைத்துள்ளார். இப்படைப்பால் தான் உலகம் முழுமைக்கும் மழை கிடைக்கிறது. கடல் பரப்பும், நிலப்பரப்பும் ஒன்று சேர்ந்தால் உலகம் மிகவும் பரந்தது விரிந்தது என்பது புரியும். எனவே மழை கடலிலும், பூமியிலும் பெய்கிறது என நாம் உணரலாம்.

"நீரின் றமையா துலகெனின் யார்யார்க்கும்
வானின் றமையா தொழுக்கு" 20

எத்தகையவர்க்கும் நீர் இல்லாமல் உலக வாழ்க்கை நடை பெறாது. இதனால் மழையில்லையேல் ஒழுக்கம் என்பது மக்களிடம் காணாமல் போய்விடும்.

முன்குறளில் கடல் வளத்துக்கும் மழை தேவை என்று கூறப்பட்டது. மக்கள் வாழ்க்கைக்கு வளம் இருந்தால் மட்டும் போதாது. ஒழுக்கமும் வேண்டும். அவ்வொழுக்கத்துக்கும் மழை தேவை என்று இக்குறள் கூறுகிறது. மழைக்கும் ஒழுக்கத்திற்கும்

என்ன தொடர்பு எனக் கேள்வி எழலாம். ஆனால் ஆழ்ந்த சிந்தனையுடன் பார்த்தால் உண்மை புலப்படும்.

மழையின்றி உலகு அமையாது. அதுபோலவே ஒழுக்கமும் மழையின்றி அமையாது. வாழ்க்கைப் போராட்டம் ஒவ்வொருவர் வாழ்க்கையிலும் உண்டாகும். யார் யார்க்கும் என்ற தொடரால் அறியலாம். அதனால் ஒழுக்கத்தைக் கைவிடும் நிலை உண்டாகிறது.

மழை பெய்து நாட்டில் வளம் உண்டானால் அதனால் பல தொழில்கள் உண்டாகும். மக்கள் தொழில்களில் ஈடுபடுவர். அப்பொழுது தீய வழிகளில் மக்கள் செல்ல மாட்டார்கள். அமைதியான வாழ்க்கையில் இறைபக்தி உண்டாகும். மக்கள் உணவுக்குப் பஞ்சமின்றி வாழ்வர், அப்பொழுது தீய செயல்களில் ஈடுபடுவதற்கு வாய்ப்பில்லாமல் போகும். மக்களிடத்தில் ஒழுக்கம் உண்டாகும். அவ்வாறின்றி மழை பெய்யவில்லை என்றால் வறகடம் உண்டாகும். அதனால் பஞ்சம் பட்டினி மக்களைத் துன்புறுத்தும். அப்பொழுது தங்கள் உயிரைக் காத்துக் கொள்ள பொய், களவு, கொள்ளை, ஏமாற்று போன்ற தீய செயல்களில் ஈடுபடுவர். நாட்டில் ஒழுக்கம் அமைதியின்மை கெடும். எனவே வறுமை போக்கி வளம் தரும் ஆற்றல் மழைக்கு மட்டுமே உண்டு. இதுவே வான்சிறப்பு அதிகாரத்தின் உட்பொருள் என்பது புலப்படும். இதையே தான் வள்ளுவர் "வானின் றமையா தொழுக்கு" என்றார். எனவே ஒழுக்கத்துக்கும் மழைதான் காரணம் என அறியலாம்.

"தானம் தவமிரண்டுந் தங்கா வியனுலகம்
வானம் வழங்கா தெனின்" **19**

முன்கூறிய குறளில் மழையினால் ஒழுக்கம் அமையும் என்று கூறிய வள்ளுவர் இக்குறளில் மழை பெய்யாதெனில் தானமும் தவமும் ஆகிய இரண்டும் இல்லாமல் போய்விடும் என்று கூறுகிறார்.

பரிமேலழகரும், தானம் அறவழியில் வந்த பொருள்களைத் தக்கவர்க்கு மகிழ்வுடன் தருதல்; தவமாவது. மனம் ஐம்பொறிகள் வழி செல்லாது நிற்கும்படி விரதங்களான் உண்டி சுருக்கல் முதலாயின என்று விளக்குகிறார்.

தானம் தவம் இணைத்துக் கூறுவது பண்டை மரபு, “தானமும் தவமும் தாம் செய்வாராயின் வானவர் நாடு வழி திறந்திடுமே” தனிப்பாடல். தானம் செய்மின் தவம் பல தாங்குமின் – சிலப்பதிகாரம். ஈனமில் வளங்கள் நல்கும் இரும்புனல் மழை மறுத்துத் தானமும் தவமும் குன்றி” திருவிளையாடற் புராணம் என்று கூறும் இலக்கியச் சான்றுகளைக் காணலாம்.

தானமும், தவமும் உள்ள இடத்தில் வறுமை இருக்கக் கூடாது, வறுமை இருந்தால் நல்ல ஒழுக்கத்தில் இருந்து ஒருவனைப் பிறழச் செய்யும். ஆகவே ஒழுக்கம் இல்லாத இடத்தில் தானம் தவம் நிகழ்வதற்கு இடமில்லை என அறிக. அதை உட்கொண்டே ‘தங்கா’ என்ற சொல்லை வள்ளுவர் கையாண்டார்.

ஆகையால் வறுமை ஒழிந்து வளம் பெற்றால் தான் தானமும் தவமும் தடையின்றி நடைபெறும். எனவே தானத்துக்கும் தவத்துக்கும், மழை வேண்டும் என்பதை இக்குறளில் தெளிவுப்படுத்துகிறார்.

மழை பொய்த்தால் தேவர்களுக்கு நடக்கும் திருவிழாவும், நாள்தோறும் நடைபெறும் வழிபாடும் நடைபெறாது என்று சிறப்பொடு பூசனை செய்யாது வானம் வறக்குமேல் வானோர்க்கும் ஈண்டு என்ற குறளில் விளக்குகிறார். தானம் தவம் பெற்றவர்கள் பூசை வழிபாடு மேற்கொள்வர். இதற்கும் ஒழுக்கம் வேண்டும்.

மழை பெய்யாமல் பொய்த்துப் போகுமானால் நிலம் வறண்டு விடும். இதையே கிராமபுற மக்கள் வானம் வறண்டு போச்சு’ என்று கூறுவர். "வறந்தென்னை செய்தியோ வானம்” கலித்தொகை. கூறுவதும், "மண்பரிய வானம் வறப்பினும்” பரிபாடல் 29 என்று வறப்பினும் என்ற சொல்லை எடுத்தாண்டுள்ளதைக் காண்க.

மனிதப் பிறவி உயர்ந்தது. சிறந்தது. ஏனெனில் மனிதனே ஆறறிவு படைத்தவன். எனவே கடவுள் உண்மை உணரும் இயல்பு உடையது. ஆகையால் ஆறாவதறிவைப் பண்படுத்தினாலன்றி கடவுள் உண்மையை உணர்தல்

முடியாது. அதற்கு பூசை அவசியம். மனம் கவலையோடு இருந்தால் பூசை சிறப்பாகச் செய்ய இயலாது. எனவே வறுமை நீங்கி வளம் பெருக வேண்டும். அவ்வாறு வளம் பெருக மழை வேண்டும். ஆகையால் பூசை சிறப்பாகச் செய்வதற்கும் மழை வேண்டும் என்பது தெற்றென விளங்கும். அது பற்றியே வான் வறக்கு மேல்..... சிறப்பொடு பூசனை செல்லாது என்று வள்ளுவர் கூறுகிறார்.

ஒழுக்கம், தானம், தவம் – மூன்றினுக்கும் மழை துணை செய்வது போல வானோர் பூசைக்கும் அது துணை செய்யும். மழை பொய்த்தால் ஒழுக்கம், தானம், தவம், பூசை இவற்றிற்கெல்லாம் துன்பம் உண்டாகும். வானவர் பூசை செய்வதற்கும் மழை அவசியம் தேவை எனில் மழையின் சிறப்பைச் சொல்லவும் வேண்டுமோ?

"நல்லார் ஒருவர் உளரேல் அவர்பொருட்டு
எல்லார்க்கும் பெய்யும் மழை" - ஔவை.

எனக் கூறியுள்ளதை நோக்கும் போது நல்ல ஒழுக்கம் உள்ளவர்கள் இன்னும் சிலர் இருப்பதால் தான் இந்த அளவாவது மழை பெய்கிறது என்று நினைக்கத் தோன்றுகிறது.

"கெடுப்பதூஉம் கெட்டார்க்குச் சார்வாய்மற் றாங்கே
எடுப்பதூஉம் எல்லாம் மழை" 15

ஆக்கல் அழித்தல் இரு செயல்களையும் மழை செய்கிறது. எதற்கும் ஒரு அளவு உண்டு. அளவுக்கு மிஞ்சினால் அதுவே நஞ் சாக மாறுகிறது. எனவே சரியான காலத்தில் அளவாக மழை பெய்தால் அதுவே அமிழ்த மழை ஆகும். அளவுக்கு மீறி மிக அதிகமாக மழைபெய்தால் பல கேடுகள் உண்டாகிறது.

மழைக்கு அதிவிருஷ்டி, அநாவிருஷ்டி என்று இரண்டு தோஷமுண்டு. அவைகளுள் அதிவிருஷ்டி அதிக மழை; அநாவிருஷ்டி மழையின்மை; அதிக மழை பெய்தால் உலகம் நாசமாகும். மழையே இல்லாவிட்டாலும் உலகம் நாசமாகும். மழையே இல்லாவிட்டாலும் பயன்விளையாது. மக்கள் பாதிக்கப்படுவார்கள். எனவே அப்படிப்பட்ட தோஷம் உண்டாகாமல் சம விருஷ்டியாய் மழை பெய்விக்கின்றவர் யார்?

..................மாரி
வரம்பில் தருவாரு மில்லை அதனைச்
சிறப்பில் தணிப்பாரு மில்"
நாலடியார்

என்ற கருத்தையும் இக்குறளோடு பொருத்திக் காண்க. இக்குறளில் கெடுப்பதூஉம், எடுப்பதூஉம் என்ற இரு சொற்களில் கூறுகிறார் வள்ளுவர். அதிக மழை பெய்து பொருள் சேதத்தையும், உயிர் சேதத்தையும் உண்டாக்குகிறது. 2013 ஆம் வருடம் ஜுன் மாதம் மழை உத்ரகாண்ட் மாநிலம் இமயமலையையே புரட்டிப் போட்டது. அப்போது பொருட் சேதம் உயிர்சேதம் பெருமளவில் உண்டானது. இது இயற்கையின் சீற்றம். இயற்கையை வெற்றி கொள்ள விஞ்ஞானத்தாலும் முடியாது என்பதையே இந்நிகழ்ச்சி காட்டுகிறது.

எடுப்பதூஉம் என்றதனால் உண்டாக்குதல் என்பது பொருள். பருவத்தில் பெய்யும் மழையால் பயிர் செழிக்கும். உணவுப் பொருள் கேடில்லாமல் வளரும். நாட்டில் பசி பட்டினி இராது. இம்மழையே மக்களுக்கு அமிழ்தமாகும்.

அறநிலை வழுவாமல் ஆளும் அரசன் செங்கோலை நோக்கி குடிமக்கள் வாழ்வார்கள். அதுபோல உலகம் மழையை நோக்கி வாழும் சிறப்பை 542வது குறளில் காட்டுகிறார். அரசன் அருள் இல்லாத காரணத்தால் குடிமக்கள் துன்பப்படுவதை மழைத்துளி காணாமல் உலகம் துன்புறும் நிலையை 557வது குறளில் ஒப்பிட்டுக் கூறுவதைக் காணலாம். நாட்டில் நல்லாட்சி நடக்கும் போது மழை பொழியும் என்பதை 545வது குறளிலும், ஆட்சி முறை தவறினால் மழை பொழிவது தவறும் என 559வது குறளிலும் கூறுகிறார்.

மழை மாறாமல் நின்று உலகம் முழுவதும் வேண்டியவர் வேண்டாதவர் என்ற பாகுபாடில்லாமல் பொழிந்து வருவதால் உலக உயிர்கள் இயங்கி வருகிறது. அதனால்தான் மழை என்பது உலகம் அழியாமல் காக்கும் அமிழ்தம் என்பதே உண்மை.

★★★

11. திருக்குறளில் சாம, பேத, தான, தண்டம்

சாமம்

அன்புடன் அருள்கூர்ந்து இனிய மொழி கூறி பிறரை (பகைவர்) தன்வயப்படுத்துவதை சாமம் என்பர். வள்ளுவர் பல இடங்களில் இவ்வழியில் அறக் கருத்துக்களைக் கூறியுள்ளார்.

கோபம் கொள்ளாமல் இன்னது கிடைக்கும் என்று ஆசை உண்டாக்காமல் மேற்கொள்ளாமல் விட்டால் இன்னின்ன தீமைகள் வந்து சேரும் என்று அச்சுறுத்தாமல் இனிமையாக அடக்கமாக இதுதான் தர்மம் (அறம்) என்று உணர்த்தும் நிலை.

எ-டு: கற்க கசடறக் கற்பவை கற்றபின்
நிற்க அதற்குத் தக. 391

ஒருவன் கற்க வேண்டிய நூல்களைப் பழுதறக் கற்க வேண்டும். அப்படி கற்றபின் அக்கல்விக்கு ஏற்ப அவைகளில் சொல்லப்பட்ட வழியில் நிற்க வேண்டும்.

அறம், பொருள், இன்பம், வீடு நால்வகைப் பயனும் அடைய முயல வேண்டும். அவ்வாறில்லாமல், அஃறிணை உயிர்கள் போல முயற்சி இன்றி வறிதே வாழ்ந்து வாழ்நாளைக் கழிக்காமல் கல்வி, செல்வம் என்ற இரண்டில் கல்வியைத் தேடல் வேண்டும். ஏனெனில்

வெள்ளத்தால் அழியாது வெந்த ழலால்
வேகாது வேந்த ராலுங்

கொள்ளத்தான் முடியாது கொடுத்தாலும்
நிறைவன்றிக் குறைவு றாது
கள்ளர்க்கோ பயமில்லை காவலுக்கோ
மிக எளிது கல்வி யென்னும்
உள்ளத்தே பொருளிருக்கப் புறம்பாகப்
பொருள்தேடி யுழல்கின் றாரே - ஔவை.

எனவே செல்வத்தை விடச் சிறந்தது எனக் கருதி 'இளமையில் கல்' என்ற ஔவை வாக்கின்படி கல்வியைப் பெற முயலவேண்டும். மேலும்,

"கல்விகரையில கற்பவர் நாள்சில...
நீரொழியப் பாலுண் குருகின் தெரிந்து"

நாலடியார் 135

எனவே புன்கல்வி கற்று பொழுது போக்காமல் நீரைப் பிரித்துப் பாலைப் பருகும் அன்னப் பறவை போல விழுமியதாகிய மெய்மைக் கல்வியையே கற்க வேண்டும். நல்லாசிரியரைத் தேடிச் செல்வர் முன் வறியவர் ஏக்கற்றிருப்பது போல இருந்து குறிப்பறிந்து அவர் கருணை கூர்ந்து கற்பிக்க முறை வழுவாது, நெறி தவறாமல் கற்க வேண்டும். ஐயந்திரிபறக் கற்க வேண்டும்.

கல்வி கேள்விகளில் வல்லவர்களைக் காணும் போது நாம் நம்முடைய அறியாமையை நினைக்க வேண்டும். அறிவு நிறைந்த இடத்தில் அடக்கம் இருக்க வேண்டும். அப்போது நம் அறிவு பிரகாசிக்கும்.

"அன்பும் அறனும் உடைத்தாயின் இல்வாழ்க்கை
பண்பும் பயனும் அது" 45

கணவன் மனைவி இருவரும் அன்புடன் வாழ்வதே இல்வாழ்க்கையின் பண்பு. அறத்தைப் போற்றி வாழ்வதுதான் இல்வாழ்க்கையின் பயன்.

வாழ்க்கை தொடங்குவது இல்லறத்தில். தன்னையும் காத்துப் பிறரையும் காப்பது இல்லறமே. அதற்கு உழைத்துப் பொருளீட்டும் திறமையும், பகுத்துண்ணும் பண்பும் வேண்டும். இளமை கழிந்துவிட்டால் ஆற்றல் குறையும். முன்போல் பொருள் செய்ய இயலாது. எனவே மற்றவர்களையும் நல்வழியில்

வாழச் செய்து தானும் அறநெறியில் இருந்து தவறாமல் வாழ வைப்பது இல்வாழ்க்கை. எனவே தாம் மட்டும் நன்மை அடைவதற்காகத் தவம் செய்பவரின் வாழ்க்கையைவிடப் பிறர் நலம் கருதி வாழும் இல்லற வாழ்க்கை சிறப்புடையது. ஆகையால் அன்பின் வழியது உயிர்நிலை என்பதற்கு ஏற்ப அன்பு தோன்றுவது இல்வாழ்க்கையிலேயே. ஆகையால் அவ்வன்பு அறத்தையும் நல்கும். அன்பிற்குப் பண்பும் அறத்திற்குப் பயனும் நமக்கு ஒருசேரக் கிடைக்கிறது. எனவே இக்குறளும் சாமம் என்பதற்கு எ–டு. ஆகும்.

மங்கலம் என்ப மனைமாட்சி மற்றதன்
நன்கலம் நன்மக்கட் பேறு" 60

வீடு சிறப்புறுவது எப்பொழுது என்றால் மனைவியின் நற்குண நற்செய்கைகளை நல்ல அணிகலமென்று கூறுவர். ஆனால் நல்ல பிள்ளைகளைப் பெறுதலே குடும்பத்திற்கு மங்கலமாகும். பெற்றோர்க்குப் பிள்ளைகளாலேயே பெருமை சேரும். "ஈன்று புறத்தருதல் என்தலைக் கடனே" புறம் கூறுதல் காண்க.

பகுத்துண்டு பல்லுயி ரோம்புதல் நூலோர்
தொகுத்தவற்று ளெல்லாந் தலை 322

ஒருவர் மற்றொருவரைக் கொலை செய்வதற்குப் பல காரணங்கள் உண்டு. ஆனால் வயிற்றுப் பசியைத் தீர்த்துக் கொள்ள மற்ற உயிர்களைக் கொல்வது கொடுஞ் செயலாகும். எனவே உயிர்களைப் படைத்த இறைவன் பொருளும், பசி போக்க உணவும் பூமியில் படைத்தார். அவற்றை எல்லோருக்கும் பொது எனக் கருதித் தத்தம் பசிக்கு வேண்டியவாறு பகுத்துண்டு வாழ பழகிக் கொள்ள வேண்டும். அவ்வாறு செய்து கொண்டால் எல்லாரும் உயிர் வாழலாம். மக்கள் வாழ்வதோடமையாமல் மற்ற உயிர்களையும் வாழ வைக்கலாம். எனவேதான் எல்லா அறநூல்களும் பகுத்துண்டு வாழ்வதை வலியுறுத்துகின்றன. இப்பகுத்துண்டு வாழ்தல் உலகில் நடந்தால் பசி, பட்டினி இருக்காது. அதனால் உண்டாகும் கொலை, கொள்ளைகள் இருக்காது. நாட்டில் மக்களுக்குள் தனிப்பட்ட வகையில் பகை உண்டாவதற்கும், கொலைகள் நடப்பதற்கும் பெரும்பாலும் வறுமைத் துன்பம் அடிப்படையாக உள்ளது. வறுமையால்

கொலைகளும் நடக்கும். உலகத்தில் உள்ள அறியாமையால், கற்பதற்கு உரிய பொருள்நிலை வறியவர்க்கு இல்லாத குறை. இதையே வள்ளுவர் "அறிவினை நிச்ச நிரப்புக்கொன்றாங்கு" என *532*வது குறளில் கூறுகிறார்.

2. பேதம்:

பேதம் என்பது இனிய சொல்லாலும் கொடுத்தாகிலும் தன் வழிப்படாமல் பகையைக் காட்டி நிற்பவர்களை அல்லது அதர்மத்தின் வழியில் செல்பவர்களைப் பிறரிடமிருந்து வேறுபடுத்திக் காட்டுவது.

அவர்களைத் தனிமைப் படுத்துதல் என்றும் பொருள் கொள்ளலாம். தர்மம் எதுவோ அதைச் செய்ய இயலாவிட்டால் மக்கள் உன்னைச் சாதாரண மக்களிடமிருந்தும் வேறுபடுத்தி இப்படிக் காண்பார்கள் என்று கூறும் முறையில் அமைவதே பேதமாகும். சில குறட்பாக்களை எ–டு. மூலம் காண்போம்.

அன்பின் வழிய துயிர்நிலை அஃதில்லார்க்கு
என்புதோல் போர்த்த உடம்பு - **80**

மக்கட் பிறவிக்கே அன்பு உரியதாகும். விலங்குகளிடமும் அன்பு நிலை உண்டு. அன்பு காட்டலாகா பொருள். அன்பு இரண்டு பேர்களிடம் வெளிப்படும் பண்பாகும். அன்பு செய்பவர் அன்பு செய்யப்படுவார் – இருவரிடத்திலும், அன்பு செய்பவரிடம் தோன்றும் உள்ள நெகிழ்ச்சி.

எனவே அன்புடைய மக்கள் உடம்பே உயிருள்ள உடம்பு என்றும் அஃதில்லாத மக்களுடம்பு பிணவுடம்பாகும் என்பார் வள்ளுவர். மக்கள் உடம்பில் உயிர் இருந்தும் அன்பில்லாவிட்டால் அதனை உயிரில்லா பிணமெனவே கருத வேண்டும் என்று வள்ளுவர் கூறுவதனால் அன்பில்லாத மக்களுக்கு அதைவிட வெட்கக் கேடு ஒன்றும் இல்லை. அன்பினால் எதையும் வென்று விடலாம். அன்பே சிவமாகும்.

"கண்ணுடையர் என்பவர் கற்றோர் முகத்திரண்டு
புண்ணுடையர் கல்லா தவர்" **393**

கண்ணுடையரென்று உயர்த்திச் சொல்லப்படுபவர்

கற்றவரே. மற்றைக் கல்லாதவர் முகத்தில் இருப்பது இரண்டு கண்கள் அல்ல, இரு புண்கள் என்கிறார் வள்ளுவர்.

பரிமேலழகர் கூற்றைப் பார்ப்போம். தேயம் இடையிட்டவற்றையும் காலம் இடையிட்டவற்றையும் காணுகின்ற ஞானக் கண்ணுடைமையின் கற்றாரைக் கண்ணுடையர் என்றும், அஃதின்றி நோய் முதலியவற்றால் துன்பஞ் செய்யும் ஊனக் கண்கள் உடைமையின் கல்லாதவரைப் புண்ணுடையர் என்றும் கூறினார். ஞானக் கண் – அறிவுக்கண்.

செல்லான் கிழவன் இருப்பின் நிலம்புலந்து
இல்லாளின் ஊடி விடும். **1039**

"உண்டி கொடுத்தோர் உயிர் கொடுத்தோரே" என்பது புறம் கூறும் உண்மை. உயிர் வாழ்க்கைக்கு இன்றியமையாத உணவுப் பொருளை விளைவித்துத் தருவது உழவுத் தொழிலே.

"வருபடை தாங்கி பெயர் புறத்து ஆர்த்து
பொருபடை தரூஉம் கொற்றமும் உழுபடை
ஊன்றுகால் மருங்கின் ஈன்றதன் பயனே" **புறம் 35**

உழுதொழிலின் சிறப்பை வெள்ளைக்குடி நாகனார் பாடினார். உழுதொழிலுக்கு இணை வேறில்லை.

எனவே உழவுத் தொழிலே முதன்மையாகிறது. உலக மக்களை எல்லாம் உண்டி கொடுத்து காப்பவர் உழவரேயாவர். எனவே உலக மக்கள் என்னும் தேருக்கு உழவர் அச்சாணி போன்றவராவார்கள். பிறரை எதிர்நோக்காது தன்மானத்துடன் வாழ்பவர்.

எனவே உழவுத் தொழிலைச் செய்யும் உழவர்கள் பயிர் வளர்ச்சிக்குச் செய்ய வேண்டியதெல்லாம் செய்த பின் பயிருக்கு அழிவு உண்டாகாது காப்பதே தலைசிறந்ததாகும். ஒவ்வொரு நாளும் வயலுக்குச் சென்று பார்த்து ஆவன செய்ய வேண்டும். இல்லையேல் என்னாகும் என்பதை உவமை மூலம் விளக்குகிறார்.

நற்பண்புகள் வாய்க்கப் பெற்ற மனைவியை ஒருவன் இல்லறக் கடமைகளை மறந்து, வேண்டிய பொருள் ஈட்டாமல் சோம்பலாகச் சுற்றித் திரிந்து வாழும் ஒருவன், இதைக்

கண்ட மனைவி பொருள் இன்றியும், மக்களைக் காக்க இயலாமலும், காதல் இன்பம் துறந்தும் இருக்கும் கணவன் மீது வெறுப்பு அடைகிறாள். எனவே அவனிடத்தில் ஊடல் கொள்கிறாள்.

அதைப் போல வளமான நன்செய் நிலத்தை உரிமையாகப் பெற்றவன் நாள்தோறும் வயலுக்குச் சென்று பார்க்காமலும் ஆவன செய்யாமலும் வீணாகக் காலம் கழித்து பிறவற்றில் நாட்டம் கொண்டால், விலங்குகளாலும், பறவைகளாலும் கள்வராலும் பயிருக்கோ விளைச்சலுக்கோ சேதம் உண்டாகலாம். எனவே மனைவியைப் போல நிலமும் ஊடிக் கொள்ளும். நிலத்திற்குரியவனும் பயன் இழப்பான்.

தானம்:

இனிய சொல் கூறியும் மனம் மாறாதவனுக்கு ஏதேனும் பொருளைத் தானமாகக் கொடுத்தும் அவனைத் திருத்த முயல்வது தானம் என்னும் உபாயமாகும்.

இன்னின்ன நல்லனவற்றைச் செய்தால் இன்னின்ன நன்மைகளையும் ஆக்கங்களையும் பெறுவாய் என்று கூறி அறத்தை உணர்த்துவது.

மடியிலா மன்னவன் எய்தும் அடியளந்தான்
தாஅய தெல்லாம் ஒருங்கு. **610**

தன்னடி யளவானே எல்லா வுலகங்களையும் அளந்த இறைவன் கடந்த பரப்பு முழுவதையும் சோம்பல் இல்லாத அரசன் முறையானன்றி ஒருங்கே அடைவான்.

எப்போதும் ஒரு செயலில் முயன்று, இடைவெளியில்லாமல் அடைவார் என்று கூறப்படுகிறது.

"விருப்பறாச் சுற்றம் இயையின் அருப்பறா
ஆக்கம் பலவும் தரும்" **522**

அன்பு அறாத சுற்றம் ஒருவன் எய்துமாயின் அஃது அவற்கு செல்வங்கள் பலவற்றையும் கொடுக்கும். அப்படிப்பட்ட சுற்றம் ஒருவனுக்கு எல்லா நன்மைகளும் கொடுக்கும் என்பதில் ஐயமில்லை.

பல்குடை நீழலும் தங்குடைக்கீழ் காண்பர்
அல்குடை நீழ லவர். 1034

உழுதல் தொழிலான நெல்லினை உடையராய தண்ணளியுடையோர் பலகுடை நீழலும் பல வேந்தர் குடை நிழலதாய மண் முழுதினையும் தம்மரசன் குடைக்கீழ் காண்பர்.

நீழலவரென்றது இரப்பார்க்கெல்லாம் ஈதல் நோக்கி ஒற்றுமை கருதி தன் குடை என்றார்.

"ஊன்றுகால் மருங்கின் ஈன்றதன் பயனே" என்றதனான் புறம் *35*. தம்மரசனுக்குக் கொற்றம் பெருக்கி மண் முழுதும் அவனதாகக் கண்டிருப்பர் என்பதாம். "இரப்போர் சுற்றமும் புறப்போர் கொற்றமும் உழவிடை விளைப்போர் என்றார் அடிகள். சிலம்பு : நாடுகாண் காதை.

முறைசெய்து காப்பாற்றும் மன்னவன் மக்கட்
கிறையென்று வைக்கப் படும். 388

அரசனைக் கடவுளாகத் தொழுதலும் அவ்விதம் உரைத்தலும் பண்டையத் தமிழ் வழக்கு அன்று. இறை கடியன் என்று உரைக்கும் இன்னாச் சொல் *(564)* அருஞ் செல்வி இன்னா முகத்தான் *(565)* வெருவந்த செய்தொழுகும் வெங்கோலன் *(563)* முறை செய்யா மன்னவன் தண்பதத்தான் தானே கெடும் *(548)* என்று இவ்வாறு கொடுங்கோல் மன்னனைப் பழித்துரைப்பர். எனவே அரசனைப் பிறப்பால் தெய்வமாக்குவது தமிழ் மரபு. இளங்கோ அடிகள் தம் காப்பியத்தில் "அறிவறை போகிய பொறியறு நெஞ்சத்து இறை" என்றும் தேரா மன்னா என்றும், கண்ணகி வாயிலாய் இளங்கோவடிகள் கூறுவதும் கருதத்தக்கதாகும்.

எனவே மன்னவன் மக்கள் நலங்கருதி, தன்னலம் கருதாது மக்கள் முன்னேற்றம் கருதி, மக்களிடத்தில் அன்பு செலுத்தி கருணை உள்ளத்துடன் அற நூல் நீதி நூல் சொல்லும் நெறியில் நின்று ஆளும் அரசன் பிறப்பான். மகனே ஆயினும் செயலால் மக்களுக்கு கடவுள் என்று வேறு வைக்கப்படும். நல்ல அரசனைப் புகழ்வது போல கெட்ட அரசனை தூற்றுவதும் பண்டைய நாளில் இருந்தது என்பதை இலக்கியங்கள் வாயிலாக அறியலாம்.

திருவுடை, மன்னரைக் காணின் திருமாலை கண்டேனே"

நம்மாழ்வார் கூறுவதும் காண்க.

நெல்லும் உயிரன்றே நீரும் உயிரன்றே
மன்னன் உயிர்த்தே மலர்தனால யுலகம் - புறம்

கூறுவதும் காண்க.

தண்டம்:

சாமம், பேதம், தானம் ஆகிய மூன்று உபாயங்களும் பயனளிக்காத போது இறுதியாக மேற்கொள்ளும் உபாயம் தண்டம். அதாவது தண்டித்து அல்லது கடுஞ்சொல் கூறிப் பகைவனைத் தன்வழிப்படுத்துவது.

எ–டு:

"எந்நன்றி கொன்றார்க்கும் உய்வுண்டாம் உய்வில்லை
செய்ந்நன்றி கொன்ற மகற்கு" **110**

பெரிய அறங்களைச் சிதைத்தார்க்கும் பாவத்திலிருந்து நீங்கும் வாயிலுண்டாகும். ஆனால் ஒருவன் செய்த நன்றியைச் சிதைத்த மகனுக்கு அஃதில்லை.

பெரிய அறங்கள் சிதைத்தல் என்பதற்கு உரையாசிரியர் பரிமேலழகர் கூறுவது, ஆன்முலை அறுத்தல், கருவினைச் சிதைத்தல், குரவர்த் தபுதல் முதலிய பாவங்களைச் செய்தல் கூறப்பட்டது. இப்பாவங்கள் செய்வது ஒரு காலத்தில் பெரிய பாவங்களாகக் கருதப்பட்டன. ஆனால் இத்தகைய பாவங்கள் இன்றைய காலத்தில் சர்வசாதாரணமாக ஆகிவிட்டது. இத்தகைய பாவங்கள் எந்தக் காலத்தில் நடந்தாலும் இப்பாவச் செயல்களிலிருந்து உய்ய வழியுண்டு. ஆனால் தக்க சமயத்தில் ஒருவர் செய்த நன்றியை மறந்தவனுக்கு அதிலிருந்து அவன் விடுபடுவதற்கு வழி இல்லை. இது எந்தக் காலமானாலும் சரி இது தான் அவனுக்கு தண்டனை. அதனால் வரும் தீங்கை அனுபவித்தே ஆக வேண்டும் என்று கூறுகிறார் வள்ளுவர்.

2. "தோன்றிற் புகழொடு தோன்றுக அஃதிலார்
தோன்றலின் தோன்றாமை நன்று" **236.**

இல்வாழ்க்கை முதல் ஈகை வரை சொல்லப்பட்ட இல்லறத்தில் வழுவாது இம்மையில் நாம் செய்யும் நற்செயல்கள், அறம், ஈகை – அறிவு, பண்பு – ஆகிய நற்குணங்கள் நாம் இறந்தாலும் உலகில் நின்று நம் புகழை நிறுத்தும் வகையில் நற்குணங்களோடு பிறக்க வேண்டும் என்று கூறுகிறார். அத்தகைய நற்குணங்கள் இல்லாதவர் மக்களாகப் பிறத்தலின் விலங்காய் பிறத்தல் நன்று என்றும் கூறுகிறார்.

தோன்றுதல் மக்களாய் பிறத்தல். ஒன்றிலிருந்து உண்டாதல். பிறத்தல் என்றால் முன்பு இல்லாமல் பின் உண்டாதல். புகழோடு தோன்றுதல் என்பதற்கு புகழுக்கான காரணங்களால் குணத்தோடு பிறக்க வேண்டும்.

அறவழியில் பெறக்கூடிய புகழ் அனைவராலும் பெற இயலாது. அக்குணங்கள் பெற்றவரே பெற முடியும். முற்பிறப்பில் நாம் செய்யும் நல்வினை தீவினைகளுக்கு ஏற்பவே இம்மையில் நமக்கு நற்பண்புகள் அமையும். அதன் காரணமாக புகழ் உண்டாகும், அந் நற்குணம் இல்லாதவர் விலங்குகளாக பிறப்பர் என்கிறார் பரிமேலழகர், "உயர்திணை என்மனார் மக்கட் சுட்டே "தொல் மக்களாகப் பிறந்தாலும் மக்கள் என்று சுட்டுவதற்கு உரியன அல்லாத ஏனைய உயிர்கள் அஃறிணை உயிர்களே.

"செவியிற் சுவையுணரா வாயுணர்வின் மாக்கள்
அவியினும் வாழினு மென்" 420

செவியான் நுகரப்படும் சுவைகளை உணராத வாய் உணர்வினை உடைய மாந்தர் இறந்தாலும் வாழ்ந்தாலும் உலகிற்கு வருவது என்ன? எனவே வாய்ச் சுவை மட்டுமே உணர்ந்து உண்டு வாழ்பவர்களால் ஒரு பயனும் இல்லை என்று கூறும் இழிநிலை காணலாம்.

செவியால் பெறும் சுவைகள் சொற்சுவை, பொருட்சுவை என்பவை. சொற்சுவை, குணம் அலங்காரம் என இரண்டு. பொருட்சுவை நகை முதலான ஒன்பது சுவைகள். வாயால் உணரும் சுவைகள் அறுசுவை உணவு என அறிக. இதனால் செத்தாலும் வாழ்ந்தாலும் பெறுவது ஒன்றும் இல்லை. எனவே இதனால் நாம் அறிவது காதால் கேளாத வழி உண்டாகும் குற்றம் கூறப்பட்டது காண்க. பரிமேலழகர் உரை

சுருக்கித் தந்துள்ளேன். செவிக்குணவில்லாத போழ்து சிறிது வயிற்றுக்கும் ஈயப்படும் என்று கூறியிருப்பதும் காண்க.

> இடிபுரிந்து எள்ளும் சொல் கேட்பர் மடிபுரிந்து
> மாண்ட உஞற்றி லவர் 607

எந்தச் செயலாக இருந்தாலும் செய்ய முடியாதது என்று சோர்வடைதல் கூடாது. முயற்சி இருந்தால் அதைச் செய்து முடிப்பதற்கு வேண்டிய ஆற்றல் தானே வரும். அந்த ஆற்றலை முயற்சி தரும். எனவே சோம்பலை விரும்பிச் சிறந்த முயற்சியைக் கைவிட்டவர்களை மற்றவர்கள் கடிந்து கூறுவார்கள். எள்ளி இகழ்வார்கள். அவர்கள் கடுமொழிகளைக் கேட்டு வாழும் நிலை உண்டாகும்.

★★★

12. இனி வருமோ இளமைப் பருவம்.

'வெயிலின் அருமை நிழலில் தெரியும்' என்பது போல இளமையின் அருமை முதுமையில் தெரியும். காளைப் பருவம் ஓடும் பாம்பை மிதிக்கும் பருவம் என்பர். இளமையில் மாடிப்படி ஏறும் போது மூன்று படி, நான்கு படி தாண்டி அடி வைத்து ஏறுகிறோம். அதே மாடிப் படி எழுபது, எண்பது வயதில் ஏற முடியாமல் கால்கள் மறுக்கின்றன. எண்பது வயதுக்கு மேல் எழுதுவதற்கு கை நடுங்குகிறது. நடப்பதற்கு கால்கள் தயங்குகின்றன. மனிதன் குழந்தைப் பருவத்தில் நான்கு கால்களால் நடக்கிறான். குழந்தை தவழும் போது இரண்டு கால்களால் முட்டி போட்டு இரு கைகளை நிலத்தில் ஊன்றித் தவழும் நிலைதான் அது. இளம் பருவத்தில் இரு கால்களால் நடக்கும். மதியம், உச்சி வெயில் போன்று. மாலையில் பொழுது சாய்வது போல வயதான பின் கையில் ஒரு தடியுடன் ஊன்றி நடப்பான் என்று கூறுவதுண்டு. உலகில் எதுவும் நிலையானது அல்ல. மணிமேகலை ஆசிரியர் சீத்தலைச் சாத்தனார் நிலையில்லாதது என்று கூறும் போது இளமை, யாக்கை, செல்வம் நில்லாது என்று கூறுமிடத்து முதலில் இளமையைக் கூறுகிறார்.

பிறந்து ஐந்து வயது வரை நிகழும் செய்திகள் எதிர்காலத்தில் நினைவுக்கு வருவதில்லை. ஆனால் எட்டு வயதுக்கு மேல் நடக்கும் செய்திகள் நிகழ்வுகள் எல்லாம் நினைவில் இருப்பதில்லை. ஆனால் சில முக்கியமான நிகழ்வுகள் மனத்தில் ஆழப் பதிந்து விடுகின்றன. சிலவற்றை மறத்தல் நன்றே. பள்ளி வாழக்கையில், கல்லூரியில் நடக்கும் நிகழ்வுகள் மறப்பதில்லை. இது வாலிபப் பருவம்.

ஆனால் எட்டு வயதுக்கு மேல் பத்து வயதுக்குள் நடக்கும் நிகழ்வுகள் பலவற்றை மறந்துவிட்டாலும் சிலவற்றை நாம் மறக்க மாட்டோம். அதில் மற்ற பிள்ளைகளுடன் சேர்ந்து விளையாடி மகிழ்ந்த நிகழ்வுகளைக் கடைசி வரை மறக்க மாட்டோம். இதை விளக்குவதற்கு புறநானூற்றில் 243வது பாடல் மிக அருமையாக விளையாடி மகிழ்ந்த நிகழ்வை நம் உள்ளம் நெகிழச் செய்யுமாறு தொடித்தலை விழுத்தண்டினார் பாடிய பாடலைப் பார்ப்பதே இக்கட்டுரையின் நோக்கம்.

இப்பொழுது நினைத்துப் பார்த்தால் என் நிலை இரங்கத் தக்கதே! செறிந்த மணலிடத்துச் செய்யப்பட்ட வண்டல் பாவைக்குப் (வண்டற்பாவை விளையாடுதற்காக மண்ணாற் செய்த பாவை) பறிக்கப்பட்ட பூவைச் சூடி, குளிர்ந்த நீரில் ஆடும் பெண்களோடு கை கோர்த்துக் கொண்டு ஓடி விளையாடினோம். கை கோர்த்து அவர் தழுவின இடத்தே தழுவி, அசைத்த இடத்தே அசைத்து ஒளித்து வைத்து செய்யும் அஃதறியாத வஞ்சனை இல்லாத இளமைந்தருடனே கூட குளக்கரையில் நீருக்கு அருகே உள்ள வளைந்த கிளைகள் உடைய மருத மரத்தின் உயர்ந்த கிளைகளில் ஏறி, கரையில் இருப்பவர்கள் கண்டு வியக்க நீர் அலைகள் எழத் ‘திடும்’ என்ற ஒலி எழ ஆழத்தால் நெடிய நீரையுடைய மடுவின் கண் திடுமென நீருக்குள் குதித்து அடிவரை சென்று மணலைக் கையில் அள்ளிக் கொண்டு வந்து கரையில் இருப்போருக்குக் காட்டி மகிழ்ந்த அந்த அறியாப் பருவம் இரங்கத் தக்கதே அந்த இளமைக் காலம் இன்று எங்குப் போனது? பூண் செறிந்த தலையையுடைய கைத்தடி ஊன்றி உடல் தளர்ந்து இருமலுக்கு இடையிடையே சில வார்த்தைகளே தடுமாறிப் பேசும் முதுமைப் பருவம் எய்திவிட்ட எமக்கு இளமைப் பருவம் என்பது இனி நினைத்து ஏங்கக் கூடிய ஒன்று தானே.

எமக்கு இளமை யாண்டுண்டு கொல்லோ? அது தான் இரங்கத் தக்கது. இளமை கழிந்து இரங்கிக் கூறுவதால் கையறு நிலையாயிற்று.

இனியென்றது இனி நினைந்திரக்க மாகின்று என்றாற் போல, இப்பொழுது என்னும் பொருள் தந்தது. (கலி–1)

இரங்கல் என்னும் உரிச்சொல் இரக்கம் என்றாகி, ஒரு பொருளது கழிவாற் பிறந்த வருத்தமாகிய குறிப்பு உணர்த்தி

நிற்கும். தொல்: உரி சூ.61 "கவவகத் திடுமே" இதற்குப் புறம் 11 1–4 எடுத்துக் காட்டுகிறார்.

"அரிமயிர்த் திறள் முன்கை
வால் இழை மட மங்கையர்
வரி மணல் புனை பாவைக்கு
குலவுச் சினைப்பூக் கொய்து"

மென்மை மிக்க பூமயிர் நிறைந்த திரண்ட முன் கையுடைய அழகிய அணிமணிகள் புனைந்த இளமங்கையர், சேற்றாலமைந்த சிறு வீடுகளில் பாவைகள் வைத்து விளையாடி மகிழ்வர். அப்பாவைகளுக்கு வளைந்த கோட்டுப் பூக்களைப் பறித்துச் சூடுவர்.

"நெடுநீர் தண்கயந் துடுமெனப் பாய்ந்து" **நற்:330:3**

என்பது ஒப்பு நோக்கத்தக்கதாகும்.

கரைசேர் மருதமேறிப் பண்ணை பாய்வோள் **ஐங்குறு 74**

இவற்றை நோக்கும் போது குளம், மடு, ஆறு ஆகிய நீர் நிலைகளில் குளிக்கும் பழக்கம் இருந்தது எனவும் அறியலாம்.

"பெருமூதாள ரேமஞ்சூழ" **முல்லை 54**

தொடித்தலை..... எமக்கே என்பது. தன்கட் தோன்றிய மூப்புப் பொருளாக இளவரல் பிறந்தது.

தொல். சூ.6. "மூப்பே பிணியே வருத்தம் மென்மையோடு யாப்புற வந்த இளிவரல் நான்கே" மூப்புக்கு புறம் 243 பாடல் எ–டு தரப்பட்டுள்ளது.

பத்து வயதில் நடந்த இந்த நிகழ்வு தடி ஊன்றி நடக்கும் வயதில் நினைந்து மனம் உருகும் நிகழ்ச்சி நம்மையும் நெகிழ வைக்கிறது. மேலும் பெண் பிள்ளைகளும், ஆண்பிள்ளைகளும் பேதமின்றி குளத்தில் குளித்து விளையாடினர் என்னும் போது காதல் மலராத மிக இளம் பருவம் என்பதையும் நம்மால் அறிய முடிகிறது. அந்நிகழ்ச்சியை நினைத்துப் பார்க்கும் போது மீண்டும் அந்த இளமைக் காலம் வருமா? என்ற ஏக்கம் எவருக்கும் உண்டாவது இயல்பே. எனவே இதற்கு தொடித்தலை விழுத்தண்டினார் விதிவிலக்கல்ல.

அற்றைத் திங்கள் இற்றைத் திங்கள்:

சூழ்ச்சியால் மூவேந்தர்களும் பாரியை வென்று அவனது பறம்பு மலையைத் தமக்குரியதாக்கிக் கொண்டனர். நாடும் தந்தையையும் இழந்த பாரி மகளிர் கபிலரிடம் அடைக்கலப் பொருளாய் இருந்தனர் தந்தையோடு இருந்த நாளை எண்ணித் தனியே தவிக்கும் தம் துயரைக் கூறி புலம்பும் அருமையான பாடலைப் பாரி மகளிர் கையறு நிலையாகப் பாடினார்.

மூவேந்தர் பறம்பு மலையை முற்றுகை இட்டிருந்த அன்று வெண்ணிலவின் ஒளியிலே நாங்கள் எங்கள் தந்தையுடன் கூடி மகிழ்ந்திருந்தோம், இப்பறம்பு மலையும் எங்களுடையதாகவே இருந்தது. ஆனால் இன்று இற்றைத் திங்கள் வெள்ளிய நிலவில் வென்றெறி முரசின் வேந்தர் எம்முடைய மலையையும் கொண்டார். யாம் எம்முடைய தந்தையையும் இழந்தோம் என்று மனமுருகி கூறுகின்றனர்.

திங்கள் – நிலவையும் குறிக்கும். மாதம் என்ற பொருளும் தரும். நிலவைக் குறிப்பதால் கழிந்த முழுநிலவு என்றும், இற்றை திங்கள் என்பதால் இந்த முழுநிலவு என்றும் பொருள் கொள்ளலாம். போன மாதம் இதே நாளில் என்ற பொருளும் உண்டு. இதில் எந்தப் பொருள் கொண்டாலும் சரியாகவே வரும்.

ஒரு அரசனை – மூவர் ஒன்று சேர்ந்து வஞ்சித்துக் கொன்றமையால் வென்றெறி முரசின் வேந்தர் என்றது ஈண்டு இகழ்ச்சிக் குறிப்புத் தோன்ற நின்றது. அற்றை – நெஞ்சறி சுட்டாகும்.

வென்றெறி முரசின் வேந்தர் புறம் 351 வரி 5 வேந்தர் “வென்றெறி முரசினன்பல முழங்கி” குறுந்தொகை: 380 1–2 என்றும் கூறியுள்ளதையும் காண்க.

இங்குப் பாரி மகளிர் பரம்பு மலையை நினைவு கூர்ந்தனர். எம் குன்றும் கொண்டார் என்றும் கூறினர். ஏனெனில் இன்று (பறம்பு மலை) எங்களுக்குச் சொந்தமில்லை என்றாலும் மலை அழிவுறாமல் அங்கேயே இருக்கும். ஆனால் தந்தையும் இலமே என்று கூறுவதில் தான் அவர்கள் துன்பநிலை உச்சம் பெறுகிறது. முன்பிருந்த மலை உள்ளது. முன்பு இருந்த தந்தை இன்று இல்லை என்று புலம்புகின்ற கையறுநிலை பாடல்.

★★★

13. வள்ளுவரின் பொருள் கோட்பாடு

சமுதாயத்திற்குத் தேவையான பொருளியல் நெறிமுறைகளைத் திருக்குறளில் கூறுகிறார் வள்ளுவர். எனவே அறம், பொருள், இன்பம் என்ற உறுதிப் பொருள்களில் பொருளுக்கே வள்ளுவர் முக்கியத்துவத்தைத் தருகிறார் என்பதை ஆழ்ந்து சிந்திப்பவர்க்குப் புலப்படும். அறத்தின் வழிதான் பொருளும் இன்பமும் பெறலாம் என்று சங்க கால மக்கள் கருதினர். ஆனால் வள்ளுவர் அக்கருத்தினை மறுப்பவர் போல் பொருளின் வழியாகத்தான் அறத்தையும் இன்பத்தையும் பெற முடியும் என்கிறார். இதுவே பொருளியல் கொள்கை. இதையே நாலடியார் பாடலும்.

"வடுவிலா வையத்து மன்னிய மூன்றில்
நடுவணது எய்த இருதலையும் எய்தும்
நடுவணது எய்தாதான் எய்தும் உலைப் பெய்து
அடுவது போலும் துயர்" **114**

உலகில் அவமதிப்பாகிய குற்றம் இல்லாதவனாகி நிலை பெறும்படி அறம், பொருள், இன்பமாகிய மூன்று பொருள்களில் இடையில் இருப்பதாகிய பொருளை ஒருவன் அடைந்து விட்டால், அப்பொருளுக்கு முன்னும் பின்னும் இருக்கும் அறத்தையும், இன்பத்தையும் பொருள் காரணமாக மிக எளிதில் பெற்று விடலாம். அப்பொருளை அடையாதவன் கொல்லன் உலையில் இட்டு காய்ச்சுவதால் உண்டாகும் துன்பத்தை அடைவான்.

சிறப்பு (Human values) தருவது அறம் அல்ல. மாறாக

அறத்தைச் சிறப்பு தருகிறது. ஆனால் தருவது அறம் அல்ல. மாறாக அறத்தைச் செல்வம் தான் தருகிறது.

சிறப்பீனும் செல்வமும் ஈனும் அறத்தினூஉங்கு
ஆக்கம் எவனோ உயிர்க்கு. 31

அறநெறி முதற்றே அரசின் கொற்றம் என்பது சங்ககால வழக்கு. முறையாக ஆட்சி செய்யும் அரசுதான் அறத்தை நடைமுறைப் படுத்த முடியும் என்கிறது திருக்குறள். நல்ல நெறியில் அரசு செயல்படுத்தும் போது அதனால், இன்பமும் பயனும் நிலைத்திருக்கும். (குறள். 543, 560) குறட்பாக்களில் காணலாம்.

தனிமனிதப் பண்புகள் குணங்கள் திறமைகள், இயற்கை வளங்கள் உற்பத்தி செய்யும் பொருள்கள், நுகர்பொருள்கள், மக்கள் உண்டும் துய்த்தும் இன்பம் பெறக்கூடியதும் அனைத்துப் பொருள்களும் செல்வம் என்பதே வள்ளுவர் கருத்து. செல்வம் என்பதை 29 குறட்பாக்களில் கூறியுள்ளார். இவற்றைப் பொருள் என்றே வள்ளுவர் வரையறை செய்கிறார். பொருள் என்ற சொல்லை 13 இடங்களில் கூறுகிறார்.

தனிமனிதனுக்குரிய குறைந்த அளவிலான அடிப்படைத் தேவைகளைத் தீர்ப்பது கைப்பொருள் (178, 371) ஊக்கத்தையும் செயல் செய்யும் கைத்திறனையும் (593, 758) குறட்பாக்களில் கூறுகிறார்.

திருவள்ளுவர் திருக்குறள் முழுவதிலும் பல குறட்பாக்களில் பொருள் பற்றிக் கூறியுள்ளார் என்பதை நம்மால் உணர முடியும்.

இனி பொருள் பற்றி வள்ளுவர் கூறுவதைக் காண்பதற்கு முன் சங்க நூல்களில் சிலவற்றைப் பார்ப்போம். சங்க இலக்கியங்கள் செல்வம் வேறு, பொருள் வேறு என்று கூறுவதைக் காணலாம்.

"அதனால், அறனும் பொருளும் இன்பமும் மூன்றும்
ஆற்றும் பெருமநின் செல்வம்
ஆற்றா மைந்நிற் போற்றா மையே"

புறம் 28 வரி 15-17

உறையூர் முதுகண்ணன் சாத்தனார் நீ பெற்ற செல்வம் அறம், பொருள், இன்பங்களை ஆற்றுவதற்காகவே யாகும். அவற்றைச் செல்வத்தால் ஆற்றா தொழிதல் ஒருவன் தன்னைத் தானே பாதுகாவாமை – பயன்படாமை ஆகும்.

அறம், பொருள், இன்பங்கள் பெறுவதற்கு செல்வம் ஒரு கருவிதான். செல்வமே முடிவானதல்ல.

அறன்கடைப் படாஅ வாழக்கையும் என்றும்
பிறன்கடைச் செலாஅச் செல்வமும் இரண்டும்
பொருளின் ஆகும். **புறம் 55**

செல்வம் என்பதை நற்றிணையில் ஒரு பாட்டில் சொல்லப்பட்டதைக் காண்க.

"நெடிய மொழிதலும் கடிய ஊர்தலும்
செல்வம் அன்று தன் செய்வினைப் பயனே
சான்றோர் செல்வம் என்பது சேர்ந்தோர்
புன்கண் அஞ்சும் பண்பின்
மென்கட் செல்வம் செல்வம் என்பதுவே." **நற்றிணை: 210**

தன் நல்வினைப் பயனே – தான் செய்கின்ற பயனே (பழவினையன்று) செல்வம் என்பது ஒருவனுடைய செயலால் வரும் பயன்.

வள்ளுவர் பொருளியல் கொள்கை சமுதாய ஆக்க நலத்தை முதன்மையாகக் கொண்டுள்ளது என்பதை திருக்குறள் நமக்குத் தெளிவுபடுத்துகிறது.

பிறர்க்குக் கொடுப்பது, தாம் அனுபவிப்பது ஆகிய இரண்டு பயன்களை உடையவர் அல்லாதவர்கள் அடுக்கிய கோடிப் பொருள் இருந்தாலும் அவை இன்மையே யாகும். கொடுப்பதூஉம் என்பதற்கு ஈகையை என்பது மட்டும் பொருளன்று. தாம் துய்ப்பது போக எஞ்சியுள்ளதை மற்றவர்களுக்குக் கொடுக்க வேண்டும் என்பது. ஆனால் இக்காலத்திற்கு இது முற்றிலும் பொருந்தாது என்றே கூறலாம். இக்கருத்து அமைந்துள்ள குறட்பாக்கள் 437, 483, 1001, 1008 குறட்பாக்களைப் படித்துப் பார்க்க. ஆனால் இக்காலத்தில் தாம் துய்த்தது போக மீதம் தம் சந்ததியர்க்குச் சேர்த்து வைப்பதைக் காணலாம்.

"இயற்றலும் ஈட்டலும் காத்தலும் காத்த
வகுத்தலும் வல்ல தரசு" 385

பொருளியலின் தலைமையானதும் அரசனுக்கு ஏற்றதும் தனிமனிதன் குடும்ப வாழ்க்கைக்கும் பொருத்தமான குறள் இதுவே. மக்களின் பொருளியல் நடவடிக்கைகள் மக்கள் நன்மை கருத்துட்கொண்டு அரசு முறைப்படுத்தப்பட வேண்டும். இவ்வாறு இல்லையென்றால் சிறப்பு இருக்காது.

பொருளையும் பொருள் பெறும் வழி வகைகளையும் உண்டாக்க வேண்டும். பொருளை ஈட்டுதல் வேண்டும். அப்பொருளைக் காக்க வேண்டும். காத்த பொருளை பயன்படுமாறு வகுத்தலும் அரசின் தலையாய பணி. இதுவே பொருளியலின் கடமையாகும்.

பொருள் பற்றிய அனைத்துத் துறைகளையும் வள்ளுவர் அரசின் வலிமையுள்ள (வல்லரசு) செல்வத்தின் இயல்களையும் பண்புகளையும் விளக்க பல குறட்பாக்களைக் கூறுகிறார். பெருஞ் செல்வம், செல்வத்துள் செல்வம், விழுச்செல்வம், நெடுஞ்செல்வம், பொருட்செல்வம் எனப் பகுத்துக் கூறியுள்ளதைக் காணலாம்.

இதுவரை பொருள் பற்றிச் சில பொதுப்படையான கருத்துக்களைப் பார்த்தோம். இனி பொருள் ஈட்டுவது, எதற்குப் பொருள் ஈட்ட வேண்டும், ஈட்டும் வழிகள், அழியாத பொருள், அழியக் கூடிய பொருள் காப்பு, பொருளுடையவன் இல்லாதவன் – காரணம் என்ன என்பதை வள்ளுவர் குறட்பாக்களைக் கொண்டு, வள்ளுவர் பொருளியல் கோட்பாட்டைப் பார்ப்போம்.

திருவள்ளுவர் பொருள் குறித்து முப்பாலிலும் கூறியுள்ளார் என்பது ஆய்வுநோக்குடன் பார்ப்போமானால் உண்மை நமக்குப் புலப்படும். ஆனால் இக்கட்டுரையில் எதற்காக பொருள் சேர்க்க வேண்டும். பொருள் ஈட்டும் தன்மை ஏன் வேண்டும், அப்பொருளை ஈட்டும் வழிகள், அழியாத பொருள், அழியக் கூடிய பொருள் ஈட்டிய பொருளை எவ்வாறு காக்க வேண்டும் என்பவற்றைக் கூறுவதே இக்கட்டுரையின் நோக்கம்.

பொருள் சேர்ப்பது எதற்கு?

நாம் முயற்சி செய்து ஈட்டிய பொருள் முழுவதும் ஒப்புரவு (உதவும்படி) செய்வதற்காக, பிறருக்கு உதவாமல் தாமே உண்ணுவதற்காக அல்ல, குறள் 81 இல்லறத்தோடு கூடி வாழ்பவன் அற இயல்புடைய மற்ற மூவருக்கும் அச்செல்வம் பயன்படுமாறு இருக்க துணைபுரிதல். அம்மூவர் யாவர்? பரிமேலழகர் கூறுவது. ஆசாரியனிடத்தினின்று ஓதுதலும், விரதம் காத்தலும், இல்லை விட்டு காட்டுக்குச் சென்று, மனையாள் வழிபடத் தவஞ் செய்யும் ஒழுக்கத்தானும், முற்றத் துறந்த யோக வொழுக்கத்தானும் என இவர். இவர்கள் இவ்வொழுக்க நெறிகளை முடிய செல்லும் அளவும் அச்செலவிற்குப் பசி நோய் குளிர் முதலியவற்றான் துன்பம் நேராமல் உண்டியும் மருந்தும் உறையுளும் முதலியன செய்தற் பொருட்டாகும் என 41வது குறளில் கூறப்பட்டுள்ளது காணலாம்.

துறக்கப்பட்டார்க்கும் துவ்வாதவர்க்கும் நல் கூர்ந்தார்க்கும் ஒருவரும் இல்லாமல் தன்னிடம் வந்து இறந்தார்க்கும் இல்வாழ்பவன் துணையாக வேண்டும். இதற்குச் செல்வம் ஈட்டுதல் வேண்டும் என்று 42 வது குறள் கூறுகிறது. மேலும் பிதிரர், தேவர், விருந்தினர், சுற்றத்தார், தான் என்று சொல்லப்பட்ட ஐவரையும் காத்தல் பொருட்டு செல்வம் ஈட்டுதல் வேண்டும் என்று குறள் 43 கூறும்.

மேலும் ஒரு நாடு, பசி, பிணி, பகை இல்லாமலும் நோயின்மை, செல்வம் விளைதல், இன்பம், காவல் என்று ஒரு அரசனுக்கு இருக்க வேண்டிய செல்வத்தின் தேவை காட்டுகிறது 735, 738 குறட்பாக்கள். பிறர்க்குக் கொடுப்பதும், தாம் நுகர்வதுமாகிய இவை இரண்டும் இல்லாதார் பலவாக அடுக்கிய கோடி பொருள் உண்டாயினும் ஒன்றுமில்லை என்றும், தன் மனையகம் எல்லாம் நிறைய, பெரும் பொருள் வைத்திருந்தாலும் உலோப குணத்தால் அதனை உண்ணாதவன், உளனாயினும் செத்தவனாவான் என்பதால் செல்வம் இருந்தும் நுகராதவனது இழிவு கூறப்படுகிறது. ஆகையால் உண்டு வாழ்வதற்குச் செல்வம் தேவை என்பதை குறள் 1001, 1005 குறட்பாக்களில் வள்ளுவர் கூறுகிறார்.

ஒரு பொருளும் இல்லாதார்க்கு அவர் வேண்டிய தொன்றனைக் கொடாதானது செல்வம் வீணாக கழியும் எதுபோலவெனில் பெண்ணுக்குரிய மிக நலத்தினைப் பெற்றாள் ஒருத்தி கொடுப்பார் இல்லாமையால் கொழுநன், இன்றி தமியளாக மூத்த தன்மையானாள் போன்றது என்று 1007வது குறளில் கூறியுள்ளதைக் காணலாம்.

வறியவர்க்குப் பக்கமாக இருந்தும் ஒன்றும் தராமையினால், அவரால் நச்சப்படாதவன் செல்வம் பெறுதல் ஊரிடை நிற்பதோர் நச்சுமரம் பழுத்தது போன்றதாகும் என்று 1008வது குறளில் கூறுகிறார்.

இதுவரை நாம் பார்த்ததில் பொருள் ஈட்டுதலின் அவசியமும், பொருளை ஏன் சம்பாதித்தல் வேண்டும் என்பதைப் பற்றியும் கண்டோம்.

பொருளை ஈட்ட வேண்டும்.

செய்க பொருளைச் செறுநர் செருக்கறுக்கும்
எஃதனிற் கூறியது இல் 759

இது நாடாளும் வேந்தனுக்குக் கூறுவதாக, இருந்தாலும் தனி மனித வாழ்க்கைக்கும் பொருந்தும். ஒரு நாட்டில் உழைத்துத் தொழில் செய்கின்றவர்கள் பெருகிப் பொருள் வளத்தை மிகுதிப்படுத்த வேண்டும். அப்பொழுதுதான் பகைவர்கள் எதிர்க்கவும் முன் வரமாட்டார்கள். செருக்கு அடங்கும். ஆகையால் பகைவருடைய செருக்கை அறுக்கும் கூர்மையான கருவி பொருள்தான்.

சீவக சிந்தாமணியிலும் இக்கருத்தமைந்த ஒரு பாடலைக் காணலாம்.

செய்கபொருள் யாரும் செறுவாரைச் செருகிற்கும்
எஃகுபிரில்லை இருந்தே உயிரும் உண்ணும்
ஐயம் இலை இன்பம் அறனோடு எவையும் ஆக்கும்
பொய்யில் பொருளே பொருள் மற்ற அல்ல பிறபொருளே.

பாடல் 497

எல்லோரும் செல்வத்தைத் தேடுக. பகைவரை வெல்லும் வேல் அதனை விடப் பிறிது இல்லை. அது இருந்த

இடத்திலிருந்தே பகைவரின் உயிரை உண்ணும் இதில் ஐயமில்லை. செல்வமானது முற்கூறியவற்றை ஆக்குவதுடன் இன்பத்தையும், அறத்தையும் வளர்க்கும். முயற்சியால் கிடைக்கும் செல்வமே உண்மைச் செல்வமாகும். வேறு வழியால் வருவன செல்வம் ஆகா என்று கூறுவதும் காண்க.

மதிப்பு இல்லாதவர்களையும் மதிக்கத் தக்கவராகச் செய்யும் சிறப்புள்ளது பொருள். ஆகையால் அந்தப் பொருளை விட ஈட்டத் தகுந்த பொருள் வேறு இல்லை. பொருள் இல்லாதவர்களை எல்லாரும் இகழ்வர். பொருள் உடைய செல்வரை எல்லோரும் சிறப்புச் செய்வார்கள். ஆகையால் பொருள் ஈட்டியே ஆக வேண்டும். இவ்விரு குறட்பாக்களை நினைக்கும் போது, பொருள் ஈட்டுதல் வேண்டும் என்ற எண்ணமே உண்டாகும்.

குறட்பாக்கள் 752, 247

பொருள் ஈட்டும் வழி:

அறநெறியில் நின்று வாழும் போது நடுவுநிலைமை தவறாமல் நடந்து கொள்ள வேண்டும். நம்மவர் பிறர் என்ற பாகுபாடின்றி நடக்க வேண்டும். நடுவு நிலையை கடந்து ஒரு செயல் செய்தால் நன்மை உண்டாகாது. ஒருவேளை நன்மையே விளைவதாக இருந்தாலும் நடுவு நிலை இன்றி வந்த பொருள் என்று அதை அப்போதே கைவிட வேண்டும்.

வாணிகம் செய்வார்க்கு வாணிகம் பேணிப்
பிறவும் தம்போல் செயின் 120

நடுவுநிலைமை சிறப்பாக வணிகருக்கு வேண்டும். பொருளைக் கொடுத்து மற்றும் அவர்களுடைய தொழிலாகிய கொடுப்பதையும் குறையக் கொடுக்காமல் கொள்வதையும் மிகக் கொள்ளாமல் வாழும் நடுநிலைமை வேண்டும், பிறர் பொருளையும் தம்பொருள்போல் போற்றி வாழ்பவர்களால் வாணிகத்தைத் தொழிலாகச் செய்வார்க்கு அது நன்மை தரும்.

ஒருவன் மற்றவர்களை வருத்தி அழ வைத்துக் கைப்பற்றிய பொருள்கள் எல்லாம் அவனை அழ வைத்து விட்டுப் போய்விடும். ஆனால் நன்னெறியில் வந்த பொருள்களை அவன் இழந்துவிட்டாலும் அவை திரும்ப வந்து பயன்

தரும். தனக்குள்ளது மறைக்காமல் வரப்பெற்றோம் என்று உள் மகிழ்ந்து கொடுக்கும் கண்போலச் சிறந்தார் மாட்டும் இரவாது செல்வம் எய்தலிற் கோடி மடங்கு நன்று.

ஏற்றல் வீட்டுலகிற்கு நல்ல நெறியென்பர். உளராயினும் அது தீது. ஈந்தார்க்கு அவ்வுலகெய்துதலில்லை என்பார் உளராயினும் ஈதலே நன்றாகும்.

சாலாதார் தீய வினைகளைச் செய்து அதனால் பழியைத் தம்மேற் கொண்டு பெற்ற செல்வத்தின் அது மேற்கொள்ளாத சான்றோர் அனுபவிக்கும் மிக்க வறுமையே உயர்ந்தது.

குறட்பாக்கள் 659, 1061, 222, 657 காண்க.

அழியாப் பொருள்:

நடுவு நிலைமையை உடைவனது செல்வம் பிறர் செல்வம் போல அழிவின்றி அவன் வழியினுள்ளார்க்கும் வலியாகும் தன்மை உடைத்தாகும்.

சுருங்கும் தன்மையுடைய செல்வத்திற்குச் சுருங்காமைக்குக் காரணம் யாதெனில் என்று ஆராய்ந்தால், அது பிறன் வேண்டும் கைப்பொருளைத் தான் வேண்டாமையால் ஆகும். குறள்: 112, 178.

அறனறிந்து வெஃகா அறிவுடையார்ச் சேருந்
திறனறிந் தாங்கே திரு. **திருக்குறள் 179.**

இஃது அறம் என்று அறிந்து பிறர் பொருளை விரும்பாத அறிவுடையாரை திருமகள் தானடைதற்காம் கூற்றினைச் சென்று சேரும்.

அசைவில்லாத ஊக்கத்தை உடையான் இடத்தில் பொருள் தானே வழி வினவிக் கொண்டு சென்றடையும். ஒருவன் மடியின் கண்ணே உறையும் திருமகள் மடி (சோம்பல்) இல்லாதானது முயற்சி கண்ணே உறையும்.

தன்னடியளவானே எல்லாவுலகையும் அளந்த இறைவன் கடந்த பரப்பு முழுவதையும் மடியில்லாத அரசன் முறையானன்றி ஒருங்கே எய்தும்.

குறட்பாக்கள் 594, 617, 610

அழியும் பொருள்:

பிறர் செல்வம் கண்டபோது பொறாமைப் படுபவனைத் திருமகள் (செல்வம்) தானும் பொறாது தன் தவ்வைக்கு காட்டி நீங்கும். தவ்வை – மூத்தவள். அழுக்காறு என்று சொல்லப்பட்ட ஒப்பில்லாத பாவி தன்னையுடையவனை இம்மையில் செல்வத்தைக் கெடுத்து மறுமைக்கண் நரகத்திற் செலுத்தி விடும்.

பிறர்க்குரியன கோடல் நமக்கு அறனன்றென்னும் நடுவு நிலைமையின்றி அவர் நன்பொருளை ஒருவன் வெஃகின் (விரும்பினால்) அவன் குடியைக் கெடச் செய்து, பல குற்றங்களையும் அப்பொழுதே அவனுக்குக் கொடுக்கும்.

குறள் 167, 168, 171 காண்க.

களவினால் வந்த பொருள் வளர்வது போலத் தோன்றி பின் தன் எல்லையைக் கடந்து கெடும்.

"செயற்பால செய்யா திவறியான் செல்வம்
உயர்பால தன்றிக் கெடும்" **437**

பொருளால் தனக்குச் செய்து கொள்ள படுமவற்றைச் செய்து கொள்ளாது செல்வம் பின் உளதாம் தன்மையன்றி வறிதே கெடும்.

செயற்பாலவாவன – அறம், பொருள், இன்பம் பொருளாற் பொருள் செய்தலாவது – பெருக்குதல். அது,

பொன்னி னாகும் பொருபடை யப்படை
தன்னி னாகுந் தரணி – தரணியிற்
பின்னை யாகும் பெரும்பொரு ளப்பொரு
டுன்னுங் காலைத் துன்னாதன வில்லையே.

என்றதனாலும் அறியலாம்.

சீவகசிந்தாமணி, விமலையாரிலம்பகம் 35.

அரசன் முறையாக ஆட்சி செய்யாமையால் குடிகள் துன்பமுற்று அதனைப் பொறுக்க மாட்டாது அழுத கண்ணீரே அவன் செல்வத்தைக் குறைக்கும் கருவி.

பிறர் இரங்க கொண்ட பொருளெல்லாம் அவன் தான் இரங்குமாறு செய்து அவனை விட்டு நீங்கும். மற்றைய தூய வினையான் வந்த பொருள்கள் முன் இழந்து விட்டாலும் அவனுக்குப் பின்னர் வந்து பயன் கொடுக்கும். குறட்பாக்கள்: *555, 659* காண்க.

பொருளைக் காத்தல்:

பொருளைச் சேர்த்துவிட்டால் போதாது. அதைக் காப்பதே மிக கடினம். பொருளாற் பயன்கோடல் அதனை பாதுகாவாதார்க்கு இல்லை என்றும், பொருளாற் தனக்குச் செய்து கொள்ளப்படுமவற்றைச் செய்து கொள்ளாது அதன்கண் பற்றுள்ளம் செய்வதானது செல்வம் பின் உளதாம் பான்மையதன்றி வீணாகக் கெடும். குறள் *252, 437* காணலாம்.

பொருளாட்சியில் மக்கள் பயிலவும், திறமை பெறவும் வள்ளுவர் கூறும் வழிகளைக் காணலாம்.

ஆற்றின் அளவறிந் தீக அதுபொருள்
போற்றி வழங்கும் நெறி **477**

ஈயும் நெறியானே தமக்குள்ள பொருளின் எல்லையை அறிந்து அதற்கேற்ப தருதல் வேண்டும். ஈதல் பொருளைப் பேணிக் கொண்டொழுகும் நெறியாகும்.

பரிமேலழகர் உரை சிறிது காண்போம். எல்லைக்கேற்ப ஈதலாவது, ஒன்றான எல்லையை நான்கு பகுதியாக்கி, அவற்றுள் இரண்டைத் தன் செலவுக்காகவும், ஒன்றனை துன்பம் வந்தபோது அது நீக்குதல் பொருட்டு வைத்துக் கொண்டு, மீதமுள்ள ஒன்றனை ஈதல் என்கிறார் பரிமேலழகர்.

பேணிக் கொண்டொழுகுதல் ஒருவரோடு நட்பில்லாத அதனைத் தம்மொடு நட்புண்டாக்கிக் கொண்டு ஒழுகுதல். முதலில் செலவு சுருங்கிற் பொருள் ஒருகாலும் நீங்காது என்பதாம்.

"வருவாயுட் கால்வழங்கி வாழ்தல்"

என்று திரிகடுகம் *21*ஆம் பாடலில் கூறுவதும் காண்க.

அரசர்க்கு பொருள் வரும் நெறியளவு சிறிதாயினும், அதனால் கேடு ஒன்றும் இல்லை. போகின்ற நெறியளவு அதைவிடப் பெருகாமல் பார்த்துக் கொள்ள வேண்டும் என்று வள்ளுவர் கூறுவது அரசனுக்கு மட்டும் அன்று, தனி மனித வாழ்க்கையிலும் இதே நிலையைப் பின்பற்றி வாழ்ந்தால் வாழ்வில் பொருட் பற்றாக்குறை இல்லாமல் நிறை வாழ்க்கை வாழலாம்.

மேலும், தனக்குள்ள பொருளின் அளவு அறிந்து அதற்கேற்ப வாழமாட்டாதான் வாழ்க்கை உள்ளது போலத் தோன்றி மெய்மையாக இல்லையாய், பிறகு அத்தோற்றமின்றி கெட்டுவிடும். குறள்:*478, 479*

பொருள் உண்மைக்கும், இன்மைக்கும் காரணங்கள்:

அதாவது பணக்காரன் – ஏழை என்ற பாகுபாடு சமுதாயத்தில் இருப்பதற்குக் காரணங்கள் என்ன என்பதைப் பார்த்து விட்டு இக்கட்டுரையை நிறைவு செய்யலாம்.

இலர்பல ராகிய காரணம் நோற்பார்
சிலர்பலர் நோலா தார். குறள்.270.

உலகில் செல்வர்கள் சிலராகவும், ஏழைகள் பலராகவும் இருப்பதற்குக் காரணம் என்னவென்றால், தவம் செய்வார் சிலராகவும், அது செய்யாதார் பலராகவும் இருப்பதே ஆகும் என்று வள்ளுவர் கூறுகிறார்.

"நுண்ணுணர் வின்மை வறுமை அஃதுடைமை
பண்ணப் பணைத்த பெருஞ்செல்வம்"

என்று நாலடியார் *251*வது பாடல் கூறுவதும் காணலாம்.

"இருவேறு உலகத்து இயற்கை திருவேறு
தெள்ளிய ராதலும் வேறு" **374**

உலகத்தில் ஊழ்வினையால் ஏற்பட்டுள்ள அமைப்பு இருவகையாக உள்ளது. செல்வம் பெறுவதற்கு உரிய அமைப்பு வேறு. அறிவுடையவராக விளங்குவதற்கு வேண்டிய அமைப்பு வேறு என்று பொருள் பற்றிக் கூறுகிறார்.

நிறையுரை:

பொருளல்ல வற்றைப் பொருளென் றுணரும்
மருளானாம் மாணாப் பிறப்பு.

மெய்ப்பொருள் அல்லவற்றை மெய்ப்பொருள் என்று உணரும் விபரீத உணர்வால் உளதாகும். இன்பம் இல்லாத பிறப்பு.

பரிமேலழகர் உரை சிறிது பார்ப்போம். விபரீத உணர்வு என்பது, மறுபிறப்பு, இருவினைப் பயனும் கடவுளுமில்லை எனவும் மற்றும் இத்தன்மையவுஞ் சொல்லும் மயக்க நூல் வழக்குகளை மெய்ந்நூல் வழக்கு எனத் துணிதல், குற்றியை மகன் என்றும் இப்பியை வெள்ளியென்றும் இவ்வாறு ஒன்றனை மற்றொன்றாகத் துணிதலும் ஆகும்.

நரகர், விலங்கு, மக்கள், தேவர் என்று நால்வகை பிறப்பினும் உள்ளது துன்பமே என்பதும் அதற்கு முதல் காரணம் அவிச்சை என்றும் கூறப்பட்டன.

மேலும் நாட்டில் மிக்க பசியும், நீங்காத நோயும், பகையும் இன்றி வாழ பொருள் தேவை. ஒரு நாட்டிற்கு மக்கள் நோயின்றி வாழவும், செல்வம், விளைதல், இன்பம், சிறந்த பாதுகாப்பு அழகு என்பது நூலோர் கூற்று.

"கற்க கசடறக் கற்பவை கற்றபின்
நிற்க அதற்குத் தக. 391

என்பதற்கு ஏற்ப, அறம், பொருள், இன்பம், வீடு என்னும் உறுதிப் பொருள் உணர்ந்து அறவழியில் பொருளீட்டி, உண்மைப் பொருளை நல்லோர் பலருடன் பயின்று, இல்வாழ்க்கையில் ஈடுபட்டு தக்கார்க்கு உதவி செய்து, நிறை வாழ்க்கை வாழ்தல் வேண்டும்.

எனவே, வள்ளுவர் பொருள் ஈட்டும் வழி பொருளின் சிறப்பு, அழியும் பொருள், அழியாத பொருள் பொருளைப் போற்றிப் பாதுகாத்தல், ஆகியவற்றை மட்டும் எடுத்துக் கொண்டு இக்கட்டுரையை எழுதினேன். வள்ளுவர் பொருளின் தேவை மூன்று பால்களிலும் ஆங்காங்கு கூறியுள்ள சிறப்பை இக்குறள் வாயிலாக அறிய முடிகிறது என்பது சுருக்கமாகக் கூறப்பட்டது.

★★★

14. மனித உடைமைகள்

வள்ளுவர் பயப்பட வேண்டியவை, அழிதல், அறிவுறுத்தல், ஆண்மை எது? செய்யத்தகாதவை இவை இவை என்று 'மை' சேர்த்து வெகுளாமை என்பது போல பதினேழு அதிகாரங்களைக் கூறியுள்ளார். இவை மனிதனை நல்வழி படுத்தவும் செம்மையாக வாழவும் வள்ளுவர் கூறும் அறவுரைகளாகும்.

இதுபோல மனித உடைமைகள் பற்றி பத்து அதிகாரங்களில் கூறியுள்ளார். உடைமை என்பதற்கு தன்னிடம் உடைமையாக இருக்க வேண்டியவை என்பதாகும். வள்ளுவர் திருக்குறளில் பத்து உடைமைகளைக் கூறுகிறார். அவை: அன்பு, அடக்கம், அருள், அறிவு, ஆள்வினை, ஊக்கம், ஒழுக்கம், நாண், பொறை – இவற்றுடன் உடைமை சேர்த்தால் பத்து உடைமைகள் ஆகின்றன.

உடைமை என்றால் நாம் பணம், பொன், நிலம், மகிழுந்து, பங்களா இவைதான் என்று நினைக்கிறோம். பெரிய பெரிய செல்வந்தர்கள் எல்லாரும் தங்கள் சொத்து, செல்வாக்குப் பற்றிச் சொல்லிக் கொண்டு பெருமைப்படுபவர்கள் உண்டு. ஆனால் இப்புற உடைமைகள் நிலையானதல்ல. இவைகளை உடைமைகள் என்று வள்ளுவர் கூறவில்லை. எனவே வள்ளுவர் மனத்துள் எழும் அக உடைமைகளையே உடைமைகள் எனக் கருதினார். ஆகையால் இவ் உடைமைகள் உறுதியாக இருக்குமானால் மற்ற புறச் செல்வங்கள் நம்மை நாடி வந்து சேரும் என்பதே வள்ளுவர் உட்கிடக்கை.

உலகில் மிகப் பெரிய அளவில் பணம் படைத்தவர்கள் எல்லாரும் தாழ்ந்த நிலையிலிருந்து உயர் நிலைக்கு

வருவதற்குக் காரணமாக இருந்தவை ஊக்கமுடைமையும் ஆள்வினையுடைமையும் தான் என்றால் அது மிகையல்ல. அந்த ஊக்கத்தின் இருப்பிடம் உள்ளம் என்கிறார் வள்ளுவர்.

"உள்ளம் உடைமை உடைமை பொருளுடைமை
நில்லாது நீங்கி விடும்." 592

நாம் அசைவில்லாத முயற்சியுடையவர்களாய் இருந்தால் செல்வம் நம்மைத்தேடி வரும் என்பது வள்ளுவர் கூற்றாகும்.

ஆக்கம் அதர்வினாய்ச் செல்லும் அசைவிலா
ஊக்கம் உடையான் உழை 594.

மன உறுதியுடையவனிடம் செல்வம் வீட்டிற்கு வழிவினவிக் கொண்டு வந்து சேரும் என்பது வள்ளுவர் வாய்மொழி.

ஊழ்வினையை வெற்றி பெறுவது எளிதல்ல. ஆனால் முயற்சிகளுக்கு ஏற்ற பயன் கிடைக்கும் முயற்சியுடையவர்கள் அந்த ஊழைக் கூட வென்று விடலாம் என்றால் முயற்சியின் ஆற்றலை உணரலாம்.

ஊழையும் உப்பக்கம் காண்பர், உலைவின்றித்
தாழாது உஞற்று பவர்' 620

என்பது குறள்.

நாம் எதைச் செய்தாலும் அறிவு வேண்டும். அறிவின்றிச் செய்யும் எந்தச் செயலும் செம்மையுறாது. "அறிவு தெளிவு பெற வைக்கிறது. தெளிவு துணிவைத் தருகிறது என்று ஹம்ப்ரி கூறுவதும் காணலாம். எனவே தான் நன்றின் பால் உய்க்கும் அறிவு தேவை என்கிறார் வள்ளுவர். அறிவு மட்டும் இருந்தால் போதுமா? அறிவோடு ஊக்கம், ஆள்வினையும் இருந்தால் உலகையே நினைத்தாலும் பெற்று விடலாம் என்பது வள்ளுவர் கூற்று.

ஞாலம் கருதினும் கைகூடும் காலம்
கருதி இடத்தால் செயின் 484.

மனிதன் சமுதாயத்தோடு ஒட்டியே வாழ வேண்டியது அவசியமாகிறது. தனித்து வாழ மனிதன் விலங்கல்ல. ஆகையால் சமுதாயத்தில் அனைவரையும் அரவணைத்துச் செல்வதற்கு அன்புடைமையும் அருளுடைமையும் ஒவ்வொருவருடைய

உள்ளத்தில் மலர வேண்டும். இல்லறத்திற்கு அன்புடைமை தேவையாதல் போல, துறவறத்துக்கு அருள் முதன்மையாகிறது. ஆகையால்தான் அன்புடைமையை இல்வாழ்க்கையிலும், அருளுடைமையை துறவறவியலிலும் வைத்தார். அப்போது தான் மனித சமுதாயத்திற்குத் தொண்டு செய்ய முடியும். அன்பின் முதிர்ச்சியே அருள் ஆகும்.

அருள்என்னும் அன்பீன் குழவி பொருளென்னும்
செல்வச் செவிலியால் உண்டு 757

பொருள் செய்வதற்கும் காரணம் அருள் அன்பு காரணமாகிறது.

ஓரறிவுயிர் முதல் ஐயறிவுயிர் வரை உள்ள உயிர்களுக்கு அன்பு செய்யத் தெரியுமா? விலங்குகள் கூட தன் குட்டிகள் மேல் அன்பு செலுத்தும். ஆனால் அந்த அன்பு குறிப்பிட்ட காலம் வரைதான் இருக்கும். ஆனால் மனிதன் எல்லா உயிர்களிடத்தும் அன்பும் அருளும் செலுத்த இயலும். அதனால்தான் இந்தப் பத்து உடைமைகளையும் மனிதனின் உடைமைகள் என்கிறோம்.

அடக்கம், பொறுமை மனிதத்திற்குப் பல வளர்ச்சியும் உயர்வும் தரும். ஆனால் தற்காலத்தில் மக்களிடத்தில் பொறுமை இன்மையே காணப்படுகிறது. ஆகையால்தான் சமுதாயத்தில் கொலைகள் அதிகரித்து வருகின்றன. மற்றவர்கள் நமக்குத் தீமை செய்தாலும், நாம் அவர்களுக்குத் தீமை செய்வது தீர்வாகாது. அவர்க்கு நாம் நன்மையே செய்ய வேண்டும். அதுவே அவன் திருந்துவதற்கு ஒரு வாய்ப்பை உண்டாக்கித் தருவதற்குச் சமமாகும்.

தற்காலத்தில் அண்ணன் தம்பிகளிடையே கூட ஒற்றுமை இன்மையால் சொத்துத் தகராறு உண்டாகின்றன, பொறுமையின்மையே இதற்குக் காரணமாகிறது. நம்மை விடச் சிறியவர்கள் நம்மைக் குறை கூறினாலும் பொறுமையைக் கடைபிடிக்க வேண்டும். அப்போது தான் பல தீய விளைவுகளைத் தடுக்க முடியும். எனவே தான் பொறையுடைமையை வள்ளுவர் முக்கியமானதாகக் கருதினார்.

மூன்று குரங்குப் பொம்மைகள் ஒன்று வாயை மூடிக்

கொண்டும், ஒன்று செவிகளை மூடிக் கொண்டும், ஒன்று கண்களை மூடிக் கொண்டும் இருப்பதைக் கண்டுள்ளோம். அதன் பொருள் கெட்டதைப் பேசாதே. கெட்டதைக் கேட்காதே. கெட்டதைப் பார்க்காதே என்ற உயர்ந்த கருத்துகளை விளக்குகிறது. அடக்க முடைமை மனிதனுக்கு அவசியம் தேவை என்பதே வள்ளுவர் கூற்று.

"யாகாவ ராயினும் நாகாக்க காவாக்கால்
சோகாப்பர் சொல்லிழுக்குப் பட்டு **127**

"ஒருமையுள் ஆமைபோல் ஐந்தடக்கல் ஆற்றின்
எழுமையும் ஏமாப் புடைத்து." **126**

அடக்கத்தின் சிறப்பை இக்குறட்பாக்கள் கூறும்.

உயிரை விட உயர்ந்ததாக வள்ளுவர் கூறுவது ஒழுக்கத்தையும் நாணத்தையும்தான். எனவே தான்

"ஒழுக்கம் உயிரினும் ஓம்பப் படும்" **131**

என்றும்,

நாணால் உயிரைத் துறப்பர் உயிர்ப்பொருட்டால்
நாண்துறவார் நாணாள் பவர் **1017**

நாணம் மாந்தர்க்கு மட்டுமே உரியது என்றும் வள்ளுவர் கூறுகிறார்.

எல்லா நற்குணங்களின் கூட்டாக அமைவது பண்புடைமை. மனிதச் செயல்களின் நல்லவைகளை எல்லாம் இவ்வுடைமையில் அடக்கலாம். ஆகையால் தான் நாணுடைமை, பண்புடைமையை ஒழிபியலில் கூறினார். பண்புடையார் இவ்வுலகில் இருப்பதால் தான் உலகம் நிலைபெற்றுள்ளது. இப்பண்பு இல்லை என்றால் உலகம் அழிந்து விடும் என்றார் வள்ளுவப் பெருந்தகை.

பண்புடையார் பட்டுண் டுலகம் அதுவின்றேல்
மண்புக்கு மாய்வது மன். **996**

தனக்கென வாழும் தன்னலம் இல்லாத பிறர் வாழத் தான் வாழும் பொது நலம் பேணுபவர்கள் இன்னும் இந்த உலகில் இருப்பதால் தான் இந்த உலகம் இருந்து கொண்டிருக்கிறது என்று கடலுள் மாய்ந்த இளம்பெரு வழுதி புறநானூற்றில்

கூறி இருப்பதும் ஒப்பிட்டுபார்க்கலாம்.

"தமக்கென முயலா நோன்தாள் பிறர்க்கென
முயலுநர் உண்மை யானே" 182

மனித வாழ்க்கையில் ஒழுக்கம் இன்றியமையாத ஒன்றாகும். எனவே அதனை உடைமை என்று வள்ளுவர் கூறுகிறார்.

ஒரு காரியம் நிலை பெறுவதற்குப் பல படிநிலைகள் உள்ளன. அவற்றை முறையாகச் செய்தால் அதுவே ஒழுக்கம் ஆகும். படிக்கும் மாணவன் தாய் தந்தையை மதித்தல், நாள்தோறும் வைகறை துயிலெழல், கடவுளை வணங்கல் பள்ளியில் ஆசிரியர்களிடம் ஒழுங்காக நடப்பது. பாடங்களைப் படிப்பது, பொய் பேசாமல் இருப்பது ஆசிரியருக்குக் கீழ்படிந்து நடப்பது. நண்பர்களிடம் அன்பாகப் பழகுவது. இவ்வாறு பல நிலைகளில் ஒழுக்கத்தைக் கடைபிடிக்கும் மாணவனே கல்வியிலும் முன்னிலை வகிப்பான். ஒரு எடுத்துக் காட்டுக்கு மாணவனைச் சொன்னேன். இதே போல் ஒவ்வொருவரும் தத்தம் கடமைகளைச் செவ்வனே செய்து வந்தால் அதுவே ஒழுக்கம் ஆகும்.

இத்தகைய ஒழுக்கம் உடைமைதான் குடிமை. குடிமைதான் ஒழுக்கம். அதுவே உடைமை. அது இல்லையேல் குடிமை இல்லை.

"ஒழுக்கம் உடைமை குடிமை இழுக்கம்
இழிந்த பிறப்பாய் விடும்" 133

இனி இவ்வொழுக்கம் கற்றுக் கொள்ளுமிடம் இல்லம், கற்றுத் தரவேண்டிய கடமை தாய் தந்தையருக்கே உண்டு. ஒழுக்கம் தாய் தந்தையரை வைத்தே தம் பிள்ளைகளுக்கு வருகிறது. இதையே வள்ளுவர்,

நலத்தின்கண் நாரின்மை தோன்றின் அவனைக்
குலத்தின்கண் ஐயப் படும். 958

நிலத்திற் கிடந்தமை கால்காட்டும் காட்டும்
குலத்திற் பிறந்தார்வாய்ச் சொல் 959

நிலத்தின் இயல்பை அதன்கண் முளைத்த முளை காட்டும். அதுபோலக் குலத்தின் இயல்பை அக்குடியில் பிறந்தார் வாய்ச் சொல் காட்டும் என்றும் உவமை வாயிலாகக்

கூறியுள்ளார்,

மேலும்,

> "நன்றிக்கு வித்தாகும் நல்லொழுக்கம் தீயொழுக்கம்
> என்றும் இடும்பை தரும்" **138**

நல்லொழுக்கம், தீயொழுக்கம் இரண்டின் தன்மையை, நல்லொழுக்கம் இருமையிலும் இன்பம் தரும். தீயொழுக்கம் பாவத்திற்குக் காரணமாகும் என்றும் கூறியிருப்பதும் காணலாம்.

வன்மையுள் வன்மை எது எனில் அறிவின்மையால் தீங்கு செய்தாரைப் பொறுத்துக் கொள்வது மண்ணுக்குப் பலர் பல துன்பங்கள் தந்தாலும் அந்நிலம் அவர்களைத் தாங்கிக் கொண்டிருக்கிறது. தாங்கும் நிலை இல்லையேல் வாழ்க்கையே இல்லை. நிலைத்திருப்பதால் அதற்கு நிலம் என்று பெயர்.

> .... வன்மையுள்
> வன்மை மடவார்ப் பொறை **153**

> அகழ்வாரைத் தாங்கும் நிலம்போலத் தம்மை
> இகழ்வார்ப் பொறுத்தல் தலை **151**

இருவகை உயர்வுகள் உலகியல் உயர்வு புற ஒழுக்கத்தாலும், அருளியல் உயர்வு அக ஒழுக்கத்தாலும் வரும் என்பது தெளிவாகிறது. அறிவினால் புற ஒழுக்கமும், அன்பினால் அக ஒழுக்கமும் பெறுதல் வேண்டும். இவ்விரு ஒழுக்கங்கள் முறையாக மேற்கொண்டால் ஒழுக்கம் நம்மை உயர்த்தும்.

ஒழுக்கம் என்பது உயிருக்கன்றி உடலுக்கன்று. உடல் வழியாக உயிர் அடையும் நன்மை அது. எனவே உயிர் உயர்வதற்கு ஒழுக்கமே வழி ஆன்மாவுக்குத் துணையாவது ஒழுக்கமே. "தெரிந்து ஓம்பித் தேரினும் அஃதே துணை என்பது குறள்.

இதுவரை பார்த்ததில் வள்ளுவர் கூறிய மானிட உயர்வுக்கு பத்து உடைமைகளை நம்முடைய உடைமைகளாக ஆக்கிக் கொண்டு அதன்படி நாம் வாழ்ந்தால் வாழ்க்கை செம்மையுறும் என்பதில் ஐயமில்லை.

★★★

15. வள்ளுவர் கூறும் அச்சம்

அச்சம் என்பதற்குப் பயம் என்பது பொருள். வள்ளுவர் அறத்துப் பாலில் இல்லறவியலில் இருபத்தொன்றாவது அதிகாரம் தீவினையச்சம் என்பதைக் கூறியுள்ளார். ஒழி பியலில் இரவச்சம் என்பதைக் கூறியுள்ளார். இவ்விரண்டும் செய்வதற்கு அஞ்ச வேண்டும் என்பது பொருள்.

பரிமேலழகர் பாவங்களைச் செய்வதற்கு அஞ்சுதல் என்கிறார். மணக்குடவர் தீவினைகளைப் பிறருக்குச் செய்யாமை என்கிறார். பரிதியார், தீவினையச்சமாவது வாக்கினால் செய்யும் குற்றமாகிய புறங்கூறுதல், பயனிலை சொல்லல் போல மனத்தாலும் பாவத்தைச் செய்யப் பயப்படுதல் என்கிறார். சொல்லும் முறை வேறு வேறாக இருந்தாலும் மூவர் கூறிய கருத்தும் ஒரே பொருளுடையதாகவே உள்ளது எனக் காண்க.

எந்த உயிரினங்களிலும் ஒன்று மற்றொன்றுக்கு தீங்கு செய்து வாழ்வதில்லை. ஆனால் மனித இனத்தில் மட்டுமே ஒருவர் மற்றவருக்குத் தீங்கிழைத்து வாழும் வாழ்க்கையைக் காண்கிறோம். எனவே இல்லற நெறி நன்நெறியாக அமைய வேண்டும் என்பதற்காகவே தீவினையச்சம் என்ற பட்டை தீட்டிய பத்து வைரக்கற்களைப் போல பத்து குறட்பாக்களை யாத்தார். இந்த அறத்தை ஒவ்வொரு மனிதனும் பின்பற்றினால் மனித சமுதாயம் உயர்வடையும் தீவினை செய்ய மனிதன் அஞ்சினால் தீய எண்ணங்கள் நம்மைவிட்டு அகலும். அப்பொழுது நல்லெண்ணங்கள் நல்லவைகளையே செய்யும். எனவே தீவினைகளுக்கு இடமில்லாமல் போகும்.

ஒருவன் பிறருக்குத் தீமைகள் செய்தால் அதன் காரணமாக தீமையை அனுபவிப்பான். நன்மையைச் செய்தால் அதன் பயனாக நன்மையையே அடைவான் "தினை விதைத்தவன் தினை அறுப்பான், வினை விதைத்தவன் வினையறுப்பான்" என்ற பழமொழி மேற்கூறிய கருத்தையே விளக்குகிறது.

தீவினை செய்தோர் தீவினையை அடைந்தே தீரவேண்டும். எனவே பிறருக்குத் தீவினை செய்தல் பகுத்தறிவுக்குப் பொருந்தாததாகும். அது பின்னால் பயக்கும் பெருந்தீவினைக்குப் பயந்தாவது தீவினை செய்யாமல் இருத்தல் வேண்டும் என்ற கருத்தில் தீவினையச்சம் என்ற அதிகாரம் வகுத்து தீவினைகளின் கொடுமைகளைக் கூறுகிறார் வள்ளுவர்.

"தீயவை தீய பயத்தலால் தீயவை
தீயினும் அஞ்சப் படும்" 202

தீயவை – தீய செயல்கள். பிறருக்கு முற்பகல் செய்தால் பிற்பகல் துன்பம் தானே வந்து சேரும். கொலை, திருட்டு போன்ற தீவினைகள் செய்த ஒருவன் எங்கு ஓடி ஒளிந்தாலும் அரசு அவனைத் தேடிக் கண்டறிந்து தண்டனை வழங்கும். ஒருவேளை அரசு தண்டனையிலிருந்து தப்பினாலும் அவ்வினையானது அவனைத் தொடர்ந்து சுட்டு வீழ்த்தும். எனவே தான் "தீயினும் அஞ்சப்படும்" என்றார் வள்ளுவர்.

தீவினையாகிய பகையிடமிருந்து நாம் தப்ப முடியாது. நிழல்போலப் பின்தொடர்ந்து சென்று வருத்தியே தீரும்.

"வீயாது....
உடம்பொடு நின்ற உயிரும் இல்லை" புறம் 363

எனைப்பகை யுற்றாரும் உயர்வர் வினைப்பகை
வீயாது பின்சென் றடும். குறள் 207.

தீயவை செய்தார் கெடுதல் நிழல்தன்னை
வியா தடியுறைந் தற்று குறள் 208

அழியா உடம்போடு எந்த உயிரும் இருந்ததில்லை. இது உலகம் உணர்ந்த உண்மை. எனவே இறுதிக் காலம் உன்னை

வந்தடையும் முன்னே நல்லறம் செய்ய நினைக்க வேண்டும் என்கிறது புறப்பாடல்.

தீவினை செய்தாரை நிழல்போலப் பின்தொடர்ந்து வருத்துதலை இலக்கியங்களில் காணலாம். அவற்றில் ஒன்றிரண்டைப் பார்ப்போம்.

இளங்கோவடிகள், தமது காப்பியமாகிய சிலப்பதிகாரத்தில் "ஊழ்வினை உருத்து வந்து ஊட்டும்" என்று கூறுமிடத்து, கோவலன் குற்றமற்ற ஒரு வணிகன் மீது, பகைநாட்டு ஒற்றன் என்று குற்றம் சாட்டி தன்னாட்டு மன்னனால் கொலை செய்வித்தான். அத்தீவினையே அவனை நிழல்போலப் பின் தொடர்ந்து வந்து இப்பிறப்பில் கள்வன் என்று குற்றம் சாட்டி கொல்விக்கிறது.

இராமன் தன் இளமையில் அம்பின் நுனியில் களிமண் உருண்டையைச் செருகி மந்தரையின் முதுகில் அடித்தான். அதனால் அவள் கூனி ஆனாள். பின்னாளில் இராமன் முடிசூட்ட மாட்டாமல் காட்டிற்குத் துரத்தியது. தன்னைச் சார்ந்துள்ள சீதையையும், இலக்குவனையும் பாதிக்கச் செய்தது. அத்தீவினையே. காட்டிலும் சீதையையும், இலக்குவனையும் கூடப் பாதித்தது. இராமன் சீதையைப் பிரிந்து வருந்தியது, இராவணனால் சீதை கவரப்பட்டது, அசோக வனத்தில் சீதை துன்புற்றது, ஒன்றன்பின் ஒன்றாக துன்பங்களையே அனுபவிக்க நேர்ந்தது.

ஆகையால் தீவினை செய்ய அஞ்ச வேண்டும் என்பது புலனாகிறதன்றோ?

இனி நல்லனவற்றை அழித்து அல்லனவற்றைத் தந்து உயிரை வருத்துவது பசி. ஆகையால் மக்கள் நல்லதை நாடாமல் தீயவற்றையே நாடி, அதனால் பசியை நீக்கவே துடிப்பர். பசி எல்லோரையும் வருத்தும். பசியின் கொடுமையை சீத்தலைச் சாத்தனார் மணிமேகலையில்,

"குடிப்பிறப் பழிக்கும் விழுப்பம் கொல்லும் பிடித்த கல்விப்
பெரும்புணை விடுஉம் நாணணி களையும் மாணெழில் சிதைக்கும்

புண்முலை மாதரொடு புறங்கடை நிறுத்தும்
பசிப்பிணி யென்னும்...." பாவி

மணிமேகலை
பாத்திரம் பெற்ற காதை 76-80

எனவே இக்கொடுமையான பசியை நீக்கவே யாவரும் எண்ணுவர். எனவே யாதொன்றும் இல்லாதவர் தம் பசியைப் போக்க, வெஃகியும், பொய்த்தும் 'திருடியும் பொருள் தேட விழைகின்றனர். ஆனால் வள்ளுவர் பசிப்பிணி வந்துற்ற போதும் தீயவை செய்ய நினைக்காதே என்கிறார்.

"இலனென்று தீயவை செய்யற்க செய்யின்
இலனாகும் மற்றும் பெயர்த்து" **205**

தான் வறியவன் என்று கருதி அது தீர்த்தற் பொருட்டு பிறர்க்குத் தீவினை செய்யக் கூடாது அவ்வாறு செய்வானாயின் மீண்டும் வறியவன் ஆவான் என்று கூறுகிறார் வள்ளுவர். ஆகையால் வறுமைக்குப் பயந்து யாருக்கும் தீமையைச் செய்யக்கூடாது.

யாரும் தான் துன்பம் அடைய விரும்பமாட்டார்கள். மகிழ்ச்சியாக இருக்கவே விரும்புவர். எனவே துன்பம் தன்னை வந்து அடைய கூடாது என்று நினைப்பவர் பிறருக்குத் தீவினை செய்யாமல் இருக்க வேண்டும் என்று குறள் 206 கூறுவதையும் காணலாம்.

ஈன்றாள் பசிகாண்பா னாயினும் செய்யற்க
சான்றோர் பழிக்கும் வினை **656**

சில நேரங்களில் நல்லதுக்காக தீய வழியில் செல்ல ஒரு நிர்பந்தம் ஏற்படுவதுண்டு. அந்நேரத்தில் அதனால் உண்டாகும் நற்பலனை நினைத்து அதைச் செய்யலாமா வேண்டாமா? என்ற மனச்சஞ்சலம் ஏற்படலாம். திருவள்ளுவர் இக்குழப்பத்திற்கு ஒரு நல்ல முடிவு கூறுகிறார். தன்னலம் கருதாத நல்லவர்கள் நல்ல முடிவு காண்பார்கள் என்று கூறி ஒரு குறள் எடுத்தாண்டுள்ளார்.

பெற்ற தாய் பசியோடு வருந்துகிறாள். அவள் பசியைத் தீர்ப்பதற்காகத் தீய வழியில் (திருடுதல், வஞ்சம், ஏமாற்று) செல்ல நினைக்கத் தோன்றும். ஆனால் அத்தீச் செயல்

மற்றவர்களைப் பாதிக்கும். ஆகையால் சான்றோர்கள் பழிக்கு ஆளாக நேரிடும். சில நேரங்களில் அவ்வாறு செய்தேனும் தாயை பசித் துன்பத்திலிருந்து காக்க வேண்டும் என்றே தோன்றும். அது நல்லதே. ஆனால் அது தன்னலமாகும்.

எனவே செய்ய வேண்டா என்ற எண்ணத்தின் அடிப்படையில் பொதுக் கடமைக்கு இழுக்கு என்றும், பிறர்க்கு இன்னல் தரும் என்றும், அஞ்சும் விசாலமான மனம் உள்ளது. ஆகையால் அதைச் செய்யாமல் விடுவதே நல்லது என்று வள்ளுவர் இக்குறள் மூலம் கூறுகிறார். எனவே பழியை ஏற்று அடையும் ஆக்கத்தை விட அதைப் பொருட்படுத்தாது சான்றோர் அடையும் வறுமையே மேலானது என்று 657வது குறள் கருத்தும் காண்க.

இதுவரை நாம் பார்த்ததில் பிறர்க்குத் தீவினை செய்தல் கூடாது என்பதும், தீவினை செய்வதற்கு அஞ்சுதல் வேண்டும் என்பதும் தெளிவாக அறிய முடிகிறது. இனி இரவச்சம் பற்றிப் பார்ப்போம்.

இரவச்சம்

மக்கள் நல்வாழ்க்கை வாழ பல வழிகள் கூறிய வள்ளுவர், வாழ்வில் இருக்கத் தகாதவை இவை என்றும் கூறுகிறார். நல்ல அரசியல் நடைபெற வேண்டுமானால் மக்களிடம் இருக்கும் வறுமையை ஒழிக்க வேண்டும். இதுதான் அரசின் முதற்கடமை ஆகும். எனவே இரந்து உயிர் வாழும் நிலைமை இருக்கக் கூடாது. மக்களிடத்தில் இரந்து வாழ அஞ்சுகின்ற அச்சம் இருக்க வேண்டும். கீழ்மை மக்கள் பண்புக்கு மாறுபட்ட தன்மை இருக்கக்கூடாது என்று கூறுகிறார் வள்ளுவர். நல்குரவு, இரவு, இரவச்சம், கயமை – இந்நான்கதிகாரங்களைப் பொருட்பாலின் ஈற்றில் வைத்து மக்களை நல்வழிப்படுத்த கடிகின்றார். இந்நான்கில் வறுமையை முதலில் கூறி இரவுக்கும் கயமைக்கும் பெரும்பாலும் காரணமாக இருப்பதால் நல்குரவு என்னும் அதிகாரத்தில் வறியவர்கள் கொடுமைகளைப் புலப்படுத்துகிறார். இந்த வறுமை நிலை பன்நெடுங்காலமாக இருந்து வருகிறது என்பதே கொடுமை. திருவள்ளுவர் கூற்றுப்படி வறுமை ஒழிய வேண்டும். அப்பொழுதுதான்

சமுதாயம் உயர்வு பெறும். இதை உட்கொண்டே பாரதியார் கூட.

"தனியொருவனுக்கு உணவில்லை எனில்
இந்த ஜகத்தினை அழித்திடுவோம்"

என்றார்.

எனவே இன்மை காரணமாக இரக்க நேரிடுகிறது. பிச்சையெடுத்து அதனால் உயிர் வாழும் நிலையில் இருப்பவர்களுக்கு யாரும் உதவி செய்யாது இருந்துவிட்டால் அவர்கள் வாழ வழியின்றி துன்புறுவர். அவர்களில் அஞ்சுதல் இல்லாதவர்கள் ஏமாற்றுதல் திருடுதல் ஆகிய வழிகளை நாடிச் சென்று அழிவர். தீயவை செய்ய அஞ்சுபவர்கள் பட்டினியால் மடிவர். இந்நிலை ஏற்படாமல் இருக்க வேண்டும் எனில், உதவும் மனப்பான்மை எல்லாரிடமும் இருக்க வேண்டும். எனவே சமுதாயத்தின் நலன் கருதி இரக்கும் தொழில் இல்லாமல் செய்ய வேண்டும். திருவள்ளுவர் இவ்விரண்டையும் தனித்தனி அதிகாரங்களில் கூறுகிறார்.

எனவே இரப்பவர் நல்லவர்களை நாடி இரக்க வேண்டும் என்றும், யாசிப்பவர்களுக்கு உதவி செய்வது நல்லவர் கடமை என்றும் இரவு அதிகாரத்தில் கூறுகிறார். இரந்து உயிர் வாழ்வது தவறான வாழ்க்கை என்று 'இரவச்சம்' என்னும் அதிகாரத்தில் அத்தொழிலைக் கடிந்து கூறுவதையும் காண்கிறோம்.

ஒழுக்கத்தில் சிறந்ததாகக் கருதப்படுவது பொய் சொல்லாமை, இரவாமை, திருடாமை என்று கூறும் ஒரு வழக்கு உண்டு.

"கரவாது உவந்தீயும் கண்ணன்னார் கண்ணும்
இரவாமை கோடி உறும்" 106

தம்மிடம் உள்ளதை மறைக்காமல் மகிழ்வுடன் கொடுத்து உதவுகின்ற கண்போல் சிறந்தவர்களிடத்திலும் இரவாமல் வாழ்வதே கோடி நன்மை தரும் இதனால் இரத்தலின் இழிவு கூறினார். இக் கருத்தினை ஒட்டியே நாலடியாரிலும்,

"கரவாத திண்அன்பின் கண்ணன்னார் கண்ணும்
இரவாது வாழ்வதாம் வாழ்க்கை" நாலடி 305

கூறுவதைக் காணலாம்.

உலகம் இயங்குகிறது. உலகில் உயிர் வாழ எத்தனையோ வழிகள் உண்டு. உழைக்க கைகள் உள்ளன. இரந்துண்டு வாழ்வது ஏன்?

இறைவன், உலகில் எல்லா உயிரினங்களும் வாழ பஞ்ச பூதங்களால் உணவு நீர் படைத்துள்ளார். ஆண்டவன் படைப்பில் எந்தக் குறையும் இல்லை. உலகில் இருவகை நிலை உண்டு. அது தான் ஏழை பணக்காரன் என்பது. ஒருவன் உண்பதற்கு ஏதும் இல்லாமல் பசி நோயால் துன்புறுகிறான். மற்றொருவன் உண்டது செரிக்காமல் (கழிபேரிரையான்) துன்பப்படுகிறான். இவ்விருவகைத் துன்பங்களும் உடலுழைப்பு என்னும் மருந்தினால் மட்டுமே நீங்கும் என அறிக. மண்ணுலகில் உயிர்வாழ உணவுப் பொருள்கள் உள்ளன. இவற்றைப் பெற்று வாழ்வதற்கு, கருவில் உருவாகும் போதே இன்னார்க்கு இன்ன தொழில் என்று படைப்புக் கடவுள் உண்டாக்கி விடுகிறார். சிலர் இரந்துண்டு வாழ்கின்றனர். ஆனால் இந்தக் குறை படைப்பின் குறையன்று அஃது, உடலுழைப்பு இல்லாத குற்றமே என்பதைத் தெள்ளத் தெளிவாகக் கூறுகிறார்.

"இரந்தும் உயிர்வாழ்தல் வேண்டின் பரந்து
கெடுக உலகியற்றி யான்" 1062

படைப்புக் கடவுளை வைவார் போல உழைப்பில்லா மக்களைப் பழிக்கிறார். எனவே முயன்று உயிர் வாழ்தலே இயற்கை.

எனவே படைத்தவன் இரந்து உயிர் வாழ வேண்டும் என்றெண்ணிச் சிலரைப் படைத்திருப்பானால் அவன் இரந்துண்டு உயிர் வாழும் மக்களைப் போல, அவனும் எங்கும் திரிந்து அலைந்து துன்பப்பட்டு கெடுவான் என்பது பொருள். எவரையும் அவ்வாறு எண்ணிப் படைப்பதில்லை. எனவே இரந்து வாழும் தொழில் முயற்சி இன்மையால் தாமே தேடிக் கொள்ளும் இழிதொழில்.

"இரப்பன் இரப்பாரை எல்லாம் இரப்பின்
கரப்பார் இரவன்மின் என்று" 1068

வள்ளுவர் பிச்சை கேட்கும் மக்களிடம் அவரே பிச்சை கேட்பதாக உள்ளது இக்குறள்.

வறுமை நீங்கும் வரை அது எல்லோராலும் முடியாது என்று உணர்ந்த வள்ளுவர், எனவே பிறர் நன்மைக்காகவும் இரக்கக் கூடாது என்று கூறிவிட்டு உடனே தாமே இரந்து கேட்கத் தொடங்குகிறார். இரப்பவர்களின் நல்லதுக்காக இரப்பவர்களையே நோக்கி இரந்து கேட்கிறார். இரந்து வாழும் மக்களே! வறுமை நிலை நீங்கும் வரைக்கும் இந்த நிலையை மாற்றுவது இயலாது என்பதை உணர்ந்தேன். வேறு வழியில்லை என்று இனியும் இரந்து வாழ விரும்புகின்றீர்களா? அப்படியானால் நான் முன்னே உங்களிடம் இரந்து கேட்டுக் கொள்வது ஒன்றுண்டு யாதெனில், இனிமேல் நீங்கள் யாரிடமாவது இரந்து கேட்பதானால் வைத்துக் கொண்டே இல்லை என்று மறைப்பவர்களிடம் மட்டும் போக வேண்டாம். அவர்களிடம் இரக்க வேண்டாம், இதுவே நான் உங்களை இரந்து கேட்டுக் கொள்வது என்கிறார்.

அவரவர் கடமையைச் செய்ய எல்லா இழி தொழிலாளராலும் இயலும். ஆனால் இரந்துண்போர்க்கு மட்டும் இயலாது.

கல்வியைப் பெற எல்லோராலும் இயலும். இரந்து வாழ்பவர்க்கு இயலாது என்று எண்ணிய அதிவீரராம பாண்டியன் "பிச்சை புகினும் கற்கை நன்றே" என்றார்.

"ஆவிற்கு நீரென் றிரப்பினும் நாவிற்கு
இரவின் இளிவந்த இல்"

தனக்காக இரவாதிருக்கும் ஒருவன் நீர் வேட்கையால் இறக்கும் நிலையிலிருக்கும் பசுவுக்காக இரக்கம் கொண்டு நீர் கொடுங்கள் என்று இரப்பானாயினும் அவனுடைய நாவிற்கு அதைவிட இழிவு தருவது வேறில்லை.

எனவே அறம் செய்ய விரும்பினால் தன் உழைப்பால் ஈட்டிய பொருளைச் செய்ய வேண்டும். பிறரிடம் இரந்து பெற்று செய்யலாகாது. இரப்பது இழிவு என்றால் இரந்து வாழ எண்ணுவது ஏந்திப் பெறுவது கைக்கு இழிவு. பெறுவதற்கு கேட்பது நாவிற்கு இழிவு. ஏற்பது இகழ்ச்சி' என்பது ஔவை வாக்கு.

இனி, மனமுவந்து கொடுக்கும் நல்லவரிடம் சென்று இரப்பது சிறப்புடைத்தாகும். கொடுக்கும் நல்லவர் இருப்பதால் தான் அத்தகையவர் உள்ளத்தில் அருள் சுரந்து கொண்டுள்ளது. இரப்போர் இல்லையென்றால் கொடுப்போருக்குப் புகழில்லை. எனவே இரப்போர் இல்லா உலகம் மரப்பாவையாகி விடும்.

பாவை நாடகம் நடத்துபவர் பலவகை மரபொம்மைகளை இயந்திரக் கயிற்றில் இயக்கி நடிக்கச் செய்வர். ஆயினும் அவைகளிடம் உயிர்த் தன்மை கிடையா. அதைப்போல இரப்பாரில்லாவிட்டால் கொடுப்பாரும் இல்லாமல் அறம் தேய்ந்து விடும்.

இரப்பாரை யில்லாயின் ஈர்ங்கண்மா ஞாலம்
மரப்பாவை சென்றுவந் தற்று **1058**

இரப்போரும் கொடுப்போருமில்லாத தேவருலகத்து இந்திரனை ஆபுத்திரன் இகழ்ந்துரைப்பதாக. சாத்தனார் மணிமேகலையில் கூறுவதையும் காண்க.

"அறஞ்செய் மாக்கள் புறங்காத்து ஓம்புநர்
நற்றவம் செய்வோர் பற்றற முயல்வோர்
யாவரும் இல்லாத் தேவர்கள் னாட்டுக்கு
இறைவனாகிய பெருவிறல் வேந்தே"

பா.ம.கூ.காதை

இவ்வாறு இரவு அதிகாரத்தில் கூறிய வள்ளுவர் அடுத்த அதிகாரம் இரவச்சம் வைத்து இரத்தலுக்கு அஞ்ச வேண்டும் என்று கூறியிருப்பது விந்தையாக உள்ளது. இவ்வாறு கூறக் காரணம் என்ன?

சங்க காலத்தில் ஒவ்வொருவரும் ஏதேனும் ஒரு தொழில் செய்தே பொருள் தேடுவது என்ற கொள்கை மக்களிடத்தில் இருந்தது. ஆகையால் இரத்தல் என்பதை அம்மக்கள் இழிவாகக் கருதினர். இரவாமல் இருக்கும் நிலையைப்

'பிறன்கடைச் செலாஅச் செல்வம்'

என்று கூறி மகிழ்ச்சியுற்றனர். எனவே தன் முயற்சியால் வருகின்ற பொருளைப் பெற்றே வாழ்ந்தனர் என்று தெரிகிறது.

'உள்ளது சிதைப்போர் உளரெனப் படாஅர்' என்பது குறுந்தொகை. பிறர் பொருள் கண்டு பொறாமைப்படுவதோ, பெற விரும்புவதோ அவர்களிடம் இல்லை என்பது தெளிவாக அறியலாம். எனவே பிச்சையெடுத்து உண்ணும் இழிதொழில் செய்தனர் என்று நாம் நினைத்தல் கூடுமோ?

ஆனால், யாதொரு முயற்சியும் செய்வதற்கு இயலாத மக்கள் எக்காலத்தும், எவ்விடத்தும் உள்ளனர் என்பது உண்மை. அத்தகையவர்கள் யாவர் என்பதைச் சிறிது பார்ப்போம். உறுப்பு குறைபாடுடையோர், பிணியாளர் முதலியோர் பிறரிடம் பொருள் எதிர்பார்த்து வாழ்வது பொருந்தும். இன்னின்னவர் ஆதரவு பெறுவதற்கும் பிறரிடம் இரந்து வாழ்வதற்கும் உரியர் என்று புறநானூற்றுப் பாடல் கூறுவதும் காண்க.

சிறப்பில் சிதடும் உறுப்பில் பிண்டமும்
கூனும் குறளும் ஊனமும் செவிடும்
மாவும் மருளும் உளப்பட

– என்று கூறுவதும்.

"கானார் கேளார் கால்முடப்பட்டோர்
பேணா மக்கள் பேசார், பிணியோர்
யாவரும் வருகென்று இசைத்தமுது ஊட்டி"

மணிமேகலை இவ்வுறுப்பறைகள் இல்லாரையே எடுத்துக் காட்டுகின்றன. மேலும் தாயில்லாத குழந்தைகள், சார்பில்லாத முதியவர்கள், பலவகையில் நலியுற்றவர்கள் என இத்தகைய நிலையில் உள்ளவர்கள் இரந்து வாழவேண்டிய நிலைக்குத் தள்ளப்பட்டவர்கள். இத்தகையவர்கள் எந்தக் காலத்திலும் இருக்கவே செய்வார்கள். இத்தகையவர்களைப் புரப்பது மக்கள் கடமையும் ஆகும். இது அரசின் கடமை. நமக்கென்ன என்று தட்டிக் கழிக்கக் கூடாது. எனவே உதவிக்கரம் நீட்டி வாழ்வது மனித சமுதாயத்தின் கடமை என உணர்ந்து பசியைப் போக்கும் உணவளித்தும், மானம் காக்கும் உடையைக் கொடுத்தும் உதவ வேண்டும். இதையே வள்ளுவம் கூறுகிறது எனத் தெளிக.

எனவே இத்தகைய இருநிலைகள் இருந்ததால் தான் வள்ளுவர் இரவு, இரவச்சம் என்ற இரண்டு அதிகாரங்களையும் வகுத்தார் எனக் கொள்க.

மேலும், இது இயற்கையின் பொது நெறியன்று என உணர்த்தும் நோக்கோடு 'இரவு' அதிகாரம் செய்த வள்ளுவரே 'இரவச்சம்' என்ற அதிகாரமும் செய்தாராயினார். கரவாது உவந்து ஈயும் கண் அனைய சிறந்தாரிடத்தும் "இரவாமை கோடி உறும்" *(1061)* என அறிவுறுத்தினார். ஆவிற்கு நீர் என்று இரப்பினும் *(1066)* என்ற குறளால் ஓர் உயிருக்கு நன்மை செய்வதாயினும் அதனை இரந்து செய்தல் இழுக்கு என்று காட்டினார். மேலும் நல்லாறு எனினும் கொளல் தீது என *(222)*வது குறளில் கூறுகிறார். எனவே இரவு, இரவச்சம் என்ற அதிகாரங்கள் முரண்பட்டதல்ல என்பது தெளிவாகிறது. ஆகையால் வள்ளுவப்பெருந்தகை செய்த திருக்குறள் மக்கள் நலம் கருதி பல நிலைகளில் பற்பல அறங்களையும் கூறும் உலகியல்பு கொண்டது. எனவே இவ்விரண்டு அதிகாரங்களை இருவேறு கோணத்தில் பார்த்தால் இவ்விரு அதிகாரங்களை வேறு வேறு என்று வள்ளுப் பெருந்தகை கூறியது சரியே என்பது புலப்படும்.

உழைத்துப் பிழைப்பதற்கு முடியாத சோம்பேரிகள் மற்றவர்களிடம் ஏமாற்றி பொருள் பெறுவதும், கோயில் கும்பாபிஷேகம், சமுதாய நன்மைக்காக, ஏழைகளுக்கு உதவ என்று பொய் கூறி வசதி படைத்தவர்களிடம் பணம் இரப்பதும் தீதே, இதைத்தான் நாம் கௌரவப் பிச்சை என்கிறோம். இத்தகைய நிலை தனக்கும் தன்னைச் சார்ந்தவர்க்கும் சமுதாயத்திற்கும் கேடு பயக்கும் செயலாகும்.

அன்னதானம் செய்வதைவிட நாட்டில் இரந்து வாழும் வாழ்க்கைக்கு அஞ்சும் நிலை மக்களிடத்தில் உண்டாக்க வேண்டும். அந்நிலை உண்டானால் இரப்பவர் இருக்க மாட்டார்கள். இந்நிலை உருவாக்கிவிட சமுதாயமும், அரசும் வழி காண வேண்டும். அதுவே பெருங்கொடையாகும். அப்பொழுது நாடு உன்னத நிலையை அடையும். தன்மானத்துடன் வாழலாம்.

இனி அதே இரவச்சம் என்ற அதிகாரத்தில் தன்

உழைப்பால் வந்த பொருளைக் கொண்டே உண்ண வேண்டும். அடுத்தவர் உழைப்பில் அறுசுவை உணவு உண்பதைவிட, தன் முயற்சியால் தந்த கூழ் அதுவும் செறிவின்றி தெண்ணீர் போன்றதாயினும் அமிழ்தம் போன்றதாகும் என்று கூறுவதும் காண்க. எனவே இரந்து ஒருவரிடம் பெற்று உண்பதைவிட தன் முயற்சியால் வாழ்வதே சிறந்தது என்று தெளிவுபடுத்துகிறார் வள்ளுவர்.

தெண்ணீர் அடுபுற்கை ஆயினும் தாள்தந்தது
உண்ணலி னூங்கினியது இல். 1065

என்பது குறள்.

இதுவரை பார்த்ததில் தீவினையச்சத்திற்கும், இரவச்சத்திற்கும் பயந்து வாழவேண்டும் என்பதும் புலப்படும். பிறருக்குத் தீங்கு இழைக்காமல் வாழ்வதால் மக்கள் நலமாக வாழவும், இரந்து வாழ அஞ்சுவதால் தன்மானத்துடன் வாழ வழி வகுத்துத் தருகிறது. இரண்டையும் பின்பற்றி வாழ்வதே நலம் பயக்கும். பயமே மனிதனை நல்வழியில் செலுத்தி நெறிபடுத்தும் என்பதில் ஐயமில்லை.

இரந்து வாழும் மக்கள் பெருகுவதற்கு அடிப்படைக் காரணம் வறுமையே. அந்த வறுமையை ஒழிக்க அரசு பாடுபட வேண்டும். அப்பொழுதுதான் வளம் பெற்ற நாடாக விளங்கும். எனவே இரப்பதில் இவ்விருவகை உண்டு. இந்நிலை மாற வறுமைப்பிணி, உடற்பிணி நீங்கிட அரசு முன்வரவேண்டும்.

★★★

16. இன்ப வாழ்க்கை (வள்ளுவர்)

காதலர் ஒருவர்க்காக ஒருவர் தியாகம் செய்து வாழும் வாழ்க்கையைக் காணலாம். இந்தக் காதலர் இருவர் திருமண வாழ்க்கைக்குப் பின்னர் ஈடுபடும் வாழ்க்கையே குடும்ப வாழ்க்கை. காதலர் வாழ்க்கையில் அவர்கள் இருவரிடம் மட்டுமே இருந்த அன்பு. குடும்ப வாழ்க்கையில் பிறரிடம் அன்பு செலுத்தும் பண்பு உருவாகிறது. மேலும் மற்றவர்களுக்காக வாழும் வாழ்க்கையைக் காண்கிறோம். இல்லறம் நடத்தும் கணவன் மனைவியுமாகிய இருவரும் ஒத்த மனம் உடையவராகையால் இன்பமும் துன்பமும் பகிர்ந்து கொண்டு வாழ்வர். காதல் அன்பின் கூறுகளில் ஒன்று. அன்பின் உயிருள்ள இடம் காதல்.

காதலால் ஈர்க்கப்படும் இருவர் ஒருவராவர். அவர் உடலால் மட்டும் இரண்டாகத் தோன்றும். உயிர் ஒன்றாகும். இருமை போக்கி ஒருமையாக்கும் ஆற்றல் வாய்ந்தது காதல்.

காதல் என்பது அகவாழ்க்கை, ஆண் பெண் கூட்டு வாழ்க்கை. குடும்ப வாழ்க்கையில் ஆண் பெண் சம உரிமை உள்ளவர். எனவே இருவரில் யார் உயர்ந்தவர் என்ற கேள்விக்கு இடமில்லை. கிழவன் கிழத்தி என்றும் தலைவன் தலைவி என்றும், காதலன் காதலி என்றும் தமிழ் இலக்கியங்கள் கூறுகின்றன. இருவரில் யார் பிரிந்தாலும் எஞ்சியிருப்பவர் நிலை வாழ்க்கையாகாது. காதலி இழந்த தபுதார நிலையும் காதலன் இழந்த தாபத நிலையும் என தொல்காப்பியர் கூறுவதும் காண்க.

குடும்பம் என்பது, தலைவன் தலைவி இருவரின்

இயல்புகள், நல்ல பண்பு, ஒழுக்கங்கள், விட்டுக் கொடுக்கும் வாழ்க்கை. நன்மக்கட்பேறு இவற்றின் கூட்டு வாழ்க்கையே குடும்பம்.

பெண், மணவாழ்க்கையை செம்மையாக நடத்த தன் பிள்ளைகளை ஒழுக்க நெறியில் வளர்க்க, கற்றலும் அதனால் அறிவு பெறவும் வேண்டும். எனவே வீட்டு வெளியில் சென்று பொருளீட்டவோ, கற்றவர் அவையில் பங்கு பெறுவதற்கோ அல்ல என்பதை உணர வேண்டும். சங்ககாலத்தில் பெண்களுள் சிலர் புலமை பெற்று கற்றவர் அவையில் பங்கு பெற்றனர் என்பதை சங்க இலக்கியங்களால் அறியலாம். ஆகையால் ஆண்களுக்கு ஒப்பாக இல்லை (வீடு) அவையில் பங்குகொண்டோ, தொழில் செய்தோ வாழ்வதற்கு உரியர் ஆகாது என்பது புலனாகும். எனவே அவர் மனம் ஒருமையாவதற்குத் தாம் மணந்து கொண்ட கணவன்மாரைத் தெய்வமெனக் கருதி ஒழுக்கம் போற்றவல்லது பிறிதில்லை என அறிக. கற்பொழுக்கத்தால் கணவன்மாரை வழிபட்டு ஒழுகுவர் புத்தேளிர் வாழும் உலகில் பெறும் சிறப்புப் பெறுவர் என்பது தெற்றென விளங்கும்.

அன்பு காரணமாகத் தான் அடைந்த கணவனுக்கு வாழ்க்கைத் துணைவியாய் அவன் சொல்வழி நின்று கணவனைத் தெய்வமாகக் கொண்டு வாழும் ஒருத்தியும் அவ்வாறே அவளைத் துணையாகக் கொண்டு அவளுக்கு வழித்துணையாய், மற்றவர்க்கு உறுதுணையாய் அறவழியில் நிற்கும் ஒருவனும் ஒன்றுபட்டு ஒருவரை ஒருவர் விட்டு நீங்காது வாழவேண்டும் என்பதே திருக்குறளின் உயிர்ப்பாகும்.

"தாம்வீழ்வார் தம்வீழப் பெற்றவர் பெற்றாரே
காமத்துக் காழில் கனி" 1191

என்ற இக்குறளில் அன்பு ஒத்த இருவர் ஒன்றுபட்டு வாழும் வாழ்க்கையே நிறையுடை வாழ்க்கையாதல் குன்றின் மேலிட்ட விளக்காகும். மகளிர் மனம் ஒன்றுபட்டு நிற்றல் அருமை. அவ்வாறு ஒன்று பட்டு ஒருவனைப் பற்றி அவன் வாக்கை தேவவாக்காகக் கொண்டு அவனோடு வீட்டு நெறி பற்றி ஒழுகும் தலைவி ஒருவனுக்கு வாய்க்கப் பெற்றால் அந்நெறி பற்றிக் கொண்டு ஒழுகும் ஒருவன் இவ்வுலகிலேயே பேரின்ப

உலக அனுபவம் பெறலாம் என்பதை

தாம்வீழ்வார் மென்றோள் துயிலின் இனிதுகொல்
தாமரை கண்ணான் உலகு 1103

திருக்குறள் விளக்குகின்றது.

காமம் நிறைந்தியலும் என்பது தொல்காப்பியம் நிறையுடைமை என்னும் பொருள் தரும் சொல்லே காமம், என்னும் தமிழ்ச்சொல்.

பிரிவரி தாகிய தண்டாக் காமமொடு
உடனுயிர் போகுக தில்ல கடனறிந்து
இருவே மாகிய உலகத்து
ஒருவே மாகிய புன்மை நாம் உயர்கே

என்ற சங்கப் பாடல் ஒன்றில் காமம் என்பது நிறையுடைமை என்னும் பொருள் குறித்தலைக் காணலாம்.

எனவே கணவன் மனைவி இருவேறு வடிவம் கொண்டவர். ஒருவரே இருவரானது என அறியலாம்.

வினையின் காரணமாக எடுத்த பிறப்பில் கடனாற்றி பிறப்பறுப்பதற்கு ஆகையால் இருவரும் ஒருவரை விட்டு ஒருவர் பிரிந்து பிறப்பறுப்பதற்கு முயலாமல், இருவராய் வேறு வேறிடத்தில் தோன்றிப் பின் ஒன்றாகச் சேர்ந்து அன்பால் நிறைவடைந்து அந்நிறைவு குறைதல் இல்லாமல் ஒழுகுவாராயின் எடுத்த இப்பிறப்பில் இருவரும் ஒருவராய் வீடெய்துவர் என்பதே தமிழ் நூல்களின் முடிபு. இது பற்றியே காமம் அணங்கும் பிணியும் அன்று என்பதை,

"காமங் காம மென்ப காமம்
அணங்கும் பிணியு மன்றே நினைப்பின்
முதைச்சுவற் கலித்த முற்றா விளம்பல்
மூதா தைவந் தாங்கு
விருந்தே காமம் பொருந்தோ ளோயே" 204

என்று குறுந்தொகை கூறுவதும் காண்க.

காமம் காமமென்று அதனை அறியாதவர் கூறுவர். அக்காமமானது வருத்தமும் நோயும் அன்று. பழங்கொல்லையாகிய மேட்டு நிலத்தில் தழைத்த முதிராத இளசாக உள்ள புல்லை, முதிய பசு நாவால் தடவி இன்

புற்றாற் போல அக்காமம் புதிய இன்பத்தையுடைதாகும். புதுப்புது இன்பம் தரும் என்ற பொருளில் விருந்தே காமம் என்று சிறப்பித்துக் காட்டப்பட்டுள்ளது. வள்ளுவரும் இப்பொருளிலேயே காமம் என்ற சொல்லைப் பயன்படுத்தி காமத்துப்பால் என்று வைத்தது பொருந்தும் எனக் கொள்ளலாம்.

நிறையுடை வாழ்க்கை வாழும் ஆணும் பெண்ணுமாய் கணவன் மனைவியர் பெறும் பேறுகளுள் மக்கட்பேறே சிறப்பானது. 1330 குறட்பாக்கள் செய்த வள்ளுவர் அவற்றுள் மூன்று வைரக் கற்களாய்த் திகழ தம் அனுபவத்தை மூன்று குறட்பாக்களால் உணர்த்தியுள்ளதைக் காணலாம்.

பெறுமவற்றுள் யாமறிவ தில்லை அறிவறிந்த
மக்கட்பே றல்ல பிற 61

யாமெய்யாக் கண்டவற்று ளில்லை எனைத்தொன்றும்
வாய்மையின் நல்ல பிற 300

மக்களே போல்வர் கயவர், அவரன்ன
ஒப்பாரி யாங்கண்ட தில் 1071

மூன்று குறட்பாக்களும் வீட்டின்பத்தை அடைய விரும்பும் மக்கள் இம்மூன்று குறள்களில் பல நல்ல கருத்துகளைத் தெரிவிக்கின்றன. இம்மூன்று குறட்பாக்களிலும் யாம் என்ற சொல் வரிசையாக வகைப்படுத்திப் பயன்பெறுவதற்கு உதவுகின்றது. மேற்குறிப்பிட்ட குறள் 300இல் யாம் என்ற சொல் முதலிலும் 61வது குறளில் இடையிலும், 1071வது குறளில் ஈற்றிலும் உள்ளதைக் காணலாம்.

அறங்களுள் எல்லா அறங்களிலும் தலைசிறந்த அறம் வாய்மை. காரணம் ஏனைய அறங்கள் எல்லாம் இக்குறளில் அடங்கி விடும். ஒருவன் வாய்மை அறம் பற்றி ஒழுகுபவனாயின், ஏனைய அறங்கள் எல்லாம் அவனிடம் பொருந்தி இருக்கும். ஆகையால் தான் வள்ளுவர் வாய்மை அறத்தைவிட உயர்வான அறம் வேறில்லை என்றார். இது வள்ளுவர் தாம் கண்டறிந்த அனுபவத்தால் கூறினார் என அறியலாம்.

இவ்வாறு கூறியவர், நாம் பெறும் செல்வங்களுள் அறிய வேண்டுவன அறிதற்குரிய மக்கட் செல்வமே உயர்வுடையது

என்றும் கூறினார். மேற்கூறிய இரண்டு குறள்களும் எல்லா அறங்களும் கடைப்பிடித்து விழிப்பாக நடந்து கொள்ளும் ஒருவன் பழக்கத்தால் அறமல்லாதனையும் செய்ய நேரிடலாம். தன் மகன் தன்னுடைய கட்டுப்பாட்டில் இருக்கும்வரை தான் செய்யும் செயல், சொல், செய்து வருவான். இவையெல்லாம் தன் பார்வைக்குட்பட்டு நடந்து வரும்போது அறவழியிலேயே நடப்பான். இவற்றைக் காணும் தந்தை மகிழ்ச்சியுறுவான். இதற்கு மாறுபட்டு ஒழுகுதலை தன் மகனிடம் காணும் தந்தை கவலை கொள்ளாமல் இருக்க முடியாது. எனவே திருத்த முயல்வான், மாறுபட்ட ஒழுக்கத்திற்குக் காரணம் அறிய முயற்சிப்பான். அதற்குக் காரணம் தானாகவும் இருக்கலாம் என்று நாணுவான். சில நேரங்களில் தன் கட்டுப்பாட்டை மீறி அறமல்லாத செயல்களையும் சொல்லையும் காட்டும் கண்ணாடிகள் போன்றவர் அறிவுள்ள மக்கள். அவர்களிடம் குற்றம் குறைகள் கண்டால் அது தன் குற்றம் என உடனே தெரிந்து கொண்டு தன் குற்றத்தைப் போக்கிக் கொள்ள முற்பட வேண்டும். அவ்வாறு முற்படும்போது மாசில்லாதவனாக வாழ வழி உண்டாகும். ஆகையால் தன்னை அறவொழுக்கமுடையவனாய் வாழ்வதற்கு மகன் இன்றியமையாத கருவியாய் துணையாய் நிற்பதனால் தான் ஒருவனுக்கு மக்கட் செல்வமே சிறந்த செல்வம் என்று வள்ளுவர் போற்றுகிறார்.

இல்வாழ்க்கையில் பெறவேண்டிய பேறுகள் பல உள்ளன. அப்பேறுகள் பலவற்றிலும் சிறந்தது மக்கட்பேறே. ஏனெனில் பிறரால் பழிக்கப்படாத நற்குணங்கள் பெற்றுள்ள புதல்வரைப் பெறுவானாயின் வினைபயத்தால் பிறக்கும். ஏழுபிறப்பின் கண்ணும் அவனைத் துன்பங்கள் சென்று பற்றாது என்பதே வள்ளுவர் கருத்தென்க.

"எழுபிறப்பும் தீயவை தீண்டா பழிபிறங்காப்
பண்புடை மக்கட் பெறின்" 62

மிக்க அறமே விழுத்துணையாவது என்று மணிமேகலை கூறுவதும் காண்க.

புத்தே ளுலகம் புதல்வருந் தாரார்
மிக்க அறமே விழுத்துணை யாவது

மணிமேகலை 22-37-38

உம்பருலகத்தைப் புதல்வராலும் பெறவியலாது. எவற்றினும் மேம்பட்ட அறமே சிறந்த துணையாகும்.

தன்னிடம் எந்த ஒழுக்கக் கேடு இல்லாமல் இருந்தும் தன் மகனிடம் ஒழுக்கக்கேடு இருக்க ஒருவன் காண்பானானால் அம்மகன் தனக்குப் பிறந்த மகனல்லன் என்று துணிக என்று வள்ளுவர் உணர்த்துவது இக்கருத்துக்கு அரணாகும்.

நலத்தின்கண் நாரின்மை தோன்றின் அவனைக்
குலத்தின்கண் ஐயப் படும் **958**

ஆனால் தந்தையார் வாழும் இடம், சூழ்நிலை விட்டு கல்வி கற்கும் காரணமாகவோ, வேலை காரணமாகவோ தந்தையை விட்டுப் பிரிந்து வாழும் நிலை ஏற்படும்போது, பிறர் சூழலில் அவன் கெடுவதற்கு வாய்ப்புகள் ஏற்பட்டால் அது தந்தையின் தவறு என்று கூறுவது பொருந்தாது.

மக்கள் தன்மைகளில் சிறிதுமின்றி மக்கள் இனத்திலேயே கடைப்பட்டவர் கயவர். தீய குணங்களே உருவானவர் என்றும் எவராலும் திருத்தப்பட முடியாதவர் வடிவத்தில் மக்கள் போல் உள்ளவர். பொருட்பாலில் மக்கள் நல்வாழ்விற்குக் கூறவேண்டிய யாவையும் முறையாகக் கூறிய வள்ளுவர் இறுதியில் உள்ள அதிகாரத்தில் கயவர்களின் இயல்புகளைத் தெளிவுபடுத்துகிறார்.

கயவர்கள் புறத்தோற்றத்தில் நன்மக்களை ஒத்திருப்பர். ஆனால் அகத்தே மக்கள் தன்மையில் சிறிதும் ஒவ்வார். இத்தகைய ஒப்புமையை ஒப்புமை கூறப்படும் உவமைப்பொருளில் உலகில் எங்கும் காண இயலாது என வள்ளுவர் வியந்து கூறுகிறார். குறளைப் பார்ப்போம்.

"மக்களே போல்வர் கயவர்; அவரன்ன
ஒப்பாரி யாம்கண்ட தில்." **1071**

எனவே, வாய்மையறம் போற்றி அறியாது மேற்கொண்டு இருந்த ஒழுக்கக் கேடுகளைத் தன் பிள்ளைகளால் அறிந்து நீக்கி வாழும் ஒருவன் அறவொழுக்கம் சிறிதும் இல்லாத கயவர் கூட்டத்தைக் கண்ணெடுத்தும் பாராது நீங்கி வாழ வேண்டும். அவ்வாறன்றி கயவர்களுடன் கூடி வாழ முற்படின் நம் தூய்மையான வாழ்க்கை கெட்டு அழிவு நேரிடலாம்.

சார்ந்ததன் வண்ணமாகும் தன்மையுடையவர் கயவர். எனவே கயவர் கூட்டத்தைச் சார்வாராயின் முன்னர் எவ்வளவு தூய ஒழுக்கம் உடையவராயினும் கயவர் அனையவரே யாவர். ஆகையால்தான் ஏமஞ்சான்ற மக்களொடு செறிந்து வாழ்வது சிறந்தது எனத் தொல்காப்பியர் உணர்த்தும் வாயிலாக அக்கயவரை நீங்கி வாழ்தலை வள்ளுவர் கயமை அதிகாரத்தில் கூறியதைக் காணலாம்.

உலகியல் பொருள்கள் யாவும் நிலையற்றவை. செம்பொருளே நிலையானது. எனவே சிந்தனை செய்து நிலையில்லாத உலகியல் பொருளோடு உள்ள பற்றினை நீக்கி மெய்யுணர்வு பெற வேண்டும். அதற்கு அவாவினை நீக்கி வீடுபேறு அடைதல் வேண்டும். ஆணும் பெண்ணும் அன்பு கொண்டு இருவர் ஒருவராய் ஊழ்வினை கூட்டிய வழியில் கணவனும் மனைவியுமாய் சேர்ந்து இல்லற வாழ்க்கை மேற்கொண்டவர்கள். ஒழுக்க நெறியில் நின்று உண்மை நிறைவுபெற்று ஒருவரேயாக வீட்டின்பம் பெறும் தகுதியுறுதல் பிறப்பின் பயன் என்று உணர வேண்டும். இருவரும் ஒருவரை விட்டு ஒருவர் பிரிந்து வீட்டின்பம் கருதி முயலுதல் தமிழர் பண்பாடல்ல என்பதை நினைத்துப் பார்க்க வேண்டும்.

எனவே, திருவள்ளுவர் தம் அனுபவத்தில் கண்ட மூன்று குறட்பாக்களைக் குடும்ப வாழ்க்கையில் ஈடுபடும் ஆணும் பெண்ணும், போற்றி வாய்மையைக் கடைபிடித்து, நல்ல மக்கட்பேறு பெற்று, தவறுகளை நீக்கி கயவர்களுடன் சேர்க்கை கொள்ளாது வாழும் நெறியே வீடு பெறுவதற்கு நன்னெறி என அறிக. ஒவ்வொருவருடைய குடும்ப வாழ்க்கை மேற்கூறியவாறு அமைந்து விட்டால் உலகம் புத்தேள் உலகம் ஆகும் என்பதில் ஐயமில்லை.

★★★

17. மம்மர் அறுக்கும் மருந்து

பழங்காலப் புலவர்கள் எழுதிவைத்த நூல்களைப் படிப்பதும், கற்பதாகிய செயல் கற்கப்படும் நூல்களும், கற்பதினால் நாம் பெறுகின்ற அறிவை கல்வி என்று கூறுகிறோம். எனவே கல்வி என்பது இந்த மூன்றின் கலவை எனக் கூறலாம். இதனால் நாம் அறியாமை என்ற இருளை அகற்றி அறிவு என்ற ஒளியினைப் பெறுகிறோம்.

'கல்வி கரையில' நாலடி *(கல்வி–5)* ஒருமைக்கண்தான் கற்ற கல்வி... புடைத்து *(குறள்–398)* நூல்களைப் படிக்கும் அளவினாலேயே அறிவுப் பெருக்கமும் அடைகிறோம். 'தாங்கற்ற நூலளவே யாகுமாம் நுண்ணறிவு' 'தொட்டனைத்து... அறிவு' *396* 'கற்றோர்க்குச் சென்றஇட மெல்லாம் சிறப்பு' *26* மூதுரையாலும் இவ்வுண்மையை அறியலாம்.

படிக்காமல் பொருள்களைக் கண்டு அவற்றின் இயல்பும் இயற்கை அறிவால் ஆய்ந்து அறிந்து அறிவு பெறமுடியுமா? முடியாது. காரணம் மக்கள் யாவரும் பிறக்கும்போதே எதனையும் தானாக அறியும் ஆற்றல் பெறுவதில்லை. பிறர் உதவியால்தான் அறிதல் உண்டாகும். ஆகையால் அறிவு பெற இயற்கை துணையாவதில்லை. புலன்களால் அறிய முடியாத நுண்பொருள்கள் நம் அறிவுக்குப் புலனாகாது. பருப்பொருள்களை ஆராய நம்மால் முடியும். ஆனால் 'கற்பவர் நாள்சில' என்று நாலடியார் கூறுவதைப் போல. மக்களின் வாழ்நாள் போதாது.

'இருளே உலகத் தியற்கை இருளகற்றும்
கைவிளக்கே கற்ற அறிவுடைமை.' **அறநெறிச்சாரம்193**

என்பதனால் அறியலாம். பல்வேறு காலங்களில் வாழ்ந்த பெரியவர்களின் அறிவனைத்தையும் ஒருங்கே பெற்று சுவைக்கும்பேறு கற்றவர்க்கே வாய்க்கும். மக்களாய் பிறந்தாருள்ளே பலர் கல்வி கற்காமல் கண்களிருந்தும் "முகத்தில் புண்ணுடையவராய் வாழ்வர்..." தனக்குப் பாழ்

"கற்றறிவு இல்லா உடம்பு" நான்மணி:20 கூறுவதும் காண்க.

மக்களாகப் பிறந்தவர் யாவரும் கல்வி கற்க வேண்டும். அவ்வாறு கற்பதால் நம் அறிவு வளரும். சுருங்கச் சொன்னால் கல்வியின் பயன் அறிவு பெறல் என்பதேயாகும். ஏனெனில் அறிவுதான் புகழையும் பெருமையையும் தருகிறது. இறந்த பின்னும் அவர்கள் புகழ் நிலைத்திருக்கிறது, அதோடில்லாமல் எல்லா நலங்களையும் தருகிறது.

கைப்பொருள் கொடுத்துங் கற்றல் கற்றபின் கண்ணுமாகும்
மெய்ப்பொருள் விளைக்குநெஞ்சின் மெலிவிற் கோடர்துணையுமாகும்
பொய்ப்பொருள் பிறகள் பொன்னாம் புகழுமாம் துணைவியாக்கும்
இப்பொருள் ளெய்தி நின்றீ ரிரங்குவ தென்னை யென்றான்

சிந்தாமணி: கனக மாலையார் இலம்பகம்-39

அறம்பொருளின்பம் வீடும் பயக்கும்
புறங்கடை நல்லிசையும் நாட்டும் உறுங்கவலொன்
றுற்றுழியும் கைகொடுக்கும் கல்வியினூங் கில்லை
சிற்றுயிர்க் குற்ற துணை **நீதிநெறி விளக்கம்-1**

கல்விப் பொருளைத் தருவது என எவ்வாறு பொருள் ஈட்டும் நோக்குடனேயே கல்வி கற்கும் இக்காலத்தில் அறிவுக்கு முக்கியத்துவம் தருவதில்லை. கல்வி என்பது 'கேடில் விழுச்செல்வம்' (கல்வி 10) என்பதும் மற்றது பொய்ப்பொருள் என்பதனைச் சிந்தித்தால், அது பொருள் எல்லாம் பயக்கும் என்று கூறுவது கல்வியின் சிறப்பைக் குறைத்துவிடும்.

கல்வியின் சிறப்பினை சிந்தாமணியிலும், நீதிநெறி விளக்கத்திலும் நாலடியாரிலும் சிறப்பித்துக் கூறியுள்ளதைக் காண்க.

கல்வி புகழ் தரும். கற்றவரை எல்லோரும் விரும்புவர். பிள்ளைகளிடத்தில் இயற்கையாகவே அன்பு காட்டும் தாய்.

'பிறப்பு ஓர் அன்ன உடன்வயிற்றுள்ளும்
சிறப்பின் பாலால் தாயும் மனம் திரியும்' புறம் 183

.... ஒரு குடியில்

"கல்லாது மூத்தானைக் கைவிட்டுக் கற்றான்
இளமை பாராட்டும் உலகு." நான்மணி:64

..... மன்னற்குத்

"தன்தேச மல்லாற் சிறப்பில்லை கற்றோர்க்குச்
சென்றஇட மெல்லாம் சிறப்பு" முதுரை 26

போன்ற பாடல் வரிகளால் கல்வியின் நனிச் சிறப்பு காணலாம். இப்புலவர்கள் தாம் இயற்றிய நூல்களில் கல்வியின் அருஞ் சிறப்புகளை நிலைக்கச் செய்தனர்.

ஓதிமம் ஒதுங்க கண்ட உத்தமன் உழையள் ஆகும்
சீதைதன் நடையை நோக்கிச் சிறிய ஓர் முறுவல் செய்தான்
மாது அவள் தானும் ஆண்டு வந்து நீர் உண்டு மீளும்
போதகம் நடப்ப நோக்கி புதியது ஓர் முறுவல் பூத்தாள்

சூர்ப்பணகைப் படலம் 3

இப்பாடலைப் படிக்கும்போது புலவர் உள்ளத்தில் எழுகின்ற இன்பம் அவருக்கே தெரியும். இத்தகைய இன்பம் தரும் பாடல்கள் இலக்கியங்களில் பல இடங்களில் காணலாம். இத்தகைய இன்பம் மனத்தில் கொண்டே,

"ஆயுந் தொறுந்தொறு மின்பந் தருங்கல்வி"

தணிகைப்புராணம் களவுப்படலம் 100

"தேருந் தொறுமினி தாந்தமிழ் போன்று"

தஞ்சைவாணன் கோவை:59

"தாமின் புறுவ துலகின் புறக்கண்டு
காமுறுவர் கற்றறிந் தார்." 399

"நவில்தொறும் நூல்நயம் போலும் பயில்தொறும்
பண்புடை யாளர் தொடர்பு" 783

இவ்வாறு கல்வி கற்பதனால் நாம் அடையும் தனிச் சிறப்புகள் பல்வேறு புலவர்கள் பல்வேறு விதமாக கல்வியின் சிறப்புகளைக் கூறிப் போந்தனர்.

ஏகம் முதற்கல்வி முளைத்தெழுந் தெண்ணில் கேள்வி
ஆகம் முதற்றின் பனைபோக்கி யருந்த வத்தின்
சாகந் தழைத்தன் பரும்பித் தருமம் மலர்ந்து
போகங் கனியொன்று பழுத்தது போலு மன்றே

பாலகாண்டம் 74

இதுவரை கல்வியின் பேறுகளை விருத்துரைத்தன கொண்டு கல்லாதார்க்கு எவ்வாறாயினும் உய்தி இல்லை. அவர் எந்தப் பேறும் இல்லாரே யாவர் என்பதால் கற்றவர் என்பவர் அனைவரும் எல்லாப் பேறும் பெற்றவர் என்றும் கொள்ளவும் முடியாது. படிக்காதவரும், படித்தவருடன் சேர்ந்தால் கேள்வியாலும், நல்ல அறிவு பெறுவதாலும், துன்பத்திலிருந்து நீங்குதலும் ஆகும்.

கற்றில னாயினும்.... துணை 414

கல்வியால் வரும் அறம் பொருளின்பமாகிய பயன்கள் இப்பிறப்பில் அடையாவிட்டாலும்,

ஒருமைக்கண்.... புடைத்து 398

அப்பயன்கள் உயிர்க்கு அரணாக அமையும் என்பது உறுதியாகும்.

இனி கற்க வேண்டியவை எவை என்றால் கலைகள் அறுபத்து நான்கு என்றனர் முன்னோர். இவற்றில் அடங்காத தொழிற் கல்வி எத்தனையோ உள்ளன. இவை அனைத்தும் படிக்க யாராலும் இயலாது; கற்க வேண்டியதும் அல்ல. தொழிற் கல்வி என்பதை வேறாகப் பிரிக்க வேண்டும். தொழிற் கல்வி பொருள் ஈட்டவே பயனாகும். ஆனால் கலைகள் இலக்கியம் போன்றவை அறிவையும் தரும் பொருள் செய்யவும் பயன்படும் சிறப்பு மிக்கது.

மக்கள் யாவரும் ஒருமுகமாகக் கற்க வேண்டிய கல்வி, அறிவை வளர்த்து மக்கட் பண்பை நெறிப்படுத்துவது உண்மையை உணர்த்தி இம்மை மறுமை வீட்டின்பங்கள் நல்கும் புலத்துறை முற்றிய சான்றோர்களால் அவ்வவ் மொழியில்

இயற்றப் பெற்றுள்ள இலக்கியங்களையும் உண்மை நூல்களையும் கற்று உணர்தல் வேண்டும். அவற்றின் பொருள்களையும் ஐயமின்றி உணர இலக்கியப் பயிற்சியும், இலக்கணப் பயிற்சியும் வேண்டியது அவசியமாகும். ஆகையால் இலக்கியம் கற்க இலக்கணம் ஏன் வேண்டும் என்று கருதாமல் இலக்கணப் பயிற்சியும் வேண்டும்.

எண்ணென்ப... உயிர்க்கு **392**

தமிழில் சுவைத்துப் படிப்பதற்கு எத்தனையோ நூல்கள் உள. மக்களை நன்னெறிபடுத்தும் அறநூல்கள் படித்துச் சுவைக்க எட்டுத்தொகையில் உள்ள அகநூல்கள், புலவர்கள் அரசர்கள் போன்ற வரலாற்றை அரிய புறநானூறு, பதிற்றுப்பத்து போன்றவை கூறலாம். பக்திப் பரவசமூட்டும் தேவாரம், திருவாசகம், நாலாயிரதிவ்யப் பிரபந்தம் படிக்கலாம். பல நூல்களை அடுக்கிக் கூறலாம் விரிவஞ்சி விடுகிறேன்.

"சிந்தைக் கினிய செவிக்கினிய வாய்க்கினிய
வந்த இருவினைக்கு மாமருந்து - முந்திய நன்னெறி நாமறிய
நாப்புலமை வள்ளுவனார்
பன்னிய இன்குறள்வெண் பா"

திரு.மாலை.கவுணியனார் 51

நல்லவழியை நாம் அறிவதற்கு நாவால் விளங்குகின்ற புலமையையுடைய திருவள்ளுவ நாயனாராற் சொல்லப்பட்ட இனிய குறள் வெண்பாக்கள் நினைத்தால் மனத்திற்கு இன்பம், கேட்டால் காதுக்கு இன்பம், ஓதினால் வாய்க்கு இன்பம். தொடரும் இருவினைகளாகிய நோய்களுக்குப் பெரிய மருந்துகளாவன.

"நுண்மான் நுழைபுல மில்லான் எழில்நலம்
மண்மாண் புனைபாவை யற்று." **407**

கற்க கசறக் கற்றபவை கற்றபின்
நிற்க அதற்குத் தக. **391**

எப்பொருள் யார்யார் வாய்க் கேட்பினும் அப்பொருள்
மெய்ப்பொருள் காண்ப தறிவு. **423**

ஆகிய குறட்பாக்கள் வழிநின்று ஆய்வுப் பண்பினை வளர்த்துக் கொள்ள வேண்டும்.

ஆய்வுச் சிந்தனைத் தேவை:

படித்து பட்டங்கள் பெற்றால் மட்டும் போதாது ஆய்வுச் சிந்தனை வேண்டும். அத்தகைய சிந்தனையால் புதுப்புது படைப்புகள் உண்டாகும். சுருங்கச் சொன்னால் நூலாசிரியனைவிட நூல்களை ஆய்வு செய்ய மிக நுண்ணறிவும், சிந்தனையும் வேண்டும். ஆய்வுச் சிந்தனை வளர படிக்கும் பயிற்சியும், அத்துறையில் ஈடுபாடும் வேண்டும். ஆய்வு செய்பவர் காய்தல் உவத்தல் அகற்றி சமநிலையில் ஆய்வு செய்யவேண்டும். அதை அறநெறிச்சாரப் பாடல் ஒன்றால் அறியலாம்.

காய்தல் உவத்தல் அகற்றி யொருபொருட்கண்
ஆய்தல் அறிவுடையார் கண்ணதே - காய்வதன்கண்
உற்ற குணந்தோன்றா தாகும் உவப்பதன் கண்
குற்றமும் தோன்றாக் கெடும். 42

வெண்மை எனப்படுவது யாதெனின் ஒண்மை
உடையம்யாம் என்னும் செருக்கு குறள் 844

என வள்ளுவர் கூற்றுப்படி யாவரினும் தம்மையே அறிவுடையாரென மதித்து கர்வம் கொள்வதும் புல்லறிவாண்மையாகும்.

நூல் ஆராய்ச்சி செய்பவர் ஒவ்வொன்றிலும் உள்ள நலன்களைக் கண்டறிய வேண்டும் என்ற ஆர்வம் இருக்க வேண்டும். நூலின் உள் இருக்கும் அரிய கருத்துக்கள் உண்மையும் அவற்றை அறியும் ஆவலும் உழைப்பும் உடையார்க்கே விளங்கும். அல்லாதார்க்கு அது அமையாது.

★★★

18. சுவரும் சித்திரமும் (உடல் தத்துவம்)

'சுவர் இருந்தால்தான் சித்திரம் வரைய முடியும்' என்பது பழமொழி. வீடோ, கோயிலோ கட்டும்போது மிக ஆழத்தில் இருந்து கற்களால் சுவர் எழுப்ப வேண்டும். அப்பொழுது தான் வீடு உறுதியாக இருக்கும். அத்தகைய சுவரில் ஓவியம் வரைந்தால் அழகு மிளிறும். சித்திரங்கள் காலத்தை வென்று நிற்கும். அஜந்தா, எல்லோரா, குகை ஓவியங்கள் காலத்தை வென்று இன்றும் நிலைத்துள்ளன. தமிழகத்தில் சித்தன்னவாசல் ஓவியத்தைக் காணலாம்.

நம்முடைய உடம்பும் சுவர் போன்றதே. எனவே சுவர் உறுதியாக இருப்பதுபோல உடம்பும் உறுதியாக இருப்பது அவசியம். சுவரில் வரையப்பட்ட ஓவியம் அழகு தருவதுபோல நம் உடம்பும் அழகு தரும். ஆகையால் உடம்பினை பொன்னே போல் போற்றிப் பாதுகாக்க வேண்டியது ஒவ்வொருவருடைய கடமையாகும். இத்தகைய உடம்பினை 'புன்புலால் யாக்கை' என்று இழித்துக் கூறுபவரும் உண்டு. உடம்பின் சிறப்பினை உணர்ந்தவர்கள் போற்றி வாழ்ந்து நற்பயன் பெற்றனர்.

பன்னிரு திருமுறைகளுள் திருமந்திரம் சிறப்பு இடம் பெற்றது. இது சமயநூல் மட்டும் அன்று; அறநூலும் ஆகும். இத்தகைய மேன்மை பொருந்திய ஒரு நூலை நமக்கு அளித்த மகான் திருமூலர் ஆவார்.

தேவர் குறளும் திருநான் மறைமுடிவும்
மூவர் தமிழும் முனிமொழியும் - கோவை
திருவாசகமும் திருமூலர் சொல்லும்
ஒருவாசகம் என்று உணர்

என்று புகழ்ந்து பாடியுள்ள பெருமை பெற்றது திருமந்திரம்.

'நிறைமொழி மாந்தர் பெருமை நிலத்து
மறைமொழி காட்டி விடும்' 28

என்ற வள்ளுவர் வாய்மொழிக்கு ஏற்ப திருமூலர் அருளிய மறைமொழியில் உடம்பின் சிறப்பினைப் பற்றி கூறியுள்ளதைப் பார்ப்போம்.

"உடம்பினை முன்னம் இழுக்கென்று இருந்தேன்
உடம்பினுக் குள்ளே உறுபொருள் கண்டேன்
உடம்புளே உத்தமன் கோயில்கொண் டானென்று
உடம்பினை யான்இருந்து ஓம்புகின் றேனே" 705

என்று கூறுகிறார். முன்பு உடம்பை இழிவானது என்று கருதினேன். அது தவறு என்று உணர்ந்தேன். உடம்பினுள்ளே தத்துவமும், தத்துவம் கடந்த பொருளும் குடிகொண்டிருப்பதை அறிந்து கொண்டேன். ஆகையால் உடம்பினைப் பாதுகாக்கும் கடமையை உணர்ந்தேன் என்று தெளிவுபடுத்துகிறார். அத்தகைய உடலைப் பற்றியும், எவ்வாறு பேணிக் காக்க வேண்டும் என்பது பற்றியும் இக்கட்டுரையில் விரிவாகக் காண்போம்.

உயிரினங்களில் மனிதப் பிறவியே விழுமியது. ஐம்புலன்கள் மூலமாக புறஉலகில் நடப்பவற்றை அறியும் பகுத்தறிவு பெற்றவர் மனிதர். இத்தகைய புற அறிவே மனிதனை பிறவுயிர்களிலிருந்து பிரித்துக் காட்டுகிறது. கற்றல், கேட்டல் அறிவு வளர்ச்சிக்கு வித்து. அறிவு வளர வாழ்க்கையில் தெளிவு உண்டாகும். அதன் காரணமாகக் குடும்பம், பிள்ளை பெறுதல், தொழில், பொருளீட்டல் – இவைகள் படிப்படியாக வளர்ச்சி பெறும். மனிதன் மட்டுமே ஏதேனும் ஒரு கர்மம் செய்தே வாழ வேண்டும் என்று பகுத்தறிவால் உணர்ந்தான். அதனால் கல்வியும், தொழில்களும் வளர்ந்தன. அறிவின் துணையால் வசதிகள் அனுபவிக்க விருப்பம் உண்டானது.

மக்கள் வாழ்க்கையில் எல்லாத் தத்துவங்களுக்கும் மூலகாரணமாக இருப்பது உடல் மட்டுமே. வாழ்க்கை வளம் பெற வேண்டும் எனில் உடல் நலத்தைப் பேண வேண்டும். ஏனெனில் உடம்பை வைத்துத் தான் வாழ்க்கை என்னும்

ஓவியம் வரைய வேண்டும். ஓவியம் அழகுபெற உடலைப் பேண வேண்டும். அதற்கு உடல் பற்றி அறிய வேண்டியது அவசியம். ஆகையால் உடற்கூறுகள் பற்றியும் அவற்றின் வினைகள் பற்றியும் அறிய வேண்டியதும் அவசியம்.

'எண்சான் உடம்பில் சிரசே பிரதானம்' என்பர். காரணம் அறிவு உறுப்புகள் தலைக்குள் பொருந்தியுள்ளது. ஒரு வீடு உருவாக கல்லும், சிமெண்டும் தேவை. அதுபோல் எல்லா உயிரினங்கள் அமைப்பிற்கும் செல் அமைப்பு தேவை. உருவத்தையும் இயக்கத்தையும் தருவது செல்களே. இதைக் கண்களால் காண முடியாது. (Microscope) நுண்ணோக்கி மூலமே காண முடியும்.

செல்கள் இணைந்து திசுக்கள் உருவாகும். திசுக்கள் தனித்தனி உறுப்புகளாகும். இது எலும்பு திசு, நரம்பு திசு, தோல் திசு, இதயத்தை உருவாக்கும் திசு. உணவு குழல், இரைப்பை, சிறுகுடல், பெருங்குடல் – குடல் திசுக்கள், இரத்தத்திசு இப்படி நம் உடலில் திசுக்கள் பெரும்பங்கு வகிக்கிறது என அறியலாம்.

திசுக்கள் உயிரியல் ஒழுங்கில் அமைந்துள்ள உறுப்புகளை (Organs) உருவாக்குகின்றன. நம் உடலில் இதயம் முக்கியமான உறுப்பு. நுரையீரல் உயிர் வளர்க்கும் உறுப்பு. நம் உடம்பில் முதன்மை உறுப்பு எனப்படுவது மூளை. அறிவு உறுப்புகள் கண் காது முன்பே கூறப்பட்டது. பார்வை திசுக்கள் பார்க்கவும், செவி திசுக்கள் கேட்பதற்கும், செய்திகளை மூளைக்கு தெரிவிக்கும் பணியை நரம்பு திசுக்களும் செய்கின்றன. இரத்த திசுக்கள் இரத்தக் குழாய்கள் மூலம் ஓடி உறுப்புகளுக்கு வலிமை தருகிறது. வேண்டாதவற்றை கழிவு உறுப்புகள் மூலம் வெளியேற்ற உதவுகிறது. இவ்வாறு பல வேலைகள் செய்வது திசுக்களே.

செல் திரட்சியும் திசுக்கள் திரட்சியும் பல உறுப்புகள் ஆகின்றன. உறுப்புகள் ஒன்றுபட்டு மண்டலம் (System) உருவாகின்றன. நம் உடலில் சில மண்டலங்கள் உள்ளன. எலும்பு மண்டலம் உடலில் பல பாகங்களில் உள்ளன. இதனால் மனிதனுக்கு உருவம் உண்டாகிறது. நரம்புகளும் மூளையும் சேர்ந்த நரம்பு மண்டலம். இதயம் ரத்தம் செல்லும்

குழாய்கள், ரத்த ஓட்ட மண்டலம். மூக்கு மூச்சுக்குழாய் நுரையீரல் ஆகியன மூச்சு மண்டலம். சிறுநீரகம் கழிவு மண்டலம். உணவுக் குழாய், இரைப்பை, சிறுகுடல், பெருங்குடல், மலக்குடல், கல்லீரல், கணையம் இவை ஜீரண மண்டலம். உடல் வளர்வதற்கும், பாதுகாப்பிற்கும் சில சுரப்பிகள் உள்ளன. இது சுரப்பி மண்டலம் ஆகும். பல மண்டலங்கள் சேர்ந்ததுதான் மனித உடலாகும். மனிதனுக்கு தோல் அழகு கொடுக்கிறது.

உடம்பைக் கண்ணும் கருத்துமாகப் பாதுகாக்க வேண்டும் என்று திருமூலர் கூறியதைக் காணும்போது உடலின் அருமையை உணரலாம்.

'உடம்பார் அழியில் உயிரார் அழிவர்
திடம்பட மெய்ஞ்ஞானம் சேரவும் மாட்டார்
உடம்பை வளர்க்கும் உபாயம் அறிந்தே
உடம்பை வளர்த்தேன் உயிர் வளர்த்தேனே!'

உடம்பு அழிந்தால் உயிர் நீங்கி விடும். உடல் வலிமை இழந்தால் மெய்ஞானத்தை அடைய முடியாது. ஆகையால் உடம்பைக் காத்து, உயிரையும் காக்க வேண்டும். உயிர் உடம்பில் உள்ளபோதே ஞானத்தைப் பெற்றிட வேண்டும் என்று உடம்பின் இன்றியமையாமையை எடுத்துரைக்கிறார்.

உடம்பினைக் கருத்தாகப் பார்த்துக்கொள்ள வேண்டியது நம் கடமை. திடமான உடல் அமைய உடற்பயிற்சி, யோகா, தியானம் ஆகியவை மேற்கொள்ள வேண்டும். இவற்றின் விரிவு யோகாசன நூலில் காண்க. திடமான உடல் நல்ல சத்துணவினால் மட்டுமே அமையும்.

உடலையும் பசியையும் பிரிக்க முடியாது. பசியை உணவு உண்பதால் மட்டுமே போக்க முடியும். பசி உடலை மட்டும் வருத்தாது. நம்மில் உள்ள பத்துவகைப் பண்புகளையும் அழித்து விடும் என்று ஒரு பாடல் கூறுவதைச் சிறிது பார்ப்போம்.

"மானம் குலம் கல்வி வண்மை அறிவுடைமை
தானம் தவம் உயிர்ச்சி தாளாண்மை - தேனின்
கசிவந்த சொல்லியர்மேல் காமுறுதல் பத்தும்
பசிவந் திடப் பறந்து போம்"

என்ற பாடலால் பசி வந்தால் பத்தும் நம்மை விட்டு நீங்கிவிடும் என்பதனை அறியலாம்.

பசியால் வாடும் மனிதன் எல்லாப் பண்புகளையும் இழந்தவனாகிறான். பசியால் பண்பிழக்கும் துன்பநிலையை மணிமேகலையில் சீத்தலைச் சாத்தனார் காட்டும் துன்பக் காட்சி நம்மைக் கண்ணீர் மல்கச் செய்கிறது.

"குடிப்பிறப் பழக்கும் விழுப்பங் கொல்லும்
பிடித்த கல்விப் பெரும்புணை விடூஉம்
நாணணிகளையும் மாணெழில் சிதைக்கும்
பூண்முலை மாதரொடு புறங்கடை நிறுத்தும்
பசிப்பிணி என்னும் பாவி."

மணிமேகலை பா.பெ.காதை

நனி பசியால் உருவழிந்து, வாழத் துடிக்கும் ஒருவனை பசியைப் போக்க, தன் குடிப்பெருமையையும் துறந்து படித்ததையும் மறக்க வைத்து மானம் இழந்து கூச்சம் இல்லாமல் மனைவி மக்களுடன் பிற வீட்டு வாயிலில் நிற்கச் செய்யும். எனவேதான் பசியை நோய் என்றும் பாவி என்றும் ஆசிரியர் கூறுவது நம்மையும் கண்கலங்கச் செய்கிறது.

நீரில்லாமல் வாடும் பயிரையும், வயிற்றுப் பசியைப் போக்க உணவின்றித் தவிக்கும் மக்களையும் கண்டு உள்ளம் வருந்திய வள்ளலார்

"வாடிய பயிரைக் கண்டபோதெல்லாம் வாடினேன்'

வீடுதோறும் இரந்தும் அறாத வெற்றரைக்
கண்டுளம் பதைத்தேன்"

– என்று உளம் உருகிப் பாடினார். அதனால் பசித்தவர் பசியைப் போக்க வடலூரில் தருமசாலை நிறுவி பசி நீக்கும் நல்லறம் செய்தார்.

ஆபுத்திரனும் மணிமேகலையும் அட்சய பாத்திரம் மூலமாக ஊர்தோறும் சென்று பசித்தவர்கள் பசியைப் போக்கினார்கள் என்று மணிமேகலை கூறுவதும் காண்க.

இனி திருவள்ளுவர் உணவே மருந்து என்பதுபோல மருந்து அதிகாரத்தில் கூறும் சிறு கருத்துக்களைக் கூறி இக்கட்டுரையை நிறைவு செய்யலாம்.

பசி யாரையும் விடுவதில்லை. பெரிய தவமுனிவர்களாக இருந்தாலும் பசி எடுக்கத்தான் செய்யும். பசியைத் தாங்கிக் கொள்ளும் ஆற்றலுடைய தவ முனிவர்களைவிட பசி போக்க உணவளிப்பவரே ஆற்றலும் பெருமையையும் உடையவராவர் என்கிறார் வள்ளுவர்.

ஆற்றுவார் ஆற்றல் பசியாற்றல் அப்பசியை
மாற்றுவார் ஆற்றலின் பின் **225**

நேர்மையான வழியில் பொருள் ஈட்டுபவன் செலவு போக மிச்சம் உள்ளதை வங்கியில் சேமிப்பர்.

அவ்வாறு சேமிக்க விரும்புபவன் பாதுகாப்பாக உள்ள வங்கியை நாடுவான். ஆனால் வள்ளுவர் வங்கியைவிட பசித்தவர்களின் வயிற்றில், பொருளை உணவாக மாற்றி அவர்கள் பசியைப் போக்க வேண்டும் என்று கூறுகிறார்.

அற்றார் அழிபசி தீர்த்தல் அஃதொருவன்
பெற்றான் பொருள்வைப் புழி **226**

உணவுப் பழக்கத்தை உயர்ந்த தத்துவமாகப் பார்க்கிறார் தெய்வப் புலவர் திருவள்ளுவர். அவர் உயர்ந்த உணவு மருத்துவர் என்றே கூறலாம். எனவே தான் மருந்து என்னும் அதிகாரம் வகுத்து உடலை ஓம்பும் வழியைக் கூறியுள்ளார்.

உடம்புக்கு இயல்பாகிய நோய் மூன்று வகையாகும். அவை வாதம், பித்தம், சிலேத்துமம் – இவற்றில் எது ஒன்று குறைந்தாலோ, அதிகமானாலோ நோய் வரும். எனவே இவை சம அளவில் இருக்குமாறு பார்த்துக் கொள்ள வேண்டும்.

உடலுக்கு மருந்து என ஒன்று தேவையில்லை. ஆனால் முன்பு உண்டது அற்றபடியைக் குறிகளால் அறிந்து பின் உண்ணுமாயின் என்று கூறுவதைக் காண்க. மேலும் நீண்ட காலம் வாழ்ந்து எய்த வேண்டிய நற்பேறுகளை அடைய விரும்பும் ஒருவன் அளவறிந்து உண்ண வேண்டும் என்கிறார்.

மருந்தென.... போற்றி உணின் 942

அற்றால்..... ஆறு 943

குறட்பாக்களில் கூறியுள்ளதைக் கண்டு தெளிக.

மூவகை மாறுகோளும் இல்லாத உணவை தன் உள்ளம் வேண்டிய அளவினாலன்றிப் நோய்வாரா அளவினால் ஒருவன் உண்ணுமாயின் அவன் உயிர்க்கு பிணிகளால் துன்பம் உண்டாகாது. எனவே இளம் வயதில் இருந்தே நல்ல உணவுப் பழக்கத்தை மேற்கொண்டால் பற்பல நன்மைகள் உண்டாகும் என்பதில் ஐயமில்லை.

நாக்கின் சுவை கருதி ஆசையை அடக்க முடியாமல் மேலும் மேலும் உடலுக்கு பல நோய்கள் வர அதுவே காரணமாகிவிடும். பசி என்று கூறி அளவு இன்றி உண்பவன் விலங்காவான். இத்தகையவனை, திருவள்ளுவர் 'கழி பேரிரையான்' என்று குறிப்பிடுகிறார். இத்தகையவர்களையே பல நோய்கள் வந்து பற்றும். நீண்ட நாள் வாழ வழியின்றி விரைவிலேயே இவ்வுலக இன்பம் துய்க்க முடியாமல் கூற்றுவனுக்கு இரையாகின்றனர்.

இழிவறிந்து உண்பான்கண் இன்பம்போல் நிற்கும்
கழிபே ரிரையான்கண் நோய் 946

மனித உடம்பில் நின்று நிலவி அதனையே பற்றுக்கோடாகக் கொண்டிருக்கும் பிற தத்துவங்கள் எல்லாம் வளமான உடம்பில் நல்ல வழியில் இயங்கும். உடலில் நற்பயனளிக்கும் உடம்பே ஆலயமாகி உள்ளே இருக்கும் சிவன் சிவமாகி ஆராதிக்கப்படும் நிலைக்கு உயர்ந்து நன்னிலை அடையும் என்று திருமூலர் கூறுவதும் காணலாம்.

உள்ளம் பெருங்கோயில் ஊனுடம் பாலயம்
வள்ளல் பிரானார்க்கு வாய்கோ புரவாசல்
தெள்ளத் தெளிந்தார்க்குச் சிவன் சிவலிங்கம்
கள்ளப் புலனைந்தும் காளா மணிவிளக்கு.

திருமூலர்

உணவைப் பற்றிக் கெட்ட விதமாய்ப் பேசக் கூடாது. அதனை ஒரு வீதியாகவே கொள்ள வேண்டும். உண்மையில் பிராணனே உணவாயிருக்கிறது. உணவை உண்கிறது உடம்பு, அந்த உடம்பு பிராணனில் நிலை பெற்றிருக்கிறது. அவ்வாறே உணவும் தன்னில் (உணவில்) நிலைபெற்றிருக்கிறது. யார் உணவின் நிலை பேற்றினை அறிந்தவனோ அவன் உண்மையில் நிலை பெற்றவனாகிறான். அவன் உணவை உடையவனாகவும்

அதை உண்பவனாகவும் இருக்கிறான். மக்கட் செல்வம், கால்நடைச் செல்வம் மனித அறிவால் கிடைக்கும் பொலிவு. இவற்றால் பெரும் புகழை அவன் அடைகிறான்.

உபநிடதம் பேசும் உண்மைகள் பக்.158.

அதர்வண வேதம் உணவின் பெருமையை அழகாக எடுத்துரைக்கிறது. அன்னம் மனிதனுக்கு இன்பத்தை அளிக்கிறது. உலகம் அன்னமயமானது. இருப்பதெல்லாம் அன்னத்தின் தன்மையாலான உருவங்களே. உலகம் அன்னத்தின் விஸ்வரூபம் என்பதற்கு முனிவர்களும் ரிஷிகளும் எடுத்துக்காட்டாகும். அவர்கள் சென்ற வழியில் நாமும் செல்லுதல் நலம் பயக்கும். அன்னத்தால் மகிழ்ச்சி துன்பம் உண்டாகிறது. எனவே நல்ல உடல் வாழ்க்கையின் எல்லா முயற்சிகளிலும் துணையாகும்.

★★★

19. ஜாதகமும் ஊழ்வினையும்

சோதிடத்தில் பன்னிரண்டு ராசிகள் உள்ளன. ஒவ்வொருவருக்கும் பிறந்த நேரத்தில் இருக்கும் லக்னம் நட்சத்திரம், ராசி என்பவை இருக்கும். இவை மூன்றும் மிக முக்கியமாகக் கருதப்படுகிறது. மேலும் பன்னிரண்டு ராசிகளிலும் ஒன்பது கிரகங்கள் சுற்றி சஞ்சாரம் செய்யும். பன்னிரண்டு ராசிகள் மேலும், ரிஷபம், மிதுனம், கடகம், சிம்மம், கன்னி, துலாம், விருச்சிகம், தனுசு, மகரம், கும்பம், மீனம் ஆகியவை. ஒன்பது கிரகங்கள் சூரியன், சந்திரன், செவ்வாய், புதன், குரு (வியாழன்), சுக்கிரன், சனி, ராகு, கேது ஆகியன.

மேற்கூறிய கிரகங்கள் பன்னிரண்டு ராசிகளிலும் ஆட்சி, உச்சம், நட்பு, பகை, நீசம் ஆகிய நிலைகள் உண்டு. அதன் படி சூரியனுக்கு சிம்மம், சந்திரனுக்கு கடகம், செவ்வாய்க்கு மேஷமும், விருச்சகமும், புதனுக்கு மிதுனமும், கன்னியும். குருவுக்கு தனுசும், மீனமும், சுக்கிரனுக்கு ரிஷபமும் துலாமும், சனிக்கு மகரமும், கும்பமும் ஆட்சி செய்யும் வீடுகளாக அமைகின்றன. ஒருவர் பிறக்கும் நேரத்தில் ஒரு கிரகம் அதன் ஆட்சி வீட்டிலேயே இருந்தால் அந்தக் கிரகம் அந்த நபருக்குச் சிறந்த கிரகமாக அமையும். ஆட்சி வீடு என்பது நன்மை செய்யும் வீடாகும்.

ஆட்சி வீட்டைவிட உச்சவீடு அதிக நன்மை தரும். சூரியனுக்கு உச்சம் மேஷம், சந்திரனுக்கு ரிஷபம், செவ்வாய்க்கு மகரம், புதனுக்கு கன்னி, குருவுக்கு கடகம், சுக்கிரனுக்கு மீனம், சனிக்கு துலாம் உச்ச வீடுகளாக அமைகின்றன. ஒருவர் பிறக்கும்போது கிரகம் அல்லது கிரகங்கள் தத்தமக்குரிய

உச்ச வீடுகளில் இருந்தால் அந்த சாதகர் அந்தக் கிரகத்தால் மிகுந்த நன்மை எய்துவர். ராசி, கிரகம் என்பது போல இருபத்தேழு நட்சத்திரங்கள் உண்டு. இவை ஒவ்வொருவருக்கும் பிறந்த நேரம், காலம், நாழிகை, வருடம், நாள் இவைகளைப் பொருத்து ஜென்ம நட்சத்திரமாக அமையும். பிறந்தது முதல் இறக்கும் வரையில் ஒருவரின் நட்சத்திரமே மிக முக்கியமாகக் கருதப்படுகிறது. நட்சத்திரம்தான் ஒருவரை மிக உயர்நிலைக்குக் கொண்டு செல்லும். நட்சத்திரத்தை வைத்தே பெயர் சூட்டுவதும் கால்கோள் செய்வது, புது ஏர் பூட்டி உழுதல் செய்வது, திருமண நாள் குறிப்பது ஆகியவை இன்று நடைமுறையில் உள்ளது என அறியலாம்.

ஜாதகம் கணிப்பவர்கள் மேற்கூறியவற்றுடன் வாரம், திதி, நட்சத்திரம், யோகம், கரணம் ஆகியவற்றைச் சேர்த்துக்கொள்ள வேண்டும். இந்த ஐந்து அங்கங்களும் கொண்டதுதான் பஞ்சாங்கம். ஜாதகம் பஞ்சாங்கம் இவைகளுக்கெல்லாம் அடிப்படையாக இருப்பது மேற்கூறியவைகளே யாகும்.

இவற்றைக் கொண்டு இலக்கியங்களில் இது எவ்வாறு எடுத்தாளப்பட்டுள்ளது என்பதை இனி பார்ப்போம்.

ஜாதகத்திற்கும் ஊழ்வினைக்கும் தொடர்பு உண்டா? என்ற வினா எழுப்பினால் அதற்கு விடை கூறுவது கடினமே. காரணம் அவரவர்கள் செய்த நல்வினை தீவினைப் பயனாகவே ஊழ்வினையை அனுபவிக்கின்றனர் எனும்போது ஜாதகம் பயனற்று போகும். எனவே ஊழ்வினை என்றாலே வினைக் கொள்கை என்பதையே காட்டுகிறது.

சோதிடக்கலை வானில் உள்ள கோள்களைக் கொண்டே உண்டானது என்பதே உண்மை. ஆகையால் ஜாதகம் என்பதற்கு ஒரு குறிப்பிட்ட நாளில், குறித்த காலத்தில் குழந்தை பிறக்கும்போது வானில் தோன்றும் கோள்களின் இயக்கங்கள் கொண்டு எழுதப்படும் என்பதே ஜோதிடம். இதனை ஆங்கிலத்தில் Horoscope எனக் கூறுவர். இதற்கு Pesition of stars at a certain time persons birth என்று ஆங்கில அகராதி கூறுகிறது.

தமிழ் இலக்கியங்களில் சிலவற்றில் சாதகம் தொடர்பான செய்திகள் காணப்படுகின்றன. சங்க இலக்கியங்களில் சாதகக்

குறிப்புகள் விரிவாக இல்லை. இருப்பினும் சில இலக்கியச் சான்றுகளைக் காணலாம்.

இராமாயணத்தில் இராமன், பரதன், இலக்குவன் சத்ருக்கனன் – நால்வருக்கும் சாதகக் குறிப்புகள் எழுதி இருப்பதாக அறிகிறோம். அவர்களில் இராமன் ஜாதகம் மட்டும் பலரின் கவனத்தை ஈர்த்தது.

இராமன் பிறந்தது சித்திரை மாதம். அவரின் திதி (நாள்) நவமி திதி. அந்நாளையே ஸ்ரீராமநவமி என்று கொண்டாடுகிறோம். அவரின் நட்சத்திரம் புனர்பூசம். ராசி கடகராசி இதை கம்பர்.

"மேடமா மதிதிதி நவமி மீன்கழை
நீடுறு மாலைகற் கடகம் நீதிசேர்
ஓடைமா களிறனான் உதயராசிகோள்
நாடின் ஏகாதசர் நால்வர் உச்சரே"

என்று இப்பாடல் கூறுகிறது.

இராமன் பிறந்த நேரத்தில் நான்கு கிரகங்கள் உச்சநிலையில் இருந்தது. இப்படிப்பட்ட யோகம் இராமனுக்கு இருந்தது எனக் கம்பர் காட்டுகிறார். பங்குனி மாதம் உத்திர நட்சத்திரத்தில் சீதையை மணம் செய்துகொண்டார். நான்கு கிரகங்கள் உச்ச நிலையில் இருந்ததால் ராஜ வாழ்க்கை வாழும் பேறு இராமனுக்குக் கிட்டியது. களத்திரகாரனாகிய சுக்கிரன் உச்சநிலையில் இருந்ததால் நல்ல மனைவியும் வாய்த்தாள்.

இத்தனை சிறப்பான யோகக்காரனாகிய இராமன் அரச வாழ்க்கையைத் துறக்கவும், காடு சென்று பல துன்பங்களுக்கு ஏன் ஆளாக நேர்ந்தது. இவை நம் முன் எழும் வினாக்களாகும். இத்தனை சிறப்புகள் பொருந்திய ஜாதகத்தில் செவ்வாய் தோஷம் இருந்தது. அதாவது துன்பம் தரும் கிரகம் சனி பத்தாம் இடத்தில் இருப்பதாலும் அது லக்கனத்தைப் பார்ப்பதாலும் குடும்ப ஸ்தானத்தின் அதிபதி சூரியனைப் பார்ப்பதாலும் ஏழாம் இடமானது சனியின் வீடாகி செவ்வாய் அமர்ந்திருப்பதால் அச்செவ்வாய் லக்கனத்தையும் குடும்ப ஸ்தானத்தையும் பார்ப்பதாலும் களத்திர தோஷம் உண்டானது. அதன் காரணமாக சீதையால் மரணமே நடந்திருக்க வேண்டும்.

ஆனால் இராமன் வாழ்க்கையில் அவ்வாறு நிகழவில்லை. அதற்கு மாறாக கணவன் மனைவி பிரிவு ஏற்பட்டு பல துன்பங்கள் அடையக் காரணமானது.

இனி ஊழ்வினை, தந்தை செய்த தீவினைப் பயனோ இதனாலும் இராமன் துன்பப்பட நேர்ந்ததோ எனவும் நினைக்கத் தோன்றும். அதையும் சிறிது பார்ப்போம்.

“முன்னால் ஒரு மா முனிவன் மொழியும் சாபம் உளது” என்று தசரதன் கோசலையிடம் அன்று நடந்த நிகழ்ச்சியைக் கூறுதல் காண்போம்.

வேட்டையாடும் விருப்பத்தால் காட்டிற்குச் சென்றேன். ஆற்றங்கரையிடத்துச் சென்று மறைந்து இருந்தேன். சலபோசனன் என்னும் ஒரு சிறந்த முனிவனும் அவன் மனைவியும் கண்கள் ஒளி இழந்ததால் தம் மகனையே துணையாகக் கொண்டு தவம் செய்யும்பொழுது, புதல்வன் தாய் தந்தைக்குத் தண்ணீர் கொண்டு செல்ல ஆற்றுக்கு வந்தான். அவன் வருவதைக் காணாத நான் ஒலி வந்த திசை நோக்கி அம்பினை விட்டேன். அம்மகன் மீது அம்பு பட்டு அலறி கீழே விழுந்தான். அம்மகன் அலரல் கேட்டு அவ்வொலி வந்த திசை நோக்கிச் சென்றேன். உடம்பில் தைத்த அம்பினைக் கண்டு நானும் திகைத்து நின்றேன். அம்மகன் என்னிடம் கூறியது.

என் தாய்க்கும் தந்தைக்கும் இரு கண்களும் இல்லை. அவர்கள் தாகம் தணிக்க தண்ணீர் கொண்டு போக இங்கு வந்தேன். அது ஈடேறவில்லை. மனிதன் என்று உணராமல் அம்பு எய்தாய். அதனால் உன் தவறில்லை இது. என் ஊழ்வினையின் செயல். ஆகையால் நீர் வேட்கையால் வருந்தும் என் பெற்றோர்க்கு நீ தண்ணீர் கொண்டுபோய்க் கொடுத்து என் சாவையும் கூறி உம் புதல்வன் விண்ணுலகம் அடைந்தான் என்று கூறுக என்றான்.

புதல்வன் வரவை எதிர்நோக்கி இருக்கும் முனிவரிடம் நெருங்கி நடந்ததைக் கூறினேன். அவர்களை வணங்கி நின்றேன். ஐயா, கணையால் என் மகனைக் கொன்றாய் என்று அடியேனைக் கோபித்தருளாய். குற்றமற்ற நும் மகன் நீர்

மொண்டிடும் ஓசையினைக் கேட்ட நான் அது ஏதோவொரு விலங்கு நீர் குடிக்கும் ஓசையென எண்ணி ஓசையினை நோக்கி அம்பு எய்ததே அன்றி யான் அம்மகனைக் கண்டிலேன். அறியாமல் செய்த தவற்றை மன்னித்துப் பொறுத்தருளுக என்று வேண்டி நின்றேன்.

நான் சொன்னதைக் கேட்டு அவர்கள் இருவரும் அழுது புலம்பினர். அதற்கு நான் உங்களுக்கு மகனாக இருந்து நான் நீர் ஏவும் பணிகளைச் செய்து உங்களைக் காப்பேன் என்றேன். அதற்கு அவர்கள் மனம் நொந்து இட்ட சாபம்.

"ஏவா மகவைப் பிரிந்து இன்று
எம்போல் இடர் உற்றனை நீ
போவாய் அகல்வாய் என்ன"

குறிப்பறிந்து பணி செய்வதற்கு உரிய மகனைப் பிரிந்து எங்களைப்போல நீ துன்புற்று விண்ணுலகிற்குப் போவாயாக என்று சாபமிட்டனர். எனவே இராமனைப் பிரிவதும், நான் இறப்பதும் உறுதி என்று தசரதன் கோசலையிடம் கூறினான். இதில் சாபம் ஒரு பக்கம் இருந்தாலும் தசரதன் செய்த வினைப்பயன் அதன் விளைவாக ராமன் காடு செல்ல நேர்ந்தது என்றும் கொள்ளலாம்.

கம்பராமாயணத்தில் மற்றொரு காட்சி தனது அண்ணன் இராவணனிடம் சீதையின் அழகினைப் பற்றியும், தனக்கு ஏற்பட்ட அவமானங்களைப் பற்றியும் சூர்ப்பனகை விரிவாகக் கூறி இராவணனை உடனே சீதையைக் கவர்ந்துவர வேண்டினாள். அவன் அப்படி சீதையைக் கவர்ந்துவர இராமனுக்கு நாளும் கோளும் பொருத்தமாகவும் உதவியாகவும் இருக்கின்றன என்றும் சூர்ப்பனகை ஆதாரத்துடன் கூறினாள்.

இந்திரன் சசியைப் பெற்றான்
இருமூன்று வதனத் தோன்தன்
தந்தையும் உமையைப் பெற்றான்
தாமரைச் செங்க ணானும்
செந்திரு மகளைப் பெற்றான்
சீதையைப் பெற்றாய் நீயும்
அந்தரம் பார்க்கில் நன்மை
அவர்க்கிலை உனக்கே ஐயா

நீ சீதையோடு இருக்கிற அழகுக் காட்சி நீ இந்திரன், சிவன், திருமால் தம் தேவியருடன் இருப்பதுபோல நீ சீதையைப் பெறப்போவது உறுதி. ஏனெனில் நான் மிகச் சிறந்த சோதிடர்கள் அனைவரிடமும் உன் சாதகத்தைக் காட்டினேன். உனது சாதகக் கணக்கு நீ சீதையை அடையப்போவது உறுதி என்று சொல்லுகிறது என்றாள்.

சோதிடத்தில் ஒன்பது தசைகளில் ஏதாவது ஒன்றில் காலம் கடக்கும்போது பிறப்பர். அது முடிந்தபின் அவருக்கு அடுத்த தசை வரும். இவ்வாறு ஒருவர் ஆயுளுக்கு ஏற்ப ஒன்பது தசைகளும் மாறி மாறி வரும். எல்லாத் தசையும் ஆட்சி செய்து அவருக்குத் தமது இயல்புக்கு ஏற்ப நன்மை தீமை அளிப்பர்.

ஒவ்வொரு தசைக்குள்ளும் ஒன்பது கிரகங்களும் புத்தி என்ற பெயருடன் குறைந்த காலம் ஆட்சி செய்து நன்மை தீமை அளிப்பர். அதாவது அந்தரப் பலன் என்பது அநேகமாக சில நாட்களுக்குண்டான மிகக் குறுகிய கால பலனாகும். அதாவது இராவணனது அப்போதைய அந்தரப் பலன் அவன் சீதையை அடையப்போவதைக் காட்டியதாக சூர்ப்பணகை கூறினாள். "அந்தரம் பார்க்கில் நன்மை உனக்கே ஐயா" இச்சாதக குறிப்பு உண்மையானால் அதனால்தான் அவன் அழிவிற்கு காரணமானது.

(கம்பரும் சேக்கிழாரும் பக்:45-46)

தசரதன் வசிஸ்ட முனிவரிடம் முடிபுனை விழாவிற்கு வேண்டியவற்றைச் செய்யுமாறு பணித்துவிட்டு வந்த மன்னர்களிடம் இராமனுக்கு முடிசூட்டிடக் கருதியுள்ளதைக் கூறுகிறான். மன்னர்கள் நன்றெனெ மகிழ்ச்சியுற்றனர். இராமனின் பண்பு நலன்களைப் பாராட்டினர். அவர்கள் அனுமதி பெற்ற தசரதன் சோதிடத்தில் வல்லவர்களை முடிசூட்டும் நாள் பார்க்க தனியாக அழைத்து அவர்களுடன் ஆராய்கிறான். அப்பொழுது வசிட்டன்

"நல்இயல் மங்கல நாளும் நாளை அவ்வில் இயல் தோளவற்கு
ஈண்டு வேண்டுவ ஒல்லையின் இயற்றி"

என்று கூறினான்.

நல்ல காரியத்தை நீண்டநாள் தள்ளிப் போடக் கூடாது. ஏனெனில் அதற்குள் யாரால் எந்தத் தடங்கல் உண்டாகுமோ எது எப்படியாகுமோ என்பதால் நல்ல காரியங்களை அருகிலேயே வைப்பர். அதற்காக நம் முன்னோர்கள் ஜாதகத்தைப் பார்த்தனர். அதற்கேற்றவாறு நாளையே நல்ல நாள் என்று சோதிடர் கூறினார். ஏன் எனில் விரைவாக, நாளையே வைத்தல் வேண்டும் என்பதும் பொருந்தாது. ஆனால் ஜாதகப்படி நாளை நாளும் மங்களகரமான நாளாக அமைந்தது என்பதே பொருந்தும். அப்படி என்றால் முடிசூட்டு விழா நிற்கவும் இராமன் காட்டுக்குப் போகவும் வேண்டிய நிலை ஏற்பட்டது ஏன்? நாள் குறித்துச் சொன்னதில் தவறு இல்லை. எனவே முன்வினைப் பயனாகவே இராமனுக்கு இத்தகைய துன்பநிலை உண்டானது என்று கொள்வதே பொருந்தும் என்பதே உண்மை.

கம்பனுக்கும் வால்மீகிக்கும் வேறுபடும் இடங்கள் பல உண்டு. அவைகளில் இந்த இடமும் ஒன்று. அதைச் சிறிது பார்ப்போம்.

இராமபிரானுக்கு இளவரசு பட்டம் கட்ட எண்ணியதாக வால்மீகி கூறியுள்ளார். கம்பர் அவ்வாறின்றி மன்னனாக மணிமுடி சூட்ட எண்ணியதாகக் கூறியுள்ளார்.

இராமனைத் தசரதன் சபா மண்டபத்திலும் தன் வீட்டிலுமாக இரண்டு முறை வரவழைத்து முடிபுனை விழாவைப் பற்றியும் அதை விரைந்து முடிக்கக் கருதியதற்குரிய காரணத்தையும் கூறியதாக வால்மீகி கூறுகிறார். மேலும் தசரதன் இராமனைத் தன் வீட்டிற்கழைத்துப் பேசியபோது பரதன் கேகய நாட்டிற்குச் சென்றிருக்கும் நிலையில் முடிபுனை விழா நடத்த விரைவதற்கு காரணம்தான் கண்ட தீயகனவும், உற்பாதகங்களும், தன் சாதகத்தைப் பார்த்த சோதிடர் கூறியவையாம் என்பதை விளக்கமாகக் கூறித் தன் உயிர் பிரிவதற்குள் இராமன் முடி சூடுவதைப் பார்க்க விரும்புவதையும் வால்மீகி தெரிவிக்கிறார். இவை கம்பர் காவியத்தில் இல்லை. ஆலோசனை மண்டபத்தில் ஒருமுறை கண்டு கூறியது மட்டுமே கம்பர் கூறியுள்ளார்.

எனவே வால்மீகியும், கம்பரும் சோதிடம் பற்றிக்

கூறியுள்ளதை இராமாயணம் நமக்கு எடுத்துக் காட்டுகிறது.

குழந்தை பிறந்த ஐந்தாவது நாள் பிள்ளைக்குப் பெயரிடவேண்டும் என்று அதற்குரிய விழாவுக்கான எல்லா ஏற்பாடுகளும் செய்யப்பட்டன. சோதிட வல்லுநரான பிராமணர் எண்மர் ஜாதகம் கணிக்க வந்திருந்தனர். வந்திருந்த வேதியர் எண்மரும் முன்பு மாயாதேவி கண்ட கனவின் பலன் சொன்ன அதே மறையோர்தான். இவர்களில் ஏழு பேர் இக்குழந்தை அகில உலகத்தையும் ஆளும் சக்கரவர்த்தியாவான் என்று ஜாதக பலன் கூறினர். அவர்களில் மிக இளையோனாகிய கௌண்டின்னியன் என்ற அந்தணன் மாத்திரம் வேறுவிதமாகக் கூறினான். "அரசே! இந்தக் குழந்தை சர்வ கலைகளிலும் தேர்ச்சியடைந்து அரண்மனையில் ராஜபோகத்துடன் வளர்ந்தபோதிலும் என்றோ ஒருநாள் துறவியாகிப் புத்தனாவது நிச்சயம் என்று தைரியத்துடன் கூறினான்.

முன்பே அசித முனிவர் சொன்னது சுத்தோதனன் செவிகளில் ஒலித்துக்கொண்டே இருந்தன. இப்பொழுது கௌண்டின்னியன் சொன்னது அதை உறுதிபடுத்தியது கண்டு மன்னன் கவலைப்பட்டான். எப்போது துறவியாவான்? அதற்கு அடையாளங்கள் ஏதாவது உண்டா? என்று கேட்டான் சுத்தோதனன். அதற்கு அந்தணன் கௌண்டின்னியன், நான்கு நிமித்தங்கள் ஏற்படும். வயோதிகன், பிணியாளன், பிணம், துவராடை தரித்த சிரமணன். இந்த நான்கு காட்சிகள் கண்டதும் உன் மகன் துறப்பான் என்று கூறினான்.

மேலும் சித்தார்த்தர் பிறந்த ஏழாம் நாள் மாயாதேவி இறந்து விடுவாள் என்றும் கூறினான். சோதிடன் கூற்றுபடி மாயாதேவி ஏழாம் நாள் உயிர் துறந்தாள். எனவே சாதகம் எவ்வளவு உண்மையான செய்திகளைக் கூறுகிறது என்பதும் கிரகங்களின் கணிப்பு நிஜமானது என்பதும் இது விதிக்கு எவ்வளவு துணையானது என்பதும் கௌதம புத்தர் வரலாறு நமக்குக் காட்டுகிறது.

("கௌதம புத்தர் அடிச்சுவட்டில்" என்ற நூலில் எடுக்கப்பட்டது பக்கம்–45.)

ஒன்பது கிரகங்கள் சூரியனைச் சுற்றி வருகின்றன. அவ்வாறு சுற்றிவரும்போது வேறு வேறான நிலைகள் உண்டாகின்றன. எனவே நிமிடந்தோறும் மாற்றங்கள் ஏற்படுகிறது. இதனால் பிறப்பில் ஒவ்வொருவருக்கும் கிரக நிலைகள் வேறுவேறாக அமைகின்றன. எனவே ஒவ்வொருவருடைய வாழ்வியல் முறைகளும் வேறுபடுகின்றன. ஒரு தாய் வயிற்றில் பிறந்தவர்கள்கூட ஒருவர் மிகச் செல்வனாகவும், ஒருவன் ஏழையாகவும், பெண்களுக்கும் சிலருக்கு நல்ல கணவன் அமைவதும் சிலருக்கு கணவன் நல்லவனாக அமையாததும் உண்டாகின்றன. இதைத்தான் பிறப்பின் சாதக நிலை என்கிறோம்.

நம் முன்னோர்கள் வளர்பிறை சந்திரன் வலிமை தருபவன், யோகம் தருபவன் என்றும் தேய்பிறை சந்திரன் யோகத்தைக் குறைப்பான் என்றும் கூறுவர். திருமணம், சுபநிகழ்ச்சிகள் வளர்பிறையில் நாள் குறிப்பது இன்றும் வழக்கத்தில் உள்ளது. தேய்பிறையில் சுபகாரியங்கள் செய்பவர்கள் நன்றாக இருப்பதும் உண்டு. வளர்பிறையில் சுபகாரியங்கள் செய்பவர்கள் துன்புறுவதும் உண்டு. எனவே வளர்பிறை தேய்பிறை என்ற பாகுபாடு தேவையற்றது.

சோதிடம் பார்ப்பதால் நமக்கு என்ன பலன் என்று பலர் நினைக்கின்றனர். பயன் என்னவென்றால் நவக்கிரகங்களின் பயன் செயல் அறிந்து இந்தப் பலன் உண்டாகும் என்பதை அறியும் வாய்ப்பு உண்டாகிறது. கௌதம புத்தர் சாதகம் கணித்தவர் நான்கு காட்சிகள் பார்த்தபின் துறவியாவான் என்று முன்பே துணிந்து சொன்னதால் சுத்தோதனன் அதற்கேற்ப சித்தார்த்தரை வெளியுலகம் காணாமல் வைத்திருந்தார். அப்படியும் விதி அவரைப் பார்க்க வைத்தது. துறவியானார். எனவே இன்ன நாளில் இன்னனின்ன நேரத்தில் இன்ன இடத்தில் நவக்கிரகங்களால் நமக்கு உண்டாகும் நன்மை தீமைகளை ஓரளவாவது தெரிந்து கொள்ளலாம். இயற்கையாக ஏற்படும் கெட்ட பலன்களிலிருந்து விடுபட சில வழிகளைக் கடைபிடித்து நம் விருப்பங்களை நிறைவேற்றிக் கொள்ளலாம்.

நம் அறிவுக்கும் வலிமைக்கும் ஒவ்வொருவரும் தங்களால்

முடிந்த வரையில் முயற்சி செய்து நம் விருப்பங்களை நிறைவேற்றிக் கொள்ள வழி உண்டு, இதுதான் பிறப்பின் உண்மையான தத்துவம். இதுவே ஊழ்வினையின் ரகசியம். முயற்சித்தால் ஓரளவு வாழலாம். அவ்வளவுதான். வாழ்வில் உயரவேண்டுமானால் ஊழ்வினையின் துணை வேண்டும்.

விதி வலிமை இவ்வாறு இல்லாவிட்டால் தீயவன் இன்பம் அனுபவிப்பதும், நல்லவன் துன்பப்படுவதும் யோக்கியன் அயோக்கியனாவதும், அயோக்கியன் யோக்கியனாகத் திரிவதும் நடக்காது. பிறந்த நாள், இடம், நேரம், வருடம் ஆகியவை யாராக இருந்தாலும் நவக்கிரகங்களின் செயல்களை அறிந்து கொள்வதற்கு உதவியாக இருக்கும். இதுதான் சாதகம் கணித்து எழுதுவதற்கும் பேருதவியாக இருக்கும். இதைத்தான் சாதகக் குறிப்பு என்று கூறுவர்.

பஞ்சாங்கத்தில் முக்கியப் பங்கு வகிப்பது சூரியன், சந்திரன் கிரகங்களே. இவை இரண்டு உலகிற்கும் இரு கண்கள் போன்றவை. இவை விதிக்கும் முக்கியமாகின்றன. விதிக்கு முக்கியமாகப் பார்க்க வேண்டியது திதியாகும். இறந்துவிட்ட நம் முன்னோர்க்கு திதி பார்த்தே திதி தருகிறோம். காசி, கயா, இராமேஷ்வரம், ஹரித்துவார் ஆகிய புண்ணியத் தலங்களில் திதி கொடுப்பது சிறப்பு என்று நம் புராணங்கள் கூறுகின்றன.

சாதகம் பின்பற்றுவதால் மரணம், லாப, நட்டம் இன்பதுன்பம் – இவற்றை ஓரளவு அறிய முடியும். இதுதான் சாதகத்தின் அற்புதம்.

மேட ராசியில் கார்த்திகை மாதத்தில் நட்ட நடு இரவில் வளைந்த பனைமரம் போலும் வடிவுடைய அநுஷ நட்சத்திரத்தின் கடைசி வெள்ளி எல்லையாக பங்குனி மாதத்தில் முன் பருவத்தில் உத்திர நட்சத்திரம் உச்சியிலிருந்து சாய அதற்கு எட்டாவது நட்சத்திரமாகிய மூலம் அதன் எதிரே தோன்ற, உத்திரத்துக்கு முன்னதாகச் சொல்லப்பட்ட மிருகசீரிடம் தாழ கீழ்த்திசையில் போகாது வடதிசையிலும், போகாது கடல் சூழ்ந்த நிலவுலகுக்கு விளக்கெடுப்பது போல தீப்பிழம்பாகக் கீழே விழக் கண்டு நானும் மற்ற இரவலரும் பறை ஒலிப்பதுபோல அருவி ஒலி எழுப்பும் மலை நாட்டு மன்னன்

நோயின்றி நல்லபடியாக வாழவேண்டும் என்று வருந்தினோம். நாங்கள் பயந்தபடியே ஏழாம் நாளும் வந்தது. அந்த ஏழாம் நாளில் வலிமை மிக்க யானை தனது துதிக்கையைப் பூமியில் வைத்து மடிந்தது. இறுக்கிக் கட்டப்பட்ட முரசு கிழிந்தது. வெண்கொற்றக் குடை முறிந்து விழுந்தது. காற்றைப்போலப் பறந்தோடும் குதிரைகள் செயலற்று வீழ்ந்தன. வேந்தனும் விண்ணுலகு எய்தினான்.

கோச்சேரமான் யானைக்கட் சேய் மாந்தரஞ்சேரல் இரும்பொறையைக் கூடலூர்க்கிழார் பாடியது.

தீ நிமித்தங்களை வானக் கோள்நிலை கண்டு கூறும் புலவர் கூடலூர்க் கிழாரின் வான இயல் அறியும் நுண்ணறிவு எண்ணி எண்ணி வியத்தற்குரியதாகும்.

ஆடு இயல் அழல் குட்டத்து
.... மேலோர் உலகம் எய்தினன் ஆகலின்

பாடல் 229

மேடராசி	-	மேஷம் (ஆடு)
அழல்குட்டம்	-	கார்த்திகை நாள்
முடம்	-	வளைவு
ஊசி	-	வடதிசை
பாசி	-	கீழ்த்திசை

நெடுநல்வாடையில்

ஞாயிற்று மண்டிலம், சந்திரமண்டிலம் - திங்கள் மண்டிலமாகிய வட்டத்திலுள்ள திங்களை ஆடவனாகவும், உரோகிணியை அவன் மருங்கமைந்த மடந்தையாகவும் ஓவியம் வரையப்பட்டிருந்தது.

'.............. ஆடு தலையாக
விண்ணூர்பு திரிதரும் வீங்குசெலல் மண்டிலத்து முரண்மிகு சிறப்பிற்
செல்வனொடு நிலைஇய
உரோகிணி நினைவனள்" 160-161

மேட முதல் பன்னிரண்டு ராசிகள் ஓவியமாக வரைந்து சித்திரங்கள் தீட்டப்பட்டிருந்த செய்தி நெடுநல்வாடையால் அறியலாம்.

சான்றோர்கள் சாதாரணமாகப் பேசும்போது எதற்கும்

பிராப்தம் (கொடுப்பனை) வேண்டும் என்பார்கள். இது சோதிடத்திலும் கூறப்பட்டுள்ளது. அதாவது ஒருவருக்கு உண்டாகக் கூடிய யோகம், யோகமின்மை, நன்மை தீமைகள், கஷ்ட நஷ்டங்கள் உறவு முறைகள், பட்டம் பதவி ஆகிய எல்லாம் சாதகரின் பூர்வ புண்ணிய கர்ம வினைப்படி அமையும் என்பதே சோதிடம் கூறும் உண்மை. ஒருவர்க்கு வாழ்க்கைத் துணை அமைவது, ஒருத்திக்கு கணவன் அமைவது பூர்வ புண்ணிய பந்தமே காரணமாகும். நம் பிறப்பிடம், தாய்தந்தை அமைவது, குழந்தைகள், நிலம், மனை அமைவது, எல்லாமே நம் கர்ம வினைப்படி அமையும். ஆகையால் இது என்னால் தான் வந்தது, நான் சம்பாதித்தது, என்னால்தான் அவன் முன்னுக்கு வந்தான் என்று நாம் கூறுவது பொய்த் தோற்றமே தவிர உண்மை அன்று. நாம் வெறும் கருவிதான் கர்த்தா ஆண்டவனே.

நம்முடைய வாழ்க்கையையே சாதகக் கட்டத்தில் இருக்கும் கிரகங்கள்தான் வழி நடத்துகின்றன. நட்சத்திரப் பொருத்தங்கள் சாதகக் கட்டத்தில் உள்ளன. நமக்கு கஷ்டங்கள் சோதனைகள் வரும்போது சாதகத்தை சோதிடரிடம் காட்டி பலன்களை அறிகிறோம். நட்சத்திரம் மட்டும் சொல்லி பலன் கேட்பதில்லை. நட்சத்திரப் பொருத்தம் இருந்தாலும் இல்லாவிட்டாலும் பொருந்த வேண்டும் என பிராப்தம் இருந்தால் அது நடந்தே தீரும்.

சீவக சிந்தாமணியில் ஒரு பாடலில் உள்ள சோதிடக் குறிப்பு பார்ப்போம்.

திருமகளைப் போன்ற பண்புள்ள விமலை என்னும் பெயருடைய பெண் பிறந்தாள். அவளைப் பற்றி சோதிடம் கூறியது.

பூம்பாவை வந்து பிறந்தாளப் பிறந்த போழ்தே
ஆம்பால வெல்லா மறிவாரன் றெழுதி மீட்டார்
தூம்பியாது மில்லாக் குளம் போன்ற தென் றோமில்பண்டம்
கூம்பாத செல்வக் கொடியே யிது கேண்மோ என்றாள்.

1976ஆம் பாடல்

பதுமையைப் போன்றவள் பிறந்தாள். பிறந்தபோதே பின்னால் நடப்பன எல்லாவற்றையும் அறியும் சோதிடர்

அவளது பிறந்த குறிப்பை எழுதி வைத்தனர். அக்குறிப்பு எழுதிய நாளில் குற்றம் அற்ற பண்டங்கள் குவிந்து கிடந்தன. இப்பண்டங்கள் இவ்வாறு தேங்கிக் கிடப்பது உனக்கும் குறையாத செல்வம் வருவதற்குரிய வழியேயாகும் என்று சோதிடர் கூறினார்.

திருமணம் என்பது இருமனங்கள் கலந்தால் போதும் என்பது ஒரு சாரார் கருத்து. திருமணம் சாதகப் பொருத்தம் பார்த்துச் செய்வது நல்லது என்பது மற்றொரு சாரார் கருத்து. காதல் திருமணங்கள் சாதக பொருத்தம் பார்க்காமல் செய்துகொள்கின்றனர். அவர்கள் நன்றாக இல்லையா? என்று வினா எழுப்புகின்றனர். சிலர் சாதகம் பார்ப்பதே இல்லை. சிலர் சாதகப் பொருத்தம் பார்த்துச் செய்கின்றனர். காதல் திருமணங்களில் கூட சில வெற்றி பெறுவதும் சில தோல்வியில் முடிவதும், இன்னும் சில தற்கொலையில் முடிவதும் உண்டு. விவாகரத்து செய்பவர்களும் உண்டு. ஜாதகப் பொருத்தங்கள் பார்த்து செய்த திருமணங்கள்கூட இடையில் முறிந்து போதலும் உண்டு. சாதகம் பார்த்து செய்யாத திருமணங்கள், அவர்கள் வாழ்க்கை நன்றாக அமைவதும் உண்டு. இவ்வாறு பலவாறு திருமணங்கள் நடந்தாலும் கணவன் மனைவி – நன்றாக அமைவது என்பது முன்வினைப்பயன், இறைவன் கொடுக்கும் வரம் என்பதே உண்மை.

பழங்காலத்தில் சோதிடம் பார்ப்பது இலைமறை காய்போல் இருந்தது. ஆனால் தற்காலத்தில் சாதகம் பார்க்காமல் திருமணங்களே இல்லை என்ற அளவுக்கு வளர்ந்துவிட்டது.

சாதகம் பார்க்கும் பெற்றோர்கள் பொருத்தம் பார்க்கின்றனர். சோதிடர்கள் பத்துப் பொருத்தங்கள் கூறுகின்றனர். பத்தும் இருக்க வேண்டும் என்ற கட்டாயம் இல்லை. முக்கியமான பொருத்தங்கள் இருவருக்கும் பொருந்த வேண்டும் என்பர். பத்துப் பொருத்தங்கள் தினப்பொருத்தம், கணப்பொருத்தம், மகேந்திரப் பொருத்தம், ஸ்திரி தீர்க்கப் பொருத்தம், யோனிப் பொருத்தம், ராசிப் பொருத்தம், ராசியதிபதி பொருத்தம், வசியப் பொருத்தம், இரச்சுப் பொருத்தம், வேதைப் பொருத்தம் – என்பனவாகும்.

முக்கியமாகப் பெண்களைப் பெற்றவர்கள் சாதகப் பொருத்தங்கள் பார்த்துச் செய்வர். காரணம் பெண்ணுக்கு பிறந்த வீடு, புகுந்த வீடு என இரண்டு உண்டு. பிறந்த வீட்டில் எவ்வளவு சுதந்திரமாக மகிழ்ச்சியாக இருந்தாளோ அதேபோல் புகுந்த வீட்டில் தன் மகள் வாழவேண்டும் என்று பெற்றோர்கள் நினைப்பது இயற்கையே. பெண் கண்ணீர்விட்டால் வீட்டிற்கு ஆகாது என்று நம் முன்னோர் எண்ணினர். ஒரு தாய்க்கு நான்கு பெண்குழந்தைகள் என்றால், நான்கு பேருடைய வாழ்க்கை ஒரேவிதமாக அமைவதில்லை. வெவ்வேறு விதமாக அமைவதை சமுதாயத்தில் கண்கூடாகப் பார்க்கிறோம். இதற்குக் காரணம் அவரவர் தலைவிதி என்று ஒரு சொல்லில் கூறி முடித்து விடுகிறோம். சில பெற்றோர்கள் தம் பிள்ளைகளுக்குச் சீர்வரிசை செய்து கடன்பட்டு துன்பத்தில் வாழ்வதும் உண்டு. தான் கஷ்டப்பட்டாலும் தன் மகள் நன்றாக வாழவேண்டும் என்று நினைக்கும் பெற்றோர்கள் நிறையவே உண்டு. இதனால்தான் ஐந்து பெண்களைப் பெற்றவன் பற்றி “அரசனும் ஆண்டியாவான்” என்ற பழமொழி உண்டானது.

இளம் வயது பெண் ஒருத்தி தன் கணவனை இழந்து அழும்போது தன் ஆற்றாமையைப் புலப்படுத்துகிறாள்.

தன் விதியை நினைத்து அழுகிறாள். என் தலைவிதியை எழுதிய அந்தப் பிரம்மன் கண்குருடோ? என் தலைவிதி எழுதும்போது எழுத்தாணி மழுங்கிவிட்டதோ? என்று புலம்புகிறாள். இது ஒரு நாட்டுப்புறப்பாடலில் மிக அழகாக சித்தரிக்கப்பட்டுள்ளது. இப்பாடலைப் படிக்கும்போது நம் மனம் உருகுகின்றது.

தாலிக்கு அரும்பெடுத்த
 தட்டானும் கண்குருடோ
சேலைக்கு நூலெடுத்த
 சேணியனும் கண்குருடோ
பஞ்சாங்கம் பார்க்கவந்த
 பார்ப்பானும் கண்குருடோ
எழுதினவன் குருடோ
 எழுத்தாணி கூறில்லையோ.

இப்பாடல் விதி என்னென்ன செய்தது என்பதைத்

தெளிவாகக் காட்டுகிறது.

மக்கள் எல்லாக் காரியங்களுக்கும் ராசிப் பொருத்தம் பார்ப்பதுண்டு. ராசியில் நம்பிக்கைக் கொண்ட ஒரு பெண் தாலி செய்த தட்டான், சேலை நெய்த சேணியன், பஞ்சாங்கம் பார்த்த பார்ப்பான் ஆகியோர் கைராசி இல்லாதவர்கள் என்று கணவனை இழந்த ஒரு பெண் ஒப்பாரி வைத்துப் பாடுகிறாள். இதன் ராசிப் பொருத்தம், பஞ்சாங்கம் பார்ப்பதும் அக்காலத்தில் இருந்தது என அறியலாம். பத்துப் பொருத்தங்களில் ராசிப் பொருத்தம் ஒன்று என அறியலாம்.

மக்கள் தங்களுக்கு ஏற்படும் நன்மை தீமைகளுக்கெல்லாம் பிறக்கும்போது பிரமன் தலையில் எழுதியபடியே நடக்கும் என்று நம்பினர். தலையெழுத்து சிரைத்தால்போகுமா? என்ற பழமொழி எடுத்துரைக்கிறது.

"தலையை வவுந்து தாழம்பூ சூட்டினிங்கோ
தலையிலே போட்ட எழுத்து தாயார் அறியலையே
மண்டையை வவுந்து மகிழம்பூ சூட்டினிங்கோ
மண்டையிலே போட்ட எழுத்து மாதா அறியலையே"
"சதுர மனைபோட்டு சாதகம் பார்த்தாலும் - பாவி
சதுர தலையெழுத்து சாதகமும் சொல்லலையே"

இந்தப் பாடலில் தலையெழுத்து, பஞ்சாங்கம், சாதகம் பார்ப்பது இவற்றைப் பழங்காலத்தில் மக்கள் நம்பினர் என அறியலாம்.

பத்துப் பொருத்தங்களில் மாங்கல்ய பொருத்தம் மிக முக்கியமாகப் பார்த்தனர். இது சரியாக இருந்தால் மட்டுமே திருமணம் நிச்சயம் செய்வர். திருத்தக்க தேவர் காலத்திலேயே குழந்தைப் பிறந்த உடன் ஜாதகம் எழுதும் பழக்கம் இருந்ததாக சீவக சிந்தாமணியால் அறிகிறோம்.

பஞ்சாங்கம் நாள் நட்சத்திரங்களைக் கணிக்கிறது. பஞ் சாங்கம் கணிக்கின்ற சூரியகிரகணம், சந்திரகிரகணம் வானவியல் ஆய்வுக்கூடத்தில் கணிக்கின்ற நாளோடும் நிமிடத்தோடும் ஒத்து வருவது பார்க்கும்போது பஞ்சாங்கமும் அறிவியல் அடிப்படையில் அமைந்தது என்று அறிய முடிகிறது.

விண்ணியல் நிகழ்வுகளே வாழ்வியல் நிகழ்ச்சிகளை

நிச்சயிக்கின்றன என்று மக்கள் நம்பத் தொடங்கிய பின்னர் சோதிடம் வளர்ச்சியுற்றது.

சோதிடத்தில் பத்துப் பொருத்தங்கள் இருப்பது பற்றி ஓரளவு அறிந்தோம். இதுபோலவே தொல்காப்பியரும் பத்துப் பொருத்தங்கள் கூறியுள்ளார். அதைப் பற்றியும் சிறிது பார்ப்போம்.

பெண் வீட்டார் பிள்ளையைப் பார்க்கும்போதும், பிள்ளை வீட்டார் பெண்ணைப் பார்க்கும்போதும் நல்ல குடிபிறப்பா என்பதை முதலில் பார்க்க வேண்டும். அக்குடிப்பிறப்பிற்கு ஏற்ப நடக்கிறார்களா என்பதைப் பார்க்க வேண்டும். அடுத்தபடியாக வயது ஆணுக்கும் பெண்ணுக்கும் *5* ஆண்டுகளே வித்தியாசம் இருக்குமாறு பார்க்க வேண்டும். வயது வித்தியாசம் அதிகமிருந்தால் அது பெருந்திணை பொருந்தாத மணமாக ஆகிவிடும். கல்வியைப் பார்க்க வேண்டும். பிடிக்காத ஆணுக்குப் படித்த பெண்ணைத் தருவதும், படித்த ஆணுக்குப் படிக்காத பெண்ணைக் கொடுப்பதும் அமைவது உண்டு. இப்படிப்பட்ட திருமணங்களால் தாழ்வு மனப்பான்மை வளரும். அழகான ஆணுக்கு உறுப்பு குறையுள்ள பெண்ணைக் கட்டி வைப்பதும், அழகும் படிப்பும், வசதியும் உள்ள பெண்ணுக்குக் கல்வியில்லாத உறுப்பு குறையுள்ள ஆணைச் சேர்த்து வைப்பதும்கூட பொருந்தாத திருமணங்களாகவே முடிகின்றன. இதனாலும் தாழ்வு மனப்பான்மை வளர்கிறது. நல்ல மகிழ்ச்சியான வாழ்க்கை அமைவதும் இல்லை.

மற்றொரு முக்கியமான செய்தியை பெற்றோர் மறந்து விடுகின்றனர். பொருளுடைமையில் கவனம் செலுத்த வேண்டும். தன் மகள் நன்றாக வாழவேண்டும் என்பதற்காக தன் சக்திக்கு மீறிய இடத்தில் பணக்காரன் என்று ஆசைப்பட்டு பெண்ணைக் கொடுப்பது தெரிந்தே படுகுழியில் தள்ளுவது போலாகும். அதுபோலவே ஒரு ஆண் தன்னைவிடப் பெரிய பணக்காரப் பெண்ணைத் திருமணம் செய்து கொண்டால் தனக்கு மரியாதையே இல்லாமல் போய்விடும். ஆண், பெண் வீட்டார் யாராக இருந்தாலும் "விரலுக்கு ஏற்ற வீக்கம்" என்ற பழமொழியை மறந்து விடக்கூடாது. பொருள் நிலையில் திருமணங்கள் அமைவது சிறப்பு.

தொல்காப்பியத்தில் மெய்ப்பாட்டியலில் ஒரு நூற்பாவில் கூறியுள்ள பத்துப் பொருத்தங்கள் ஆண் பெண் இருபாலார்க்கும் ஒக்கும் என்று கூறியுள்ளார். எனவே இந்தப் பத்து பொருத்தங்களும் பார்த்தால் நலம் பயக்கும்.

"பிறப்பே குடிமை ஆண்மை யாண்டோடு
உருவு நிறுத்த காம வாயில்
நிறையே யருளே யுணர்வொடு திருவென
குறையுறக் கிளர்ந்த ஒப்பினது வகையே"

மெய்ப்பாட்டியல் நூற்பா 25

★★★

20. திங்கள் மும்மாரி

தமிழ் இலக்கியங்களில், வானம் – பலவாறு பேசப்படுகிறது. எழிலி, கார், கொண்டல், புயல், மஞ்சு மாரி, மழை, முகில், மேகம், விசும்பு – எனப் பல பெயர்களால் கூறப்படுகிறது. கடல் நீர் ஆவி ஆகி மேகத்தால் கவரப்பட்டு மேலெழுந்து மழையாகப் பொழிகிறது என்பது அறிவியல் உண்மை. இன்றைய அறிவியல் எதுவும் அறியாத பண்டையத் தமிழர்கள் பல நூற்றாண்டுகளுக்கு முன்னரே உணர்ந்து பாடிய பாடல்களை இலக்கியங்களால் அறிகிறோம்.

பண்டையத் தமிழ் நான்கு திசையிலிருந்து வீசும் காற்றுக்கு கொண்டல், கோடை, வாடை, தென்றல் என்று பெயரிட்டு அழைத்தனர். வாடை – காற்று வீசும் பருவத்தில் அதிக மழை பெய்கிறது என்பதும் நாமறிகிறோம்.

உலகம் பயன்படுத்தும் நீர் முழுவதற்கும் தோற்றுவாயாக அமைவது மழையே என்றால் அது மிகையாகாது. பட்டினப் பாலையில் கடியலூர் உருத்திரங்கண்ணனார்.

"வான்முகத்த நீர்மலைப் பொழியவும்
மலைப் பொழிந்த நீர்கடல் பரப்பவும்"

பட்டினப்பாலை 126-7

எனக் கூறியதைக் காணலாம்.

நல்லாதனார் என்ற புலவர் பரிபாடலில்

நிறைகடல் முகத்து உராய்
நிறைத்து நீர்தளும்பும் தம்
பொறை தவிர்பு அசைவிடப்
பொழிந்தன்று வானம் பரிபாடல் 61-2

மேகங்கள் நீர் நிறைந்த கடலில் இருக்கும் நீர் முகந்து கொண்டு வானில் எங்கும் பரவி நீர் நிறைதலால் தளும்பும் தம் பாரம் தீர்ந்து இளைப்பாறும் பொருட்டு பெய்பவைபோல மழை பொழிந்தது என்கிறார்.

திருமுருகாற்றுப் படையில் நக்கீரர்

கார்கோள் முகந்த கமஞ்சூழ் மாமழை
வாள்போல் விசும்பில் வள்உறை சிதறி
தலைப்பெயல் தலைஇய தன்நறுங்கானத்து

திருமுரு 7-9

கூறுவதும் காணலாம்.

நல்லந்துவனார் என்னும் புலவர் அகநானூற்றில் 431–2

"கடல்முகந்து கொண்ட கமஞ்சூழ் மாமழை
சுடர்நிமிர் மின்னொடு வலனேர்பு இரங்கி"

இப்பாடலில் கார்மேகங்கள் கடல்நீரை முகந்து வானில் படர்ந்து இடி இடித்து மண்ணும் விண்ணும் ஒன்றென மயங்கும்படி பெருமழை பொழிந்தது என்று கூறுவதையும் காணலாம்.

இனி குறிஞ்சிப் பாட்டில் கபிலர்

"நிறையிரும் பௌவம் குறைபட முகந்துகொண்டு
அகலிரு வானத்து வீசுவளி கலாவலின்
முரசதீர்ந்தன்ன விண்குர லேற்றோடு"

பறவைகள் எல்லாம் தன் கூடுகளில் போய் அடங்கும் படிக் கடல் குறைய நீரை மொண்டு கொண்டு வானில் கூடிய மேகங்கள் காற்று வீசுவதால் கலங்கி இடியுடன் மின்னலுடன் மழை பொழிந்தது.

கார் நாற்பது 33வது பாடலில்,

கடல்நீர் முகந்து கமஞ்சூ லெழிலி
குடமலை யகத்துக் கொள்ளப் பிறக்கும்

கருங்கடல் மேய்த்த கமஞ்சூ வெழிலி
இருங்க லிறுவரை யேறி யுயிர்க்கும்

என்று மதுரை கண்ணங் கூத்தனாரின் கார் நாற்பதிலும் காணலாம்.

மேற்கூறிய எடுத்துக் காட்டுகளால் மேகத்திற்கு நீர் தரும் மூலப் பொருளே கடல்தான் என்பது மிகத் தெளிவாகத் தெரிகின்றது.

மழை பொழிவது இயற்கைதானே. ஆனால் அம்மழை சில நேரங்களில் பெய்வதும், சில நேரங்களில் பெய்யாமல் பொய்த்துப் போவதும் சில நேரங்களில் அளவுகடந்து பெய்வதும் உண்டாகக் காரணம் என்ன? இதை விளக்குவதற்கு இக்கட்டுரை எழுதப்பட்டது.

பண்டைய காலத்தில் பருவமழை தப்பாது பெய்யும். எனவே உழவுத்தொழில் பழுதின்றி நடக்கும். விளைப்பொருட்கள் குன்றாது விளையும். மக்கள் பசி பட்டினி இன்றி வளமான வாழ்க்கை வாழ்ந்தனர் என்ற குறிப்பு மதுரைக் காஞ்சி மூலம் அறிய முடிகிறது.

மழை ஒழுங்கு அறாஅப் பிழையா
விளையுள் வரி 507

ஆகையால் அக்காலத்தில் பருவமழை தப்பாமல் பெய்தது என்று மதுரைக் காஞ்சி காட்டுகிறது.

மாதம் மும்மாரி என்பது இலக்கியங்களில் கூறப்பட்டுள்ளன. மாதம் மூன்று மழை பெய்ய வேண்டும் என்பது பொருள். அதாவது பத்து நாட்களுக்கு ஒரு முறை மழை பெய்ய வேண்டும். அவ்வாறு பெய்தால் நாட்டில் உழவுத்தொழில் செம்மை பெறும். மேலும் நன்செய் புன்செய் – இருவகைப் பயிர்களுக்கும் போதுமானதாக இருக்கும்.

முற்காலத்தில் தெருக்கூத்து நாடகங்களில் அரசர் தர்பாரில் வந்து உட்காருவார். மந்திரியைப் பார்த்து அமைச்சரே! நாட்டில் மாதம் மும்மாரி பொழிகிறதா? என்று கேட்பார். மழை பெய்வதும், பெய்யாததும் அரசருக்குத் தெரிந்தும் பின் ஏன் அமைச்சரைக் கேட்க வேண்டும். இது வழிவழியாக

நாடகங்களில் வரும் மரபு முறை. அதற்கு அமைச்சர் மும்மாரி பொழிகிறது அரசே என்று பதில் கூறுவார்.

ஒரு நாடு வளமாக இருக்கவும் பஞ்சம் பட்டினி இல்லாமல் மக்கள் நலமாக வாழவும் காரணமாக இருப்பதே மழைதான் என்பதை அன்றைய அரசர்கள் கருதினார்கள். மழை குறைந்து மக்கள் வறுமையில் துன்பப்பட்டால், அரசர் அந்தப்புரமே கதி என்று உல்லாச வாழ்க்கையில் இருந்துவிட்டார்; அறச் செயல்களில் அவர் நாட்டம் செல்லவில்லை; அதனால் மழைவளம் குறைந்தது என்று அரசனைக் குறை கூறுவர். எனவே மக்கள் நலனில் அரசனுக்குப் பெரும்பங்கு உண்டு என்பதையே காட்டுகிறது. அதனால்தான் அரசனை இறைவனுக்குச் சமமாக கருதினர். திருவள்ளுவரும்

முறைசெய்து காப்பாற்றும் மன்னவன் மக்கட்கு
இறையென்று வைக்கப் படும்.

என்றார்.

மணிமேகலையில்,

முரசுகடி பிடூஉம் முதுகுடிப் பிறந்தோன்
திருவிழை மூதூர் வாழ்கென் றேத்தி
வானம் மும்மாரி பொழிக மன்னவன்
கோல்நிலை திரியாக் கோலோ னாகுக.

மணி: விழா: 31-34

முரசத்தைக் குறுந்தடி கொண்டு அறைகின்ற தொல்குடிப் பிறந்த வள்ளுவன் திருமகளும் விரும்புகின்ற தொன்னகர் வாழ்க! என்று வணங்கி மேகம் மாதம் மும்மழை பொழிக, அரசன் கோள்கள் நிற்கும் நிலை குலையாமைக்கு காரணமாகிய செங்கோலை உடையவனாகுக என்று வாழ்த்தினான். இதில் நாடு, மழை, அரசன் மூவரையும் வாழ்த்திக் கூறியுள்ள நயம் ஆழ்ந்த கருத்துடையதாக உள்ளது. நாடு நாட்டு மக்கள் செழுமையாக இருக்க மழை அவசியம். மழை பெய்யின் மக்கள் மகிழ்ச்சியாக இருப்பர். அரசன் நன்றாக இருப்பான் என்ற கருத்தும் உள்ளடக்கியது.

மேலும் முரசறைவோன் நிறையாக மக்கள் பால் பசியும் நோயும் பகையும் நீங்க வேண்டும் எனக் கூறி நாட்டில்

மழையும் வளமும் பெருக வேண்டும் என வாழ்த்தினான்.

“பசியும் பிணியும் பகையும் நீங்கி
வசியும் வளனும் சுரக்க”

என வாழ்த்தினான். நாட்டில் வளம் சுரக்க மழை முதலிடம் பெறுவதை சாத்தனார் கூறுகிறார். மணி: 70–71 திருவள்ளுவரும்,

“உறுபசியும் ஓவாப் பிணியும் செறுபகையும்
சேரா தீயல்வது நாடு” 734

என்ற குறளும் மேற்கூறிய கருத்தினையே வலியுறுத்துகிறது.

இனி, திருப்பாவையில் பாடல் 3 இல்,

“தீங்கின்றி நாடெல்லாம் திங்கள்
மும்மாறி பெய்து”

ஆண்டாள் திருமாலை வேண்டிப் பாடும்போது மாதம் மும்மாரி பெய்ய வேண்டும். அவ்வாறு பெய்தால் நெற்பயிர் ஓங்கி வளரும். குவளை மலரில் உள்ள வண்டுகள் தேன் உண்டு மயங்கும்; பசுக்கள் பால் கொடுக்கும் நாட்டில் செல்வம் பெருகி வளம் கொழிக்கும் என்று கூறுகிறாள். பசுக்கள் பால் தரவும் மழையே காரணமாகிறது.

உலகெங்கும் மாதம் மும்மாரி பெய்யுமாறு நாம் தெய்வத்தைப் போற்றி வந்தால் அது உதவி செய்யும். ஆதலால் பூலா உடையாருக்குப் பொங்கல் இட்டுத் தேங்காயும் கரும்பும் நிறையப் படையுங்கள். குங்குமமும், சந்தனமும் கலந்து விரைவாக ஐயனாருக்குச் சாத்துங்கள். ஏழு செங்கடாய்களுக்கும் மாலையிட்டு காப்புக் கட்டி கரைமடிச் சாத்தாவின் திரு முன்பே (ஒரே வெட்டில் விரைவாக வெட்டுங்கள். இதை சிறு தெய்வ வழிபாடாக மக்கள் வழிபட்டனர். இந்த வழிபாட்டு முறை முக்கூடற்பள்ளு காலத்தில் இருந்தது என அறியலாம்.

முக்கூடற்பள்ளு – பாடல் 32

“திங்கள் மும்மாரியுல கெங்கும் பெய்யவே”

மாதம் மூன்று மழை பெய்ய வேண்டும் என்பதன்

பொருள் பற்றி சிறிது சிந்திப்போம்.

நிலத்தில் இருவகை உண்டு. அவை நன்செய், புன்செய் என்பன. புன்செய் நிலத்தில் தினை, சாமை, வரகு, சோளம், கம்பு, துவரை போன்ற பயறு வகைகள் விளையும். இதற்கு எப்போதும் நீர் இருக்க வேண்டும் என்ற அவசியம் இல்லை. ஆனால் நன்செய் நிலத்தில் நெல், கரும்பு பயிரிடப்படும்.

"நிலத்துக்கு அணியென்ப நெல்லும் கரும்பும்" நான்:9

என்று நான்மணிக்கடிகை கூறுவதும் காண்க.

நெற்பயிருக்கும் கரும்புக்கும் தண்ணீர் எப்போதும் வேண்டும். ஆகவே மாதம் மூன்று மழை பெய்தால் நன்செய், புன்செய் – இரு நிலங்களிலும் விளைச்சல் நன்கு விளையும். உழவர் மகிழ்வர், வருமானம் உயரும். அரசனும் மகிழ்வான். மக்களும் பசி பட்டினி இல்லாமல் மகிழ்ச்சியாக வாழ்வர். அதனால்தான் திங்கள் மும்மாரி என்ற வழக்கு உண்டாகி இருக்கலாம் என்று நம் முன்னோர்கள் கூறிச் சென்றனர்.

இனி மாதம் மும்மாரி யார் யாருக்காகப் பெய்கிறது என்பது பற்றி விவேக சிந்தாமணி கூறுவதைச் சிறிது பார்ப்போம். ரிக், யசூர், சாமம், அதர்வண வேதங்களை கசடறக் கற்று அவ்வேதங்கள் சொல்லியபடி ஒழுக்க நெறியில் நின்று வேதங்கள் ஓதும் பிராமணர்களுக்கு ஒரு மழையும், நீதி நெறியில் நின்று மக்கள் தொண்டே மகேசன் தொண்டு என்று ஆட்சி செய்யும் அரசர்க்கு ஒரு மழையும், கணவனே தன் தெய்வம் என்று நினைந்து வாழும் கற்புடைய பெண்களுக்கு ஒரு மழையும் ஆக மாதம் மும்மாரி பெய்யும் என்று விவேக சிந்தாமணி கூறுகிறது.

வேதம் ஓதிய வேதியர்க்கு ஓர்மழை
நீதி மன்னர் நெறியினுக்கு ஓர்மழை
மாதர் கற்புடை மங்கையர்க்கு ஓர்மழை
மாதம் மூன்று மழையெனப் பெய்யுமே. பாடல் 26

இந்தப் பாடலும் சங்க காலத்துக்குப் பொருந்துவதாக இருக்கலாம். ஆனால் தற்காலத்துக்குப் பொருந்துமா? என்ற வினா நம் முன் எழுகிறது. இதைப் பற்றிய ஆய்வு தேவையில்லை. இக்காலத்தில் இம்மூவரின் நிலை ஒழுக்க நிலையில் உள்ளதா?

இல்லை என்பதே நாடறிந்த உண்மை. இந்தக் கேள்விக்குக் காலம்தான் பதில் சொல்ல வேண்டும்.

வள்ளுவரும் கற்புள்ள பெண்கள் பெய் என்று சொன்னால் மழை பெய்யும் என்று கூறியிருப்பதும் இப்பாடல் கருத்துடன் ஒப்பிட்டுப் பார்க்க கூடியதாகும்.

தெய்வம் தொழாஅள் கொழுநன் தொழுதெழுவாள்
பெய்யெனப் பெய்யும் மழை. **55**

மாதம் மும்மாரி பெய்வதை விட்டு வருடம் மூன்று மழை பெய்தால் எப்படி இருக்கும் என்பதை நினைக்கவே மனம் இடம் தரவில்லை. இப்படி ஒரு பாடல் விவேக சிந்தாமணியில் வருகிறது. அதையும் சிறிது பார்ப்போம்.

வேதம் ஓதுதலாகிய நெறியில் இருந்து தவறி அரிசி விற்பது போன்ற தொழிலில் ஈடுபடும் அந்தணர்களுக்கு ஒரு மழையும், நீதி தவறிய அரசர்களுக்கென்று ஒரு மழையும், கணவனையே கொலை செய்யும் காரிகையர்க்கு ஒரு மழையும் என்று வருடத்திற்கு மூன்று முறை மட்டுமே மழை பெய்யும் என்று சொல்லப்பட்டுள்ளது.

“அரிசி விற்றிடும் அந்தணர்க்கு ஓர்மழை
வரிசை தப்பிய மன்னருக்கு ஓர்மழை
புருடனைக் கொன்ற பூவையர்க்கு ஓர்மழை
வருடம் மூன்று மழையெனப் பெய்யுமே.” **பாடல் 27**

நல்லவர்களும் கெட்டவர்களும் எந்தக் காலத்திலும் இருப்பார்கள். ஆனால் நல்லவர்கள் பண்புள்ள சான்றோர்கள் பழங்காலத்தில் நிறைந்தும், தீயவர்கள் மிகக் குறைவாகவே இருந்திருப்பர். ஆகையால் மாதம் மும்மாரி பெய்திருக்கும் என நம்ப இடமுண்டு. ஆனால் இற்றை நாளில் வேதம் ஓதும் பிராமணர்கள் குறைந்து விட்டனர். வருங்காலத்தில் மேலும் குறைந்துபோக வாய்ப்பு உண்டு. தற்காலத்தில் கணவனையே கொலை செய்யும் பெண்கள் இருப்பதைக் காண்கிறோம். அரசுகள் மக்களுக்காக என்றில்லாமல், சுயநலமிக்கு ஊழல் மிக்க அரசுகளாக மாறிவிட்டது. இப்படி இருந்தால் மும்மாரி பெய்யுமா? இருந்தாலும் நாட்டில் பண்புள்ள சான்றோர்கள் இன்றும் சிலர் வாழ்ந்து கொண்டிருக்கின்றனர். இதைத்தான் அவ்வையார்

"நல்லார் ஒருவர் உளரேல் அவர்பொருட்டு
எல்லார்க்கும் பெய்யும் மழை

என்று கூறியிருப்பது சிந்திக்க வேண்டும். அத்தகைய நற்பண்புள்ளவர்கள் இருப்பதால்தான் இந்தச் சொர்ப்ப மழையாவது பெய்கிறது எனலாம்.

திருவள்ளுவரும்,

இயல்புளிக் கோலோச்சும் மன்னவன் நாட்ட
பெயலும் விளையுளுந் தொக்கு 545

நூல்களில் சொல்லப்பட்ட இயல்பால் செங்கோல் செலுத்தும் அரசனது நாட்டில் பருவ மழை பொய்க்காமல் பெய்யும் என்றும் அதன் பயனாகக் குறையில்லாத விளையுளும் உண்டாகும்.

நாட்டை ஆளும் அரசன்தான் ஈட்டும் பொருளைமுறை தப்பச் செய்தால் அவன் நாட்டில் பருவ மழை பொழியாது என்பது வள்ளுவர் கருத்து.

"முறைகோடி மன்னவன் செய்யின் உறைகோடி
ஒல்லாது வானம் பெயல்" 559

என்பது குறள்.

நாட்டில் நல்லாட்சி உள்ளபோது மழை பொழிந்து வளத்தைப் பெருக்கும் என்றும், ஆட்சி முறை தவறினால் மழை பெய்யாது என்றும் வள்ளுவர் கூறுவது பொய்யா மொழியன்றோ!

உலக உயிர் வாழ்க்கைக்கு மழையே அடிப்படை. எனவே தான் வள்ளுவர் கடவுள் வாழ்த்திற்கு அடுத்து வான் சிறப்பு வைத்தார்.

மழை பெய்யவும், நாடு வளம் பெறவும், நல்லவர்களும் சான்றோர்களும் இருப்பது அவசியம் என்பது புலனாகும்.

விவேக சிந்தாமணியில் ஒருபாடலில் மூவர் நல்லவர்களாக இருப்பின் மாதம் மூன்று மழை பெய்யும் எனக் கூறியுள்ளதைக் காண்போம்.

"கொண்டான் குறிப்பறிவாள் பெண்டாட்டி கொண்டன
செய்வகை செய்வான் தவசி கொடி தொரீஇ
நல்லன செய்வான் அரசன்இம் மூவர்
பெய்யெனப் பெய்யும் மழை."

கணவன் எண்ணத்தை உணர்ந்து கடமையாற்றும் மனைவி, தான் உண்மையாகக் கைக்கொண்ட ஆசாரங்களை முறைப்படி அனுசரிப்பவனாகிய தவத்தை உடையவன், அக்கிரமங்களில் இருந்து நீங்கி நீதிக்கு உட்பட்டு நல்ல செயல்கள் செய்யும் அரசனும் ஆகிய இந்த மூவரும் பொழிக என்று சொன்னால் மழை பொழியும்.

நாம் இதுவரை பார்த்ததில் நாட்டை ஆளும் நீதியுள்ள அரசன், கற்புள்ள பெண்கள், நல்ல சான்றோர்கள் இவர்களை மையமாக வைத்தே கூறப்படுகிறது. ஒரு வருடம் பெய்ய வேண்டிய மழை ஓரிரு நாளில் பெய்தால் பலன் இல்லை. நாடு வளம் பெற மாதம் மும்மாரி பெய்வதே சிறப்பு என்று இலக்கியங்கள் வாயிலாக அறிகிறோம்.

★★★

21. முதலாழ்வார்கள்

உயிர்த் தொகுதிகளுள் மனிதன் மாண்புடையவனாக மதிக்கப் பெறுகிறான். அதற்குப் பலர் பல காரணம் கூறுவர். அவையனைத்தும் ஏற்றுக் கொள்ளத் தக்கனவே என்றாலும் தெய்வக் கொள்கை உடையவராக வாழ்வதற்குரிய சிறப்பு மனிதன் ஒருவனுக்கே உரிமையாதலின் அவனைச் சிறந்த பிறவியென ஆன்றோர் மதிக்கின்றனர். அத்தகைய பக்திமான்களைக் கடவுளாகப் போற்றுகின்றனர். அத்தகைய பெருமைக்கு உரியவர்கள் அருளிச் செய்த பக்திப் பாடல்களே உள்ளத்தை உருக்கும் பிரபந்தங்களாக மலர்ந்து பக்தி மணம் பரப்பின.

ஆழ்வார்கள் என்ற சொல்லை ஆராய்ந்தால் சில உண்மைகள் புலனாகும். ஆழ்ச்சி – அறிவின் மேலது அறிவின் ஆழம் அறிவுடையார் மேல் ஏற்றப்பட்டது. அறிவுக்கு ஆழ்ச்சி எதுவெனில் பரம்பொருளை உள்ளபடி உணருதல். எம்பெருமானுடைய அருளினால் ஆழ்ந்து உணரும் அறிவைப் பெற்று வேதமாகிய கடலில் ஆழ்ந்து கிடந்து மிக மிக உயர்ந்த பக்திப் பாடல்களை உலகிற்கு உதவிய காரணத்தால் ஆழ்வார்கள் என்னும் பெயர் பெற்றனர் என அறியலாம். பெருமாளுடைய குணங்களில் ஆழ்ந்தவர்கள் என்றும் கூறலாம். எனவே ஆழ்வார்கள் ஆழ்ந்த அறிவினையுடையவர்கள் என்பது அவர்கள் அருளிய பிரபந்தங்களை உற்று நோக்குபவர்க்கு நன்கு புலனாகும்.

தொண்டை நாடு சான்றோருடைத்து என்பது ஔவையார் வாக்கு. தொண்டை நாட்டின் தலைநகரான பெருமை மிக்க காஞ்சிபுரத்தில் ஐப்பசி மாதத்தில் திருவோண நட்சத்திரத்தில்

பொய்கையாரும், ஐப்பசி மாதத்தில், திருக்கடன் மல்லையில் (மகாபலிபுரம்) அவிட்ட நட்சத்திரத்தில் பூதத்தாழ்வாரும், ஐப்பசி மாதத்தில் மயிலையில் (சென்னை – மயிலாப்பூர்) சதய நட்சத்திரத்தில் பேயாழ்வாரும் அவதரித்தனர். இதனை கீழ்வரும் பாடல்களால் அறியலாம்.

ஐப்பசி தன்னி வளப்பரு மதியன்
ஒப்பில் தோண வடுவது திகழ
மைப்படி மேனி மாதவன் வளையாய்ச்
செப்பிட செய்தான் பொய்கை மாமுனி.

ஐப்பசி யவிட்டத் தணிகடன் மல்லை
செப்பருஞ் சுடரே செழித்திட வந்தான்
ஒப்பரு முற்பல மலர்மிசைப் பூதன்
துப்புறு தண்டின் துளங்கொளி யேற்றே.

ஐப்பசி சதயத் தணிமயி லைதனில்
அப்பன ணிந்திடு வாளின் வாளொடு
மெய்ப்பொருள் மேவுநன் பேய னுத்தினன்
அப்புடைக் கேணியி லாம்பலி லார்ந்தரோ

முதலாழ்வார்கள் என்று எல்லோராலும் போற்றப்படும் இவர்கள் மூவரும் சமகாலத்தில் வாழ்ந்தவர்கள். ரஜஸ், தமோ, குணங்கள் இல்லாதவர்களாய், 'சத்வ' குணம் மிகுந்தவர்களாய், திருமால் திருத்தொண்டு செய்வதில் நாட்டமுடையவர்களாய், ஞான பக்தி கைவரப் பெற்றவர்களாய், திருமாலையே எப்போதும் நினைத்துத் துதிப்பவர்களாய். ஒவ்வொரு திருத்தலமும் சென்று இறைவனை வணங்குபவராய், இம்மூவரும் ஒருவரை ஒருவர் அறியாமலே தனித்தனியாய் வாழ்ந்து வந்தார்கள்.

திருமால், இவர்களால் உலகை உய்விக்கக் கருதி மூவரையும் சேர்ப்பிக்க எண்ணி மூவர் மனத்திலும் திருக்கோயிலூர் என்ற ஊருக்குச் செல்ல வேண்டும் என்ற வேட்கையைத் தோற்றுவித்தார். அதனால் மூவரும் தனித்தனியே திருக்கோயிலூரில் சந்திக்கும் வாய்ப்புப் பெற்றனர்.

ஒருநாள் மாலை மங்கி இருள் சூழ்ந்தது. பொய் கையாழ்வார்

ஒரு வீட்டின் இடைகழியில் படுத்துக் கொண்டிருந்தார். அப்போது அதே இடத்துக்கு பூதத்தாழ்வார் வந்து தங்க இடம் கேட்க, "இவ்விடம் ஒருவரானால் படுக்கலாம். இருவராயின் இருக்கலாம் என்று கூறி அவரை வரவேற்றார். இருவரும் தண்டனிட்டு திருமாலை நினைத்தவாறு இருந்தனர். அப்போது பேயாழ்வாரும் அங்கு வந்து படுத்துக் கொள்ள இடம் கேட்க, "ஒருவராயின் படுக்கலாம், இருவராயின் இருக்கலாம், மூவராயின் நிற்கலாம் என்று கூறி இருவரும் பேயாழ்வாரை வரவேற்றனர்.

ஒருவர் படுக்கலாம்; இருவர் இருக்கலாம், மூவர் நிற்கலாம் என்ற பாகவத தருமம்தான் நமது தருமம் என்ற உயர்ந்த கருத்தையல்லவா இச்செயல் நமக்குக் காட்டுகிறது. வந்தவர்க்கெல்லாம் இடம் தந்து வாழவைத்த நாடல்லவா நம்நாடு, இவ்வாழ்வார்களின் உயர்ந்த பண்பை அறியலாமன்றோ!

ஞானிகளான இம்மூவருடன் இறைவன் அங்கு வந்து இருளில் அவர்களை நெருக்கத் தொடங்கினார். அவர்கள் வெளியில் செல்ல இயலாதவாறு மழையையும் உண்டாக்கி அருளினார்.

திருமால் ஏற்படுத்திய நெருக்கத்தினை ஞானத்தால் அறிந்த ஆழ்வார்கள் திருமாலின் அழகிய திருமேனியை அகக் கண்களால் கண்டு தம் தூய சிந்தையால் 'பொய்கையாழ்வார்' ஒரு விளக்கை ஏற்றி வைக்கிறார்.

"வையம் தகளியா, வார்கடலே நெய்யாக
வெய்ய கதிரோன், விளக்காகச் - செய்ய
சுடராழி யான்அடிக்கே சூட்டினேன் சொன் மாலை
இடராழி நீங்குகவே என்று."

இந்த உலகமே ஓர் அகல். அதைச் சூழ்ந்த கடலே அதில் உள்ள நெய், செங்கதிரே தீச்சுடர் ஒளியாக சுடர்மிக்க ஆழியான் திருவடிகட்கு இடர் ஆழி தீர்கவென்று நான் பாமாலை சூட்டினேன் என்று கூறுகிறார் பொய்கையார்.

பொய்கையார் பாடியதும் இருட்டறை ஒன்றில்

பளிச்சென்று ஒளி உண்டானது போல் உணர்ந்தார்கள் பூதத்தாழ்வார் வேறொரு விளக்கை ஏற்றுகிறார்.

"அன்பே தகளியா ஆர்வமே நெய்யாக
இன்புறு சிந்தை இடுதிரியா - நன்புருகி
ஞானச் சுடர்விளக்கு ஏற்றினேன் நாரணற்கு
ஞானத் தமிழ்புரிந்த நான்."

பொய்கையாழ்வார் பூமியை விளக்குத் தகழியாகக் கொண்டார். பூதத்தாழ்வார் தம்முடைய அன்பையே தகழியாக்கினார். அவர் சமுத்திரத்தை நெய்யாக்கினார். பூதத்தாழ்வார் தம் உள்ளத்தினுள்ளே கடல்போல் பொங்கிக் கொண்டிருக்கும் ஆசையையே நெய்யாக்கினார். அவர் சூரியனை விளக்கொளியாகக் கற்பனை செய்தார். இவர் உருகி கொண்டிருக்கிற தம்முடைய சிந்தையைத் திரியாக்கி ஞானத்தையே தீபச் சுடராக்கினார் பூதத்தாழ்வார்.

இவ்விருவர் ஏற்றிய ஞானவிளக்கான ஒளியில் மூன்றாவதாக பேயாழ்வார் திருமால் பெருமையைப் பாரெங்கும் பரப்புமாறு தம் மனக்கண்ணால் முதலிருவர் போன்றே மூன்றாம் திருவந்தாதியை,

திருக்கண்டேன், பொன்மேனி கண்டேன் திகழும்
அருக்கன் அணிநிறமும் கண்டேன் - செருக்கிளரும்
பொன்ஆழி கண்டேன், புரிசங்கம் கைக்கண்டேன்
என்ஆழி வண்ணன்பால் இன்று.

இது முதல் பாடலாகக் கொண்டு நூறு பாடல்களைப் பாடினார்.

மற்ற ஆழ்வார்களுக்குமுன் அவதரித்து அவர்களுக்கும் வழிகாட்டியாக திவ்யப் பிரபந்தங்களை முதன் முதலில் அருளிய பெருமையினால் இவர்கள் மூவரும் முதல் ஆழ்வார்கள் என்று சிறப்பிக்கப்பட்டனர்.

இம்மூவர் பக்தி நிலையும் சிறிது பார்க்கலாம். பொய்கையாரை வைணவ இயக்கத்தின் ஆதி கவி என்று புகழ்வர். பொய்கையார் வாழ்க்கையும் உபதேசங்களும் கடவுளைச் சுற்றியே இயங்கின. கடவுள் உண்மையை

இவர் உள்ளத்தின் ஆழத்திலே தெளிவாகக் கண்டு காட்ட முயல்கிறார்.

அகத்திலே கண்ட கடவுளைப் புறத்திலும் காண்கிறார். இவருக்கு அகமே புறம். இவர் இயற்கை அழகுகளுக்கிடையே திருப்பதி முதலான திவ்ய தலங்களிலும் தமது உள்ளத்தை வசீகரித்த அழகினைக் கண்டு ஆனந்தப் பரவசமாகிறார்.

"உளன்கண்டாய் நன்னெஞ்சே! உத்தமன் என்றும்
உளன்கண்டாய்; உள்ளுவர் உள்ளத்து உளன்கண்டாய்;
வெள்ளத்தி னுள்ளானும் வேங்கடத்து மேயானும்
உள்ளத்தி னுள்ளான் என்றும்ஓர்.

புருஷோத்தமன் ஒருவன் உண்டு. அவன் என்றும் இருக்கின்றான். அன்போடு நினைப்பவர் உள்ளத்தைப் பாற்கடலாகவும் திருப்பதியாகவும் கொள்கிறான் என்று தமக்குத்தாமே சொல்லிக் கொள்வதுபோல் பிறரோடும் பங்கு போட்டுக் கொள்கிறார். எல்லாத் தலங்களைக் காட்டிலும் அன்பர்களுடைய உள்ளம்தான் சிறந்தது என்று கூறுகிறார்.

பகவந்நாமத்தைச் சொல்லிக்கொண்டு உள்ளக்கோயிலில் உத்தமனை வழிபடும் பக்தியோகமே யோகம், தவம், பாக்கியம் எல்லாம் என்பது இவரது அந்தரங்கமான கொள்கை என்று கருதலாம்.

களைத்து வரும் பிரயாணிகளுக்கு வழியில் சிறந்த நிறைந்த நன்னீரோடு தோன்றும் பொய்கை போல் விளங்கிய இந்த ஞானப் பொய்கைக்குப் பொய்கையார் என்ற பெயர் மிகப் பொருத்தமே.

பகவானுடைய பூதங்கள் மண்ணில் இறங்கி வந்து எவ்வளவோ நன்மை செய்வதைத் தம் ஞானக் கண்ணால் பார்ப்பதாக நம்மாழ்வார் பாடியுள்ளார். இத்தகைய தேவதூதர்களில் ஒருவராகப் பாடும் பக்த மணியாகிய பூதத்தார் நாட்டை உய்விக்க பிறப்பெடுத்தார் என்று கருதலாம்.

பேயாழ்வார் என்ற பெயரும் பொருள் பொதிந்தது, இவருடைய பக்திப் பெருக்கைக் கண்டவர்களெல்லாம் இவர்

நெஞ்சழிந்து கண்சுழன்று அழுகிறார். தொழுகிறார், எழுகிறார், ஆடுகிறார், பாடுகிறார், அலறுகிறார், பேய். பிடித்தவர்போல் என்று பரிகசித்தார்கள், அந்தப் பரிகாசமே இந்தப் பக்தர் உகந்து பெற்ற திருப்பெயராயிற்று. பொய்கை, பேய் பூதம் என்ற மூன்று விநோதப் பெயர்களிலும் மறைந்திருக்கும் அருமை பெருமை அறியலாமன்றோ?

முதலாழ்வார்கள் வரும் முதல் மூன்று பிரபந்தங்களைப் பாடிப் பகவத் கடாட்சம் பெற்றபின் ஒருவரை ஒருவர் விட்டுப் பிரியாமல் வாழ்ந்து வந்தார்கள். இவர்கள் யோக பலத்தால் நீண்ட காலம் வாழ்ந்து திவ்யத் தலங்கள் தோறும் சென்று மக்களை நல்வழிப்படுத்தி நாட்டை உய்வித்தார்கள். நாமும் இவ்வாழ்வார்கள் போல் பரமனிடத்தில் பக்தி செலுத்தி முக்திக்கு வழி தேடுவோமாக!

முதலாழ்வார்கள் கழல் பணிவோமாக!

●●●

22. தனிப்பாடல்களில் விடுகதையின் தாக்கம்

விடுகதை இலக்கியம்:

விடுகதை நாட்டுப்புற இலக்கியங்களில் ஒன்று. செவி வழி கேட்டுப் பரவுவதுதான் அதன் பண்பு. விவரித்த தன்மைக்கு விடை காண்பதே அதன் செயல்பாடாகும். விடுகதை கேட்பவர்களின் எண்ணத்தைக் கிளரச் செய்து அதன் பொருளை அறிந்து கொள்ள ஊக்குவிக்கும் சிந்தனைக் கருவியாகும். இளம் சிறுவர் சிறுமிகளுக்குச் சிந்திக்கும் ஆற்றலையும் உற்சாகத்தையும் உண்டாக்கும். சிந்தனைக்கு விருந்தாகவும், நகைப்பிற்கு இடமாகவும் விடுகதை இலக்கியம் பயன்படுகிறது. ஆகையால் அது பாமர மக்களின் விருப்பமான விளையாட்டாகவும் ஓய்வு நேரங்களை மகிழ்ச்சியுடன் கழிக்கவும் பயன்படுகிறது என்று கூறலாம்.

தொல்காப்பியர் செய்யுளியலில் 'பிசி' என்ற சொல்லைக் கையாண்டுள்ளார்.

"பாட்டுரை நூலே வாய்மொழிப் பிசியே" -

பிசி என்பது விடுகதையைக் குறிக்கும்.

நாட்டுப்புற இலக்கியங்களின் தன்மைகள்:

நாட்டுப்புற இலக்கியங்கள் பாமர மக்களால் உருவாக்கப்பட்டு அவர்களாலேயே பாதுகாக்கப்பட்டு வருபவையாகும். அவை வாய்மொழியாகத் தந்தை வழி மகனுக்கு என்ற பரம்பரை மரபுப்படி வளர்ந்து நிலைபெற்றன.

எழுத்து வடிவம் பெறாத தன்மையினைக் கொண்டு அவற்றை வாய்மொழி இலக்கியம் என்றழைத்தனர். உணர்ச்சி, ஓசை, நயம், தாளக்கட்டு, சொல்லாட்சி, எதுகை, மோனை போன்ற இலக்கியங்களுக்கு இருக்கவேண்டிய அழகுகளை அவை பெற்றுள்ளன.

வாய்மொழி இலக்கியங்கள் மாறிச் செல்லும் பண்பினை இயல்பாகப் பெற்றது. எனினும் அவைகளில் விடுகதைகளும், பழமொழிகளும் மாறாத அமைப்புடன் இன்றும் பயின்று வருவதைக் காணலாம்.

நாட்டுப்புற வாய்மொழி இலக்கியங்களை மேல்நாட்டார் கதைகள் (Tales), பாடல்கள் (Songs), விடுகதைகள் (Riddles), பழமொழிகள் (Proverbs) என நான்கு பெரும் பிரிவுகளாகப் பகுத்து ஆய்வர்.

விடுகதைகளின் வகைகள்:

விடுகதைகள் பல வகையாக உருப்பெற்றன. இவ்வகைப் பகுப்புப் பெரும்பாலும் வடிவம் கருதியும் அமைப்புக் கருதியும் பகுக்கப்பட்டுள்ளது. புதிர், சொல், விளையாட்டு, மாற்றெழுத்துப்புதிர், விநோத வார்த்தை எழுத்துக் கூட்டு, விகடப்பா, ஓவிய வடிவப்புதிர் சொற்புதிர், நொடிவினா - ஆகியவை விடுகதைகளின் வகைகள் ஆகும்.

சொல் விளையாட்டு என்பது ஒரு சொல் அல்லது அதன் பகுதி பற்றிய குறிப்பு அல்லது சாடையைக் கொண்டு ஊகித்தறிய முயலும் விளையாட்டாகும். ஒரு முழுமையான சொல்லின் பகுதிகள் ஒவ்வொன்றும் ஒவ்வொரு செய்தியை அறிவிக்கும். அவைகளை ஒன்றாக இணைத்து முழுமையாகச் சேர்க்கும்போது அவைகளின் வாயிலாக நாம் விடைகளை ஊகித்து அறிய முடியும். இவை மிகப் பிற்காலத்தில் இலக்கிய அனுபவத்தின் வாயிலாக செயற்கையாக உருக்கொண்ட விடுகதைகள்.

எழுத்துக் கூட்டு என்பது எழுத்துக்களைக் கூட்டியோ குறைத்தோ அல்லது மாற்றியமைப்பதன் மூலம் வேடிக்கையுடன் கூடிய திகைப்பினை உண்டாக்கிச் சிந்திக்கச் செய்யும் பண்புடையதாகும். இவற்றில் ஒரே சொல்லை உபயோகிப்பதன்

மூலம் பல்வேறுபட்ட தன்மையினை உணர்த்திவைப்பது இதன் சிறப்பான இயல்பாகும்.

இதுபோன்ற, விடுகதைப் போக்கு தனிப்பாடல் திரட்டு என்ற நூலில் இடம் பெற்றிருப்பதைப் படித்தபோது அறிந்தேன். பாடல்களாக இருப்பினும் படிப்பவரைச் சிந்திக்கச் செய்யக்கூடியதாக இருந்தன. இப்பாடல்களில் இலக்கியச் சுவை இல்லையென்றாலும் விடுகதைத் தாக்கம் உண்டு. அவைகளில் விடுகதை அமைந்துள்ள சில பாடல்களைத் தேர்ந்தெடுத்துக் கூறுவதுதான் இக்கட்டுரையின் நோக்கம்.

முற்பாதி போய்விட்டால் இருட்டே யாகும்;
முன்எழுத்துஇல் லாவிட்டால் பெண்ணே யாகும்;
பிற்பாதி போய்விட்டால், ஏவல் சொல்லாம்;
பிற்பாதி யுடன்முன்எழுத்து இருந்தால் மேகம்;
சொற்பாகக் கடைதலையின் மிருகத் தீனி;
தொடர்இரண்டாம் எழுத்து மாதத்தில் ஒன்றாம்;
பொற்பார்திண் புயமுத்து சாமி மன்னா;
புகலுவாய் இக்கதையின் 'புதையல்' கண்டே!

விளக்கம்:

ஒரு புலவன் முத்துசாமி வள்ளலைப் பார்த்து இக்கதையின் உட்பொருளை ஆராய்ந்து சொல்லுக என்று கேட்பதுபோல் உள்ளது.

ஒரு சொல்லின் முதல் பாதியை நீக்கிவிட்டால் இருப்பது 'அல்' என்பது. இதன் பொருள் இருட்டு. இது இரவு என்ற பொருளும் தரும்.

அச்சொல்லில் முதல் எழுத்து 'பு' நீக்கினால் 'தையல்' ஆகும். இச்சொல்லுக்குப் பொருள் 'பெண்' என்பது.

அச்சொல்லின் பின்பகுதியை நீக்கிவிட்டால் 'புதை' என்று கட்டளை இடும் சொல்லாக மாறும்.

பின் பாதியுடன் முதல் எழுத்தைச் சேர்த்தால் 'புயல்' என்ற சொல்வரும், இதன் பொருள் 'மேகம்' என்பதாகும்.

முதல் எழுத்தை 'பு' வையும் கடைசி எழுத்து 'ல்'லையும் ஒன்று சேர்த்தால் 'புல்' என்ற சொல் கிடைக்கும்.

அச்சொல்லில் இரண்டாம் எழுத்தை மட்டும் எடுத்துப் பார்த்தால் மாதங்களில் ஒன்றாகிய ‘தை’ என்றாகும். இலக்கண முறைபடி பார்த்தால் இது ஒரெழுத்து ஒருமொழி என்றும் பொருள் தருமாறு வந்து தைமாதத்தைக் குறித்தது என்றும் கூறலாம்.

நயம்: ‘புதையல்’ என்ற நான்கு எழுத்துச் சொல்லில் ஆறு சொற்கள் மறைந்துள்ளது என்ற நுணுக்கத்தைப் புலவர் சொல்லைப் பலவாறு பிரித்துப் பொருள் விளங்குமாறு சொல்விளையாட்டில் நம்மையும் ஈடுபடுத்தித் தமிழ்ச் சொல்வளத்தின் சிறப்பைப் புலப்படுத்தியுள்ள நயம் நினைக்கும் தோறும் இன்பம் பயக்கிறது.

இரவல னேஉனக்கு இல்லாதது என்ன?
   இதயம் என்ன?
புரஉணவு ஏது? சுவையற்றது என்ன? சொல்
   பான்மை என்ன?
தரவுரை செய்திட என்றான் அதற்கு ஒன்றும்
   சாற்றிலேன் யான்;
வரதிரு வேங்கட நாதா என்றேன்
   பொன் வழங்கினானே.

வள்ளல் ஒருவர் இரவலன் ஒருவனைப் பார்த்து ஐந்து வினாக்களை எழுப்பி அவனது நிலை அறிந்தார்.

இரவலனே உனக்கு வேண்டுவது யாது? உன்னுடைய மனக்கருத்து என்ன? மேலான உணவுப்பொருளுக்கு வேண்டுவது எது? சுவை இல்லாத பொருள் என்ன? நீ சொல்வதன் தன்மை எது? நான் கொடுத்து உதவும்படி சொல்வாயாக என்று கேட்டான். நான் ஒரு விடையும் கூறவில்லை. தலைவனாகிய ‘திருவேங்கடநாதா’ என்றேன். இரவலன் அந்த வள்ளலின் பேரைச் சொன்னான். வள்ளல் அச்சொல்லின் குறிப்பை உணர்ந்து எனக்குப் பொன்னையும், பொருளையும் பரிசாக அளித்தான் என்று இரவலன் மகிழ்ந்தான்.

விளக்கம்:

உனக்கு இல்லாதது என்ன? திரு – செல்வம். இதயம்

என்ன? வேம் – வேகும். (துன்புறும்) மேலான உணவு எது? கடன்பட்டு அதன்மூலம் பெறுவது. சுவையற்றது என்ன? நா – என்னுடைய நாக்கு. சொல் பான்மை என்ன? தா – பொருள் தருவாயாக என்றான்.

இப்பாடலில் உள்ள நான்கு வினாக்களுக்குப் பதிலாக திருவேங்கடநாதா என்றான். வள்ளல் அச்சொல்லில் உள்ள பொருள் தெரிந்து கொண்டு பொருள் வழங்கினான். இதனால் இரவலனும். வள்ளலும் அறிவின் நுட்பம் உணர்ந்து மகிழலாம்.

திருவேங்கடநாதா – என்னும் சொல்லில் அடங்கியுள்ள எழுத்துக்களை விளங்கியுள்ள நயம் சுவை தருவதாகும். இத்தகையப் பாடலை சித்திர கவி என்று கூறுவர்.

"ஆனெய்தனைப் பூனை அருந்தினதும் அல்லாமல்
பூனெய்தனை ஈயெடுத்துப் போனதுவும் - மான் அனைய
கண்ணார் தலையதனில் காய்காய்த்து அறுத்ததுவும்
நண்ணாய் அறிந்து சொல்."

விளக்கம்:

ஆனையைப் பூனை உண்டதும், பூனையை ஈ எடுத்துப் போனதும், மான் விழி போன்ற கண்களை உடைய பெண்கள் தலையில் காய் காய்த்து அறுத்ததுவும் நன்றாக அறிந்து சொல்லுக.

பசுவின் நெய்யையும், தேனையும் ஈ சாப்பிட்டதும், தேனில் மொய்த்ததுவும், மான் போன்ற கண்ணையுடைய கன்னியின் (வாழை மரத்தின் உச்சியில் காய்காய்த்து அதை வெட்டியதுவும்) என்பது விடுகதையின் பொருள்.

ஆனெய் – பசுநெய். பூனெய் – தேன் மானனைய கண்ணார் – மான்விழி மங்கையர், உச்சியில் காய் காய்த்து – என்ற தொடரால் (கன்னி வாழை) வருவிக்கப்பட்டது, நன்றாய் என்பது நண்ணாய் என்று எதுகை நோக்கித் திரிந்தது.

முன்னொரு ஊரின் பேராம்; முதல் எழுத்து இல்லாவிட்டால்
நன்னகர் மன்னர் பேராம்; நடு எழுத்து இல்லாவிட்டால்
கன்னமா மிருகத் தின்பேர் கடைஎழுத்து இல்லாவிட்டால்
உன்னிய தேனின் பேராம் ஊரின்பேர் விளம்புவீரே!

முதலில் முழுதாகக் கூறினால் ஓர் ஊரின் பேராக வரும் முதல் எழுத்தை எடுத்து விட்டால் எஞ்சிய பகுதி மன்னரின் பெயராகும். அச்சொல்லின் நடு எழுத்தை எடுத்துவிட்டால் எஞ்சிய பகுதி அருகம் புல் தின்னும் விலங்கின் பேராகும். அச்சொல்லின் இறுதி எழுத்தை எடுத்து விட்டால் எஞ்சிய பகுதி உண்ணும் படியான தேனின் பெயராகும். புலவர்களே! அது எந்த ஊர் என்று சொல்லுவீர்.

ஊரின் பெயர்: மதுரை

மன்னர் பெயர்: துரை. புல் தின்னும் விலங்கு: மான்

தேனின் பெயர்: மது உன்னிய – உண்ணிய – எதுகை நோக்கி இவ்வாறு திரிந்தது.

5. கண்டது உண்டு; கேட்டதில்லை:

பூநக்கி அறுகால்; புள்ளினத்துக்கு ஒன்பதுகால்
ஆனைக்குக் கால்பதினெழு ஆனதே! - மானே கேள்
முண்டகத் தின்மீது முழுநீலம் பூத்தது உண்டு;
கண்டது உண்டு: கேட்டது இல்லை காண்!

மான் போன்ற விழிகளையுடைய பெண்ணே, கேட்பாயாக! பூவினுள் உள்ள தேனை நக்கி உண்ணுகின்ற வண்டுக்கு ஆறுகால்கள் உள்ளன; பறவை இனத்திற்கு இரண்டே கால்கள் உள்ளன. யானைக்கு நாலே கால்கள் உள்ளன. தாமரை மலர் போன்ற உனது முகத்தின் மீது நீலநிறமான குவளை மலர் போன்ற கண்கள் விளங்குகின்றன. இதை நான் கேட்டது இல்லை நேரில் பார்த்தே சொல்லுகிறேன்.

நயம்: பூநக்கி – என்பது பூனைக்கு என்பது போல் ஒலித்தது. அதற்கு ஆறுகால் எப்படி உண்டு என்ற ஐயத்தை உண்டாக்குவது சொல் நயமாகும்.

ஒன்பது கால், பதினேழு கால் என்பவற்றை முறையே ஒன்பதையும், பதினேழையும் கால் என்பதனோடு பெருக்கினால் இரண்டே கால், நாலே கால் என்ற சொற்றொடர்கள் அமையும். புள் – பறவை. மானே – மான்விழி மங்கையே. முண்டகம் – தாமரை. நீலம் – குவளை மலர்.

6. ஏர் ஓட்டும் காட்சி:

"பத்துக்கால் மூன்று தலை பார்க்கும்கண் ஆறுமுகம்
இத்தரையில் ஆறு, வாய் ஈரிரண்டாம் - இத்தனையும்
ஓரிடத்தில் கண்டேன்; உகந்தேன்; களித்தேன்.
பாரிடத்தில் கண்டேன் பகர்."

இவ்வுலகில் பத்துக்காலும் மூன்று தலையும் பார்க்கும் கண் ஆறும், வாய் நான்கும் ஆகிய இத்தனையும் உடைய ஒன்றை ஓரிடத்தில் பார்த்தேன். அதன்மீது விருப்பம் கொண்டேன். மகிழ்ச்சி அடைந்தேன். இவ்வுலகில் இந்த அதிசயத்தைக் கண்டேன் இது என்ன என்று கூறுக!

இரு காளைகளை ஏரில் (கலப்பை) பூட்டி ஓட்டும் போது இருகாளைகளின் கால் எட்டும், ஓட்டும் மனிதன் கால் இரண்டும் ஆகப் பத்துக் கால்கள். காளைகளின் தலை இரண்டும் மனிதன் தலை ஒன்றும் ஆக மூன்று தலையும், இரண்டு காளைகளின் முகத்தில் உள்ள கண்கள் நான்குடன் ஓட்டுபவன் முகத்தில் உள்ள கண்கள் இரண்டும் சேர்த்து கண்கள் ஆறும் ஆகும். காளை, மனித முகமோடு, கொழுமுகம் மூன்றும் சேர்த்து முகம் ஆறும், காளைகள் மனிதன் ஆகியோரின் மூன்று வாய்களோடு நாழிவாய் ஒன்றும் சேர்த்து வாய் நான்காவதும் காண்க.

இப்பாடல் ஒரு விடுகவி போன்று அமைந்து உழவுத் தொழிலினைச் சொல்லோவியமாக மனக் கண்முன் கொண்டு வந்து நிறுத்துகிறது.

●●●

23. பாரதிதாசன் கவிதைகளில் நகைச்சுவை

தொல்காப்பியர் மெய்ப்பாடுகளைக் கூறும் நூற்பாவில் 'நகையே அழுகை' என நகை முதலில் வைத்தும் அழுகையை இரண்டாம் இடத்தும் வைத்துள்ள நுட்பம் என்னவெனில் இரண்டும் மக்கள் வாழ்க்கையில் ஒன்றியுள்ளன. இன்பம் வரும்போது மகிழ்வதும் துன்பம் வரும்போது அழுவதும் மனித இயல்பு.

சிரிப்பே மனிதனை மற்றப் பிராணிகளினின்று வேறுபடுத்திக் காட்டும். சிரிக்காதவர்களைப் பார்த்து "உம்மணாமூஞ்சி" "சிடுமூஞ்சி" என்று சொல்வது உலக இயல்பு. முற்காலத்தில் தெருக்கூத்து நாடகங்களில் பார்வையாளர்களைச் சிரிக்க வைப்பதற்கென்றே ஒரு பாத்திரத்தைப் படைத்தனர். அவனை 'கட்டியங்காரன்' 'பபூன்' என்று பெயரிட்டழைத்தனர். தற்காலத்தில் திரைப்படங்களில் நகைச்சுவை நடிகர்கள் நகைச்சுவை காட்டி பார்வையாளர்களைச் சிரிக்க வைப்பதை காண்கிறோம்.

நகைச்சுவை வெறுமனே வராது. யாராகிலும் செயலில் காட்டும்போதும், கிண்டலாகப் பேசும் போதும் மட்டுமே வெளிப்படும். வார்த்தைகளைத் தனித்தோ கூட்டியோ, இருபொருள்படச் சிலேடையாக உபயோகிப்பதன் மூலமும் நகை பிறக்கும். அந்த நகை முறுவலித்து நகுவது, அளவே சிரித்தல், பெருகச் சிரித்தல் என மூன்று வகையில் அடங்கும். முறுவலித்து நகுவது பெண்களுக்கே உரியதாக அமையும். சில நேரங்களில் அறிவின்மையால் கூட நகை உண்டாவதுண்டு.

கவிதைகளில் முதன் முதலில் நகைச்சுவை உத்தியைக் காளமேகப் புலவர் தம் பாடல்களில் கையாண்டுள்ளார்.

நகைச்சுவையை வடமொழியில் 'ஹாஸ்யம்' என்பர். யாருக்கும் கோபமோ அல்லது அவமானமோ நேராவண்ணம் சிரிக்க வைப்பதே உயர்ந்த நகைச்சுவையாகும். "வாய் விட்டுச் சிரித்தால் நோய் விட்டுப் போகும்" என்ற பழமொழியை நோக்கும்போது சிரிப்பின் நன்மை எத்தனைப் பெரிது என்பது நமக்கு விளங்கும்.

இலக்கியங்களில் துன்பச் சுவையைக் காட்டுவதுபோல், நகைச்சுவை வைத்து பாடல் இயற்றுவது கடினமே. ஆனால் பாரதிதாசன் தம் கவிதைகளில் நகைச்சுவை வைத்து வெற்றியும் கண்டார், பாரதிதாசன் கவிதைகளைப் படிக்கும்போது நம்மை அறியாமல் சிரிக்கத் தோன்றும். அத்தகைய நகைச்சுவை நிகழ்ச்சிகள் சிலவற்றைக் காண்போம்.

ஆலமரத்தைப் பற்றி ஒரு கவிதை. அதில் வரும் நகைச்சுவைக் காட்சி.

ஆலமரத்தின் கிளையில் ஒரு பாம்பு தொங்கிக் கொண்டிருந்தது. அம்மரத்தில் குரங்குகள் இருந்தன. சேட்டைகள் செய்வது குரங்குகளுக்குக் கைவந்த கலை. கிளைக்குக் கிளை தாவிக் குதித்து விளையாடுகின்றன. ஒரு கிளையிலிருந்து விழுதுகள் தொங்கிக்கொண்டிருந்தன. விழுதைப் பிடித்துக் கொண்டு கிளைக்குக் கிளை தாவித்தாவி மகிழ்ச்சிக் கடலில் திளைத்தன. அப்படி விளையாடிக் கொண்டிருந்த குரங்குகளில் ஒன்று, தொங்கிக் கொண்டிருக்கும் பாம்பை விழுது என்றெண்ணித் தொடுகிறது. குரங்கு தொட்டவுடன் அது விழுதல்ல பாம்பு என்று அறிகிறது. எரியும் விளக்கைத் தொட்ட குழந்தை சூடுபட்டவுடன் வெடுக்கென்று துள்ளிக் குதித்ததைப் போல, அது துள்ளிக் குதிக்கிறது. பாம்பென்றால் படையும் நடுங்கும்போது, குரங்கு எம்மாத்திரம்! எனவே அச்சம் அதன் உள்ளத்தை ஆட்டி வைக்கிறது., இருப்பினும் விழிப்போடு விழுதைப் பிடிக்காமல் கிளையைப் பிடித்துத் தாவி மர உச்சிக்குச் சென்றது. கிழே தொங்கும் விழுதுகள் ''மருண்டவன் கண்ணுக்கு இருண்டதெல்லாம் பேய்''

என்பதுபோலப் பாம்பாகவே நினைக்கிறது குரங்கு. மேலே உச்சியிலிருந்து கீழே பார்க்கிறது. கீழே தொங்கும் தன் வாலையும் பாம்பென்று எண்ணிப் பயந்ததாம். இது மடமையின் காரணமாக உண்டாகும் நகைச்சுவை.

கிளையினிற் பாம்பு தொங்க
விழுதென்று குரங்கு தொட்டு
விளக்கினைத் தொட்ட பிள்ளை
வெடுக்கென குதித்ததைப் போல
கிளைதொறும் குதித்துத் தாவிக்
கீழுள்ள விழுதை யெல்லாம்
ஒளிப்பாம்பாய் எண்ணி எண்ணி
உச்சிபோய்த் தன்வால் பார்க்கும்.

என்பது பாட்டு.

நல்ல முத்துக் கதை என்ற நகைச்சுவை சிறு காப்பியத்தில் வரும் புரோகிதன். வெள்ளையப்பன், மண்ணாங்கட்டி நல்ல நகைச்சுவைப் பாத்திரங்கள். வெள்ளையப்பனும் மண்ணாங்கட்டியும் கணவன் மனைவியர். வேளை வந்து விட்டது. பையனுக்குப் பெண் பார்த்துச் சீக்கிரமாகத் திருமணத்தை நடத்திட வேண்டும் என நினைக்கின்றனர். எந்தத் திசையில் பெண் இருப்பாள்; எப்படி இருப்பாள்; வரதட்சணை எவ்வளவு கொண்டு வருவாள் என்றறிய ஜோதிடம் பார்க்கப் புரோகிதனுக்குச் சொல்லியிருந்தனர். புரோகிதன் காலையில் வருவதாகக் கூறி மாலையில் வருகிறான். காரணம் கேட்க, சொறிபிடித்த கொக்குப் புரோகிதன் கூறிய பதில் நம்மை அறியாமல் சிரிக்க வைக்கிறது.

"தெரியாமல்என் பெரிய பெண்ணைத்
திருட்டுப் பயலுக்குத் திருமணம் செய்தேன்.
வட்டிக் கடையில் வயிர நகையைப்
பெட்டி யோடு தட்டிக் கொண்டதால்,
சிறைக்குப் போனான் செத்தும் தொலைந்தான்
கட்டிய தாலியைக் கழற்றி எறிந்து
மொட்டைத் தலையுடன் மூதேவிப் போல
பெரியவள் பிறந்தகம் வரநேர்ந்து விட்டது."

பெரிய பெண்ணின் கதைதான் இப்படிச் சீரழிந்து விட்டதே என்றால், சின்னப் பெண் சீரழிந்ததைக் கேளுங்கள் என்று கூறத் தொடங்கினான்.

கப்பல் கப்பலாய்க் கருவா டேற்றும்
வாசனுக்கு மணம்செய் வித்தேன்
மணம்-முடித்த மறுநாள் தெரிந்தது
வாசன் கருவாட்டு வாணிகன் அல்லன்
வாணிகன் கூலியாள் வாசன் என்பது!
ஒரு நாள் வாசன் பெருங்குடி வெறியால்
நாயைக் கடித்தான் நாயும் கடித்தது.
நஞ்சே றியதால் நாய்போல் குரைத்தே
அஞ்சாறு நாளாய் அல்லல் பட்டே
இரண்டு நாளின்முன் இறந்தே போனான்
ஓலை வந்தது காலையில்

என்று புரோகிதன் கூறி முடித்தான்.

பலருக்கு ஜாதகம் பார்த்துப் பொருத்தம் சொல்லும் புரோகிதர், தன் பெண்கள் ஜாதகத்தைக் கணிக்க முடியலையே! இது ஏன் என்ற கேள்வி நம்முள் எழுகிறது.

இதில், கவிஞர் ஜாதகம் பார்க்கும் மூடநம்பிக்கையை அகற்ற வேண்டும் என்பதைக் காட்டி நம்மையும் சிந்திக்க வைக்கிறார். ஜாதகம் பார்த்து நடத்தி வைக்கும் திருமணங்கள் எல்லாம் வெற்றியடைவதில்லை என்ற கருத்தை நிலைநாட்டி அவரவர் விதிப்படியே நடக்கும் என்பதையும் உறுதிப்படுத்துவது போலக் கூறுகிறார்.

சாதகம் சரியாகப் பார்த்துச் சொல்வேன் என்று உறுதி அளிக்கின்ற கொக்குப் புரோகிதன் சங்கதியைப் பார்த்தால் நமக்குச் சிரிப்பு வராமல் இருக்குமா? தன் பெண்களுக்குச் சரியாகப் பார்க்காமல் கணவரை இழந்து கைம்மைக் கோலம் பூண வைத்தவன் ஊராருக்கு எங்கே ஒழுங்காய்ப் பார்ப்பான், ஜாதகத்தில் உண்மை இருந்தால்தானே. சிலர் வயிற்றுப் பிழைப்புக்காகப் பொய்யான சாதகத்தைக் கூறிப் பலர் வாழ்க்கைப் பாழாக்கும் சோதிடர்கள் இருக்கவே

செய்கின்றனர்.

கொக்குப் புரோகிதனை எப்போது திருமணம் முடியும் என்று பெற்றவன் கேட்கிறான். வைகாசி எட்டுத் தேதிக்கு முன்பே முடிந்து விடும் என்கிறான். அவ்வளவு சீக்கிரம் ஆயிடுமா? என்றாள் தாய்.

"நடுவில் ஒரே ஒரு தடையிருப்பதால்
ஆடியில் திருமணம் கூடுதல் உறுதி"

என்று கூறிய புரோகிதனை, 'ஆடியில் திருமணம் கூடுமா ஐயரே' என்று வெடுக்கெனக் கேட்கிறான் வெள்ளையன், சொறி பிடித்த கொக்குப் புரோகிதன்.

"ஆடிக் கடைசியில் ஆகும் என்றால்
ஆவணி முதலில் என்றுதான் அர்த்தம்"

என்று சாமர்த்தியமாகக் கூறி, தான் சொன்ன தப்பை மறைக்க இப்படிச் சமயத்துக்கு ஏற்ப, நடக்கும் ஜெகதல பிரதாபன்கள் நாட்டில் ஏராளம். இந்தக் கவிதை வரிகளைப் படிக்கும்போது நம்மை சிரிக்க வைப்பதோடு சிந்திக்கவும் வைக்கிறார் பாரதிதாசன்.

இருண்ட வீட்டில்:

படிப்பறிவில்லா கணவன், மனைவி, பிள்ளையை நம் கண்முன் நிறுத்திச் சிரிக்ககவும் சிந்திக்கவும் வைக்கிறார். இத்தகைய குடும்பம் எப்படி நிலை குலைந்து அழியும் என்பதையும் தெளிவுபடுத்துகிறார்.

நடு இரவில் திருடன் வீட்டினுள் நுழைந்தான். வீட்டுத் தலைவன் அருகில் குண்டு பெட்டியின் மேலிருந்த சாவியை மெதுவாக எடுத்தான். அலமாரியைத் திறந்தான். இந்தச் சத்தம் கேட்டு நாய் குரைத்தது. தலைவர் விழித்தார். தலைவி விழித்தாள். பெரிய பிள்ளை விழித்தான். விழித்து என்ன பயன்? சுறுசுறுப்போடு எழுந்து பார்க்க வேண்டுமல்லவா? சோம்பல் ஒரு பக்கம் அறியாமை ஒரு பக்கம். அவர்களை இவ்வாறு எண்ண வைத்தது. தெருவில் தொலைவில் எதையோ கண்டு நாய் குறைத்தது என்றெண்ணி மீண்டும் உறக்கத்தில்

ஆழ்ந்தனர். சிறிது நேரத்தில் திருடன் தன் கைவரிசை காட்டத் தொடங்கினான். பணத்தாள், சில்லரைப் பணத்துடன் ஒரு பையில் போட்டு கையில் தூக்கினான் கரிய திருடன். பை பொத்தல் என்பதைத் திருடன் அறியவில்லை. பையிலிருந்து காசு கலகல என்று கீழே விழுந்தன. இந்தச் சத்தமும் அனைவர் காதிலும் விழுந்தன. தலைவர் எதையோ தடவுகிறார் என்று நினைத்தாள் தலைவி. பாக்குத் தடவினாள் என்று தலைவன் நினைத்தான். பெரிச்சாளி என்று பெரியவன் நினைத்தான். ஆம் இந்தத் திருடனும் ஒரு பெருச்சாளிதானே! இவ்வாறு அவரவர் மனப்போக்குப்படி நினைத்துக் கொண்டு மீண்டும் படுத்தனர்.

திருடன் அங்கேயே ஒரு துணியை எடுத்து பொத்தல் பையை மூட்டை கட்டினான். காலை மெதுவாக எடுத்து வைத்தபோது கருந்தேள் காலைக் கௌவியது. காலை உதறினான். தகரப் பெட்டியில் பட்டதால் தலைவன் விழித்து எழுந்தான். விளக்கேற்றினான். திருடன் கதவின் இடுக்கில் ஒளிந்து கொண்டான். தலைவன் பார்த்து விட்டான். அருகில் இருந்த குழந்தைகள் விளையாடும் கைத்துப்பாக்கியை எடுத்தான். விளையாட்டுக்கு வெடிப்பதாயினும் அந்தத் திருடனைப் பயப்பட வைக்கலாம் என்று எண்ணினான். கைத்துப்பாக்கி மெய்துப்பாக்கி என்று நினைத்துத் திருடன் நடுங்கினான். அவன் எடுத்த பணப் பையைக் கொடுத்து விட்டுப் போய் விடவும் நினைத்தான். இதையெல்லாம் பெரிய பையன் பார்த்துக் கொண்டிருந்தான். தந்தையை மடையன் என்றெண்ணி வாளாயிருந்தான். பையை வைத்துவிட்டு போடடா! சுடுவேன். சுட்டுடுவேன் என்று கைத் துப்பாக்கியைக் காட்டி மிரட்டினான் தலைவன்.

“அது கேட்டு பெரியவன் அப்பா! அப்பா!அந்தத் துப்பாக்கி பொய்த்துப்பாக்கி; தங்கை வெடிப்பது தானே” என்றான்.

திருடனுக்கு இனி பயம் இருக்குமா? திருடன் தைரியமாக நடந்து செல்லும்போது இதுவா தெருவுக்குச் செல்லும் வழி என்று கேட்டு வெளியே சென்றான்.

"திருடன் அந்தத் தெருவைவிட் டகன்றதை
ஐயமின்றி அறிந்த பின்னர்"

தலைவன் பையனைப் பார்த்து அலறத் தலைப்பட்டார்.

இதுபோல் நகைச்சுவை கவிதைகள் பாரதிதாசன் படைப்புகளில் ஆங்காங்கு உண்டு. விரிவஞ்சி ஒரு சிலவற்றையே இங்கு எடுத்துக் காட்டினேன். இக்கவிதைகளைப் படிக்கும்போது நம்மை அறியாமல் சிரிக்கத் தோன்றும். பெருகச் சிரிக்க முடியாமல் போனாலும் மனத்தளவில் சிரிக்க வைக்கும் என்பதில் ஐயமில்லை. சிரிப்பு மட்டும் தருவதோடு நிற்காமல் நம்மைச் சிந்திக்கவும் வைக்கின்ற கவிதை வரிகள் என்பதிலும் ஐயமில்லை.

★★★

24. இறப்பு, இயற்கை

உலகில் தோன்றிய ஓரறிவு உயிரினங்கள் முதல் ஆறறிவு மானிடர்கள் வரை பிறந்து சிலகாலம் வாழ்ந்து பின்பு மறைந்து போகின்றன. அவ்வாறு மறைந்து போவதையே மரணம் என்கிறோம். எனவே பிறந்தன எல்லாம் இறப்பது இயற்கை. இது இடைவிடாமல் நடந்துகொண்டே இருக்கும் நிகழ்ச்சியாகும். இதனைத் தாயுமானவர்,

"தெரிவாக ஊர்வன, நடப்பன, பறப்பன
செயல்கொண் டிருப்பன முதல்

தேகங்கள் அத்தனையும் மோகங்கொள் பௌதீகம்
சென்மித்த ஆங்கு இறக்கும்"

என்று கூறுகிறார்.

உடலோடு தோற்றுவிக்கப்பட்ட உயிரினங்கள் யாவும் பிறந்தவாறே இறந்தும் போகும் எனத் தாயுமானவர் இறப்புப் பற்றிக் கூறுகிறார்.

எல்லா உயிரினங்களுக்கும் பருவ நிலைகள் உண்டு. குழவி, பிள்ளை, பாலன், காளை, குமரன், கிழவன் – என்பன படிப்படியாக இந்நிலைகள் கடந்து மூப்புப் பருவம் வரும். இப்பருவம் ஒரு வேலையும் செய்யவிடாது. எனவே மூப்புப் பருவம் ஒரு பயனில்லாமல் கழியும். மற்றவர்க்கும் தொல்லை கொடுக்கும். சாவு எப்போது வரும் என்று எதிர்நோக்கி வாழும் பருவம்.

தேஹிநோ அஸ்மிந்யதா தேஹே
கௌமாரம் யௌவநம் ஜரா
தேஹாந்தரப் ராப்திர் தீரஸ்
தத்ர ந முஹ்யதி. கீதை 2 - 13

உயிர்க்கு உரிய இவ்வுடம்பில் இளமை வாலிபம் மூப்பு தோன்றுதல் போல நம் உடம்பும் நீங்கி வேறு ஒரு பிறப்பு உண்டாகிறது. இவ்வுண்மையை உணரும் தீரன் இறப்பிற்குக் கலங்கமாட்டான் எனக் கண்ணன் விசயனிடம் கூறினார். இறப்புக்கு அஞ்சாமையே ஞானமாகும்.

மானிடர்க்குப் பருவங்கள் இருப்பதுபோலவே விலங்கினங் களுக்கும் பறவைகளுக்கும், தாவர இனங்களுக்கும்கூட முதுமைப் பருவம் உண்டு என்பதை யாரும் மறுக்க முடியாது. நாய்குட்டி, பூனைக்குட்டி – போன்றவை பிறந்தபோது பார்ப்பதற்கு மிக அழகாக இருக்கும். அவைகளும் வயது ஆக ஆக உருவம் மாறி ஒரு நாள் இறந்தே போகும். ஆடு மாடு கோழி – போன்றவற்றை இறைச்சிக்காக நாமே அவைகளைக் கொல்கிறோம். தாவரங்களும் புயல் காற்றடித்தால் சாய்ந்து விடுகின்றன. மக்கள் உபயோகத்திற்காக, வெட்டியும் விடுகின்றனர். விலங்குகள், பறவைகள், தாவரங்கள் எல்லாமே என்றோ ஒரு நாள் இறந்துபடும். இறப்பின் துன்பம் அவை அறிவதில்லை. அவை இறக்கும்போது மற்ற உயிர்கள் அன்பு, பாசம் காட்டி அழுவதில்லை இது அவைகளின் இயல்பு.

ஆனால் மனிதன் இறந்தால் பாசம் காட்டி அன்பு காட்டி அழுது புலம்புவர். அதுவும் மிக மிக நெருக்கமாகவுள்ள அம்மா, அப்பா, தம்பி, தங்கை, அக்கா, அண்ணன் – இறந்தால் அந்தத் துக்கத்தில் இருந்து மீளவே சில காலம் ஆகும். காலம் தான் சிறிது சிறிதாக மறக்கச் செய்யும். தாய் தந்தையர் இறந்து விட்டால் பிள்ளைகள் ஆண்டுதோறும் திதி கொடுப்பது அவர்களை நாம் மறக்காமல் நினைத்துக் கொள்வதற்கு நம் முன்னோர்கள் வகுத்துத் தந்ததே.

இறப்பு மூப்புடைந்தவர்களையே தாக்கும் என்பது தவறு இறப்பு என்பது எந்தப் பருவத்திலும் வந்து அடையலாம். உதாரணமாக ஒரு மாமரத்தை எடுத்துக்கொள்வோம். மாமரம் பருவம் வந்தபோது பூ பூக்கத் தொடங்கும். காற்று மழை – ஆகிய இயற்கை சீற்றங்களால் சில பூக்கள் உதிர்ந்துபோகும். அதுபோல கருவிலேயே சில குழந்தைகள் இறப்பதுண்டு. காற்று மழையை எதிர்த்து நின்று பிஞ்சு வந்த பின்பு பிஞ்சும் உதிர்ந்து விடுவதும் உண்டு. அந்தப் பிஞ்சுபோல் சிறு குழந்தைகளும் இறந்து விடுவதுண்டு. அந்தப் பிஞ் சில் சில காயாக ஆவதுண்டு. அக்காய்கள் பக்குவ நிலை

அடையும். அதுபோல வாலிப வயதில் இறப்பு வருவதும் நாம் காண்கிறோம். அந்தக் காய்கள் நன்றாகப் பழுத்த பின் உதிர்வதும் உண்டு. அப்பழம் சாப்பிட பக்குவ நிலையில் இருக்கும். பழம் பழுத்த பின் கீழே விழுவது இயற்கை. அவ்வாறு விழாமல் இருக்காது. மனிதனும் உலகில் பிறந்து எல்லா இன்பங்களும் அனுபவித்து பல அனுபவ நிலைகளைக் கடந்து மூப்புற்று பழுத்த பழம்போல ஆன பின்பு இறந்து விடுவதுண்டு. வாலிபப் பருவத்தில் இறப்பது மற்றவர்களைப் பெரிதும் பாதிக்கும். முதுமைப் பருவ இறப்பு யாரையும் பாதிப்பதில்லை. இதனையே நீதி நூல் ஒரு பாட்டில் மிக அழகாக எடுத்துக் கூறுகிறது. அப்பாடலையும் சிறிது காண்போம்.

முற்றியபின் கனியுதீரும் பழுப்புற்றுத்
தழையுதிரும் முழுது மேநெய்
வற்றியபின் விளக்கவியும் என்னஓர்
திடமுண்டு மக்கள் காயம்
பற்றியஅக் கருப்பத்தோ பிறக்கும்போ
தோபாலப் பருவத் தோமூப்பு
உற்றபின்போ வீழ்வதுஎன நிலையின்றேல்
இதன்பெருமை உரைப்பது என்னே!

நீதிநூல்

மனித வாழ்வின் நிலையை இவை இனிதாகக் காட்டியுள்ள காட்சிகளைக் கருதி உணர்ந்து இறுதி நம்மை அடையும் முன் உயிர்க்கு உரிமையாக உள்ள உறுதி நலங்களை உணர வேண்டும்.

பிறப்பும் இறப்பும்:

பிறப்பும் இறப்பும் என்பது பிரியாமல் உள்ள இரட்டை என்றே கூறலாம். இதைப் பற்றி பலர் கூறியுள்ளனர். அவற்றில் சிலவற்றைப் பார்ப்போம். முதலில் வள்ளுவர் கூறுவதைக் காண்போம்.

உறங்கு வதுபோலும் சாக்காடு உறங்கி
விழிப்பது போலும் பிறப்பு 339

இறப்பு பிறப்புப் பற்றி வள்ளுவர் இவ்வாறு விளக்குகிறார். உறங்குவதும் விழிப்பதும் வாழ்க்கையில் தொடர்ந்து நடப்பது. இவ்வாறு இறப்பு பிறப்பு நிலைகளை அதற்கு

ஏற்ற தொடர்புகளை நயமாக எடுத்தாண்டுள்ள சிறப்பு வள்ளுவருக்கே உள்ள தனித்த சிறப்பாகும். உறங்குவதற்குச் சாதலையும், விழித்தலுக்குப் பிறத்தலையும் கூறினார். இந்த உண்மையை உணர்ந்து உயிருக்கு நல்லதைச் செய்து கொள்ள வேண்டும். அவ்விதம் வாழ்ந்தோமானால் மீண்டும் பிறவி உண்டு என்றால் நற்பிறப்பே வந்து சேரும்.

"பிறந்தவர் சாதலும் இறந்தவர் பிறத்தலும்
உறங்கலும் விழித்தலும் போன்றது."

மணிமேகலை 16-86-87

சாதுவன் என்னும் அறிஞன் சாதல் பிறத்தலை இவ்வாறு உண்மை நிலையினைப் போதனையாகக் கூறியிருப்பது காண்க. இயல்பாக மாறி மாறி நிகழும் என்பதை உவமானம் தெளிவாக்குகிறது. இதே கருத்தமைந்த குறளை வள்ளுவப் பெருந்தகை கூறியிருப்பதும் நோக்கத் தக்கது.

'To die to sleep no more' Hamlet 3:1 'இறப்பு என்பது ஒரு வகை உறக்கமே' என்று ஷேக்ஸ்பியர் கூறுவதும் காணலாம்.

இழித்தக்க செய்து ஒருவன் ஆர உணரின்
பழித்தக்க செய்வான் பசித்தல் தவரோ
விழித்தமைக்கு மாத்திரை அன்றோ ஒருவன்
அழித்துப் பிறக்கும் பிறப்பு. நாலடியார் 302

கண்மூடி கண்திறப்பது போல பிறப்பும் இறப்பும், விரைந்து நடக்கின்றன. அழியக்கூடிய இந்த வாழ்வில் இழிவான காரியங்களைச் செய்யாமல் நல்ல மனத்தோடு வாழவேண்டும் என அறிவு நலங்களைத் துலக்கி இவ்வாறு உணர்த்துகிறது.

இப்பாட்டில்

"கண்இமை நொடி என அவ்வே மாத்திரை
நுண்ணிதின் உணர்ந்தோர் கண்ட ஆரே" நூற்7

என்ற நூற்பாவில் எழுத்து உச்சரிக்கும் கால அளவுக்கு தொல்காப்பியர் கண்ணிமைக்கும் நேரத்தைக் காட்டுவதையும் இப்பாடலோடு ஒப்பிட்டுக் காண்க.

இறக்குமாறு இதுஎன் பான்போல்

முன்னைநாள் இறந்தான் பின்னாள்
பிறக்குமாறு இதுஎன் பான்போல்
பிறந்தனன் பிறவா வெய்யோன், கங்கை-49

சூரியன் மறைந்து பின்பு உதயமான நிலையை கம்பர் இவ்வாறு காட்டியிருக்கிறார். பிறந்தவன் யாரானாலும் இறந்து போதல் உண்மை அவ்வாறு இறப்பதற்கு முன் உயிர்க்கு உயர்ந்த உறுதி நலனை அடைய வேண்டும் என்று மனிதனுக்கு அறிவுறுத்தும் பொருட்டு முதல் நாள் இறந்தது போல மறைந்து மறுநாள் பிறந்ததுபோல சூரியன் தோன்றினான் என்று கம்பர் கூறும் நயம் நம்மைச் சிந்திக்க வைக்கிறது.

It is as Natural to man to die as to be born - Bacon.

பேகன் என்ற ஆங்கில கவிஞரும் உறக்கமும் விழிப்பும் எவ்வாறு இயற்கையாக நடைபெறுகிறதோ அப்படியே இறப்பும் பிறப்பும் இயல்பாக நிகழ்கிறது என்கிறார்.

குழவி, பிள்ளை, பாலகன், குமரன், கிழவன் என்ற நிலைகளை ஒவ்வொன்றாக வாழ்ந்து முடித்து மூப்பு வருவதும் வாழ்வியல் முடிவுக்கு வருவதும் இயற்கையின் நியதி.

மரணத்தை வெல்ல முடியாது:

பொம்மலாட்டம் காட்டி வாழ்க்கை நடத்தும் ஒருவன். தான் மறைவாக இருந்து ஆட்டும் கயிற்றை நிறுத்திய உடன் தோலால் செய்த பொம்மைகள் ஆடுவது நின்றுவிடும். அதுபோல வினைத் தொடர்பு நீங்கிய பிறகு உடல் சாயும். எனவே மனித வாழ்க்கை ஒரு மாயை என்று ஞானிகள் சொல்லி வைத்தனர். வினைகளின் விளைவாகவே பிறவிகள் உண்டாகின்றன இன்பங்களை அனுபவித்து முடிந்த பின் உயிர் உடலை விட்டுப் பிரிகிறது. உடல் செயலிழந்து போகிறது. இந்த நிலையையே இறப்பு, சாவு, இழவு, மரணம் என்று கூறுகிறோம்.

முற்றியபின் கனியுதிரும் பழுப்புற்றுத்
தழையுதிரும் முழுது மேநெய்
வற்றியபின் விளக்கவியும் என்னஓர்
திடம்உண்டு மக்கள் காயம்
பற்றியஅக் கருப்பத்தோ பிறக்கும்போ
தோபாலப் பருவத்தோமூப்பு

உற்றபின்போ வீழ்வதுஎன நிலையின் றேல்
இதன்பெருமை உரைப்பது என்னே, - நீதிநூல்.

மனித வாழ்வின் நிலைகளை இனிது காட்டியுள்ளன. இதை உணர்ந்து இறுதி வரும்முன் உயிர்க்கு நன்மை தரும் உறுதியை உணர்ந்து கொள்ள வேண்டும்.

புல்நுனிமேல் நீர்போல் நிலையாமை என்றெண்ணி
இன்னினியே செய்க அறவினை - இன்னினியே
நின்றான் இருந்தான் கிடந்தான்தன் கேள்அலறச்
சென்றான் எனப்படுத லால் நாலடி-29

புல்லின் நுனிமேல் உள்ள சிறிய பனித்துளிபோல் உன் வாழ்க்கை விரைவில் அழிந்துபோம். இங்கே நின்றான் அங்கே இருந்தான். அதோ கிடந்தான் இதோ செத்தான் என்று பலர் மாண்டு போவதை நேரே பார்க்கிறோம் நாமும் அவ்வாறே மாண்டுப் போவோம். எனவே இறப்பதற்கு முன்பு நம் உயிருக்கு நல்லதைச் செய்து கொள்ள வேண்டும்.

பண்டம்பெய் கூரை பழகி விழுந்தக்கால்
உண்டஅப் பெண்டிரும் மக்களும் பின்செலார்
கொண்ட விரதமும் ஞானமும் அல்லது
மண்டி அவருடன் வழிநட வாதே. திருமந்திரம்

நீ செத்தால் உன் மனைவி மக்கள் யாரும் உன்னோடு கூட வரமாட்டார். உனது தருமமும் தவமும் ஞானமும்கூட வரும். ஆகையால் அவற்றையே உரிமையாக நாடித் தேடிக்கொள் என்று திருமூலர் இவ்வாறு மனிதனுக்கு மதிநலம் கூறியுள்ளார். உடம்பைப் பழங்கூரையாகக் குறித்தது. அது விழுந்து ஒழியும் அவதி தெரிந்து விரைந்து கதிபெற வந்தது.

Death is the Golden Key that Opens the Palace of eternity

- Milton

என்றும் அழிதல் இல்லாத பேரின்ப உலகைத் திறக்கிற தங்கத் திறவு கோலாக சாவு அமைந்துள்ளது என மில்டன் என்னும் ஆங்கில மேதாவி இறப்பைப் பற்றி இங்ஙனம் கூறியுள்ளார்.

பொத்தை யூன்சுவர் புழுப்பொதிந்து உறுத்து

அசும்பு ஒழுகிய பொய்க் கூரை
இத்தை மெய்எனக் கருதி நின்று இடர்க் கடற்
கழித்தலைப் படுவேனை - **மாணிக்கவாசகர்**

பொத்தல் மண்சுவர் பொல்லாக் குரம்பையை
மெய்த்தன் என்று வியந்திடல் ஏழைகாள் -**அப்பர்.**

மணம்என மகிழ்வர் முன்னே மக்கள்தாய் தந்தை சுற்றம்
பிணம்எனச் சுடுவர் பேர்த்தே பிறவியை வேண்டேன் நாயேன்.

- **சுந்தரர்**

சாமாறும் கெடுமாறும் தமர் உற்றார்
தலைத்தலைப் பெய்து
ஏமாறிக் கிடந்து அலறும் இவை என்ன
உலகியற்கை - **நம்மாழ்வார்.**

சாதலும் பிறத்தலும் என்றிவற்றைக்
காதல் செய்யாது உன்கழல் அடைந்தேன். - **திருமங்கையாழ்வார்**

பிரபுலிங்கலீலை:

"பிறந்த ஆகம்ஒன்று இறந்திடாப் பெருமையும் உடைத்தோ
எறிந்த வான்சிலை வீழ்ந்திடாது இருப்பது இங்கில்லை
செறிந்த காரியம் என்பதுஎன் றாயினும் சிதையும்
இறந்திடாதுகாரணம்எனப் படுமதே"

என்றும்.

பிறந்த மனிதன் சிறந்த அறிவோடு வளர்ந்து வாழ்ந்து வருகிறான். அந்த வாழ்க்கை சாவை நோக்கியே செல்கிறது. இருக்கும் ஆயுள் ஒவ்வொரு மணித்துளியும் தேய்ந்து கழிந்து வருகிறது. அதை உணராதவர் களிப்புற்று வியந்து திரிகிறார். இறப்பின் வாயிலுள்ள நிலைமையைச் சிறிது உணர்ந்தாலும் அவன் தன் உயிர்க்கு இனிமையானவற்றைச் செய்துகொள்வான். சாவை உணர்வது ஓதலின் உயர்ந்த பயனாகும்.

சீவக சிந்தாமணி:

பேதைமை என்னும் வித்தில் பிறந்துபின் வினைகள் என்னும்
வேதனை மரங்கள் நாறி வேட்கைவேர் வீழ்ந்து முற்றிக்
காதலும் களிப்பும் என்னும் கவடுவிட்டு அவலம் பூத்து

மாதுயர் இடும்பை காய்த்து மரணமே கனிந்து நிற்கும்.

பிறவியை மரமாக உருவகம் செய்கிறார் ஆசிரியர். வித்து வேர்களை மலர், காய், பழம் முதலிய நிலைகள் இங்கே வந்துள்ளன. பிறவிக்கு வேட்கையே வேர் என்றதனால் ஆசை அற்றால் ஒழிய பிறவி அறாது என்பது அறியக் கூடியதாகும். பிறவிக்காடுகளில் மரணங்களாகிய பழங்கள் உதிர்ந்து மீண்டும் பிறவிகளுக்கு வித்துக்களை விரித்து வருகின்றன. இங்கு குறிப்பிட்டுள்ள பிறப்பு இறப்புகளின் குறிப்புகள் உய்த்து உணரக்கூடியதாகும்.

செத்து செத்து பிறப்பதால் உயிர்களுக்குத் துன்பங்கள் தொடர்கின்றன. பிறப்பு இருக்கும்வரை இறப்பும் கூடவே இருக்கும். ஆதலால் பிறவியை அறவே நீக்கி உய்யவேண்டி இறைவனை நினைந்து உருகியும் கடினமான தவங்கள் செய்தும் ஞானிகள் முயன்று வருகின்றனர் தெளிவான உணர்வு ஒளி வீசி ஓங்கவே இழிவான பிறவி நிலைகள் தெரிய வருகின்றன. ஆகவே நேராகப் பரமனையே எண்ணிப் பரிவு கூர்ந்து உரிமையோடு உறுதி நலனை நாடி முறையிடுகின்றனர்.

மணிமேகலை:

ஆருமி லாட்டியென் அறியாப் பாலகன்
ஈமப் புறங்காட் டெய்தினோன் றன்னை.
அணங்கோ பேயோ ஆருயி ருண்டது
உறங்குவான் போலக் கிடந்தனன் காணென
அணங்கும் பேயும் ஆருயி ருண்ணா
பிணங்குநூன் மார்பன் பேதுகந் தாக
ஊழ்வினை வந்திவன் உயிருண்டு கழிந்தது
மாபெருந் துன்பம்நீ ஒழிவாய் யென்றாலும்
என்னுயிர் கொண்டிவன் உயிர்தந் தருளிலென்
கண்ணில் கண்ணை இவன்காத் தோம்பிடும்
இவனுயிர் தந்தென் உயிர்வாங் கென்றலும்
முதுமூ தாட்டி இரங்கினள் மொழிவோள்
ஐயமுண்டோ ஆருயிர் போனால்
செய்வினை மருங்கில்சென்று பிறப்பெய்துதல்
ஆங்கது கொணர்ந்துநின் ஆரிடர் நீக்குதல்
ஈங்கெனக் காவதொன் றன்றுநீ யிரங்கல்
கொலையற மாமெனுங் கொடுந்தொழின் மாக்கள்

அவலப் படிற்றுரை யாங்கது மடலாய்
உலக மன்னவர்க் குயிர்க்குயி ரீவோர்
இலரோ இந்த ஈமப் புறங்காட்
டரசர்க் கமைந்தன ஆயிரம் கோட்டம்
நிரயக் கொடுமொழி நீயொழி

யாரும் இல்லாத என்னுடைய அறியாச் சிறுவன் ஈமத் திடையே மயானத்திற்கு வந்தவனை அணங்கோ பேயோ அவன் உயிரை உண்டது. இதோ தூங்குபவனைப் போல கிடந்தனன் காண்க என்று பார்ப்பினி வருத்தத்துடன் கூற

அணங்கும் பேயும் அரிய உயிரை எடுக்கமாட்டா. நெருங்கிய முப்புரிநூலை அணிந்த மார்பினையுடைய சார்ங்கலனது அறியாமையே பற்றுக்கோடாக ஊழ்வினையானது இவனது உயிரை நீக்கி நீங்கியது. ஆகவே உன் துயரத்தை நீக்குவாய் என்று தெய்வம் கூறலும்.

என்னுடைய உயிரைப் பெற்று என் மகனது உயிரைத் தருவாயானால் கண்ணிழந்த எனது கணவனை இவன் காப்பாற்றுவான். ஆகலின் இவன் உயிரை அளித்து எனது உயிரை காத்து அருள்க.

சம்பாபதி இரக்கமுற்றுக் கூறுகின்றாள். அரிய உயிரானது உடம்பை விட்டு நீங்கினால்தான் செய்த வினையின் வழியே சென்று வேறு பிறப்படைதலில் ஐயம் உண்டோ? சென்ற அவனுயிரைக் கொண்டு வந்து நின்னுடைய அரிய துன்பத்தை நீக்குதல் எனக்கு இயலும் காரியமன்று. ஆகையால் நீ வருந்தற்க. பெண்ணே நீ கூறியது அது கொலைபுரிவதை அறம் என்று கூறும் கொடுந்தொழிலையுடைய மக்களின் துன்பத்தைத் தரும் பொய்யுரையாகும். உலகத்தையாள்கின்ற அரசர்கட்டு உயிர்க்கு உயிர் கொடுப்போர் ஒருவரும் இல்லையோ இந்த ஈம புறங்காட்டு அரசர்களுக்கு, அமைந்த கோட்டங்கள் அளவற்றன. ஆகலின் நிரயத்திற்குக் காரணமாகிய கொடிய மொழிகளை நீ விடுவாயாக என்று தெய்வம் கூறியது.

திருப்புகழ் 292ம் பாடல் கூறுவதை சிறிது பார்ப்போம்.

எழுபிறவி நீர்நிலத்தில் இருவினைகள் வேர்பிடித்து
இடர்முளைக குளமுளைத்து வளர்மாயை

எனும் உலவை யேபனைத்து விரககுழையே குழைத்து
இருள் இலைக ளேதழைத்து மிகநீளும்
இழவுநனை யேபிடித்து மரணபழ மேபழுத்து
இடியும்உடல் மாமரத்தின் அருநீழல்
இசையில்விழ ஆதபத்தி அழியுமுன மேஎனக்குள்
இனியதுஒரு போதகத்தை அருள்வாயே

இப்பாடலில் பிறவித் துயரங்களை விளக்கிக் காட்டி அவற்றில் நின்று நீக்கித் தன்னைக் காத்தருளும்படி அருணகிரியார் முருகரிடம் வேண்டுகிறார். இறைவன் நித்திய நிலையினன், சத்திய தயவினன், பேரின்பமுடையவன். அவனை நினைத்து உருகி வருபவர் புனிதராகின்றார். ஆகவே இறவாத இன்ப நிலையை அவர் அடைய நேர்கிறார்.

இதே திருப்புகழ் நூலில் அருணகிரியார் 288வது பாடலில் முருகனிடம் மனம் உருகி இவ்வாறு வேண்டுகிறார். அளவிட்டுக் கூறமுடியாத பிறவிகளை எடுத்து செத்து செத்து அல்லலுற்றேன். இனிமேல் சாக முடியாது. இறப்பை எந்த வழியிலும் நான் பார்க்க முடியாதபடி அடியோடு நீக்கிவிட்டு உன் திருவடியில் சேர்த்துக் கொள் என்று மிக்க அன்புடன் அபயம் புகுந்திருப்பது உறவுரிமை அவருடைய மனவுறுதியைத் தெளிவாகக் காட்டுகிறது.

உடம்பை நீக்கி உயிரை தனி முதலோடு சேர்த்தால் சாவு என்றும் இனியதே என அருணகிரி கருதுகிறார். இறப்பு துன்பங்களை ஒளித்தருளும் நல்ல துணை என்றும் கூறுகிறார். பாட்டைப் பார்ப்போம்.

எழுகடல் மணலை அளவிடின் அதிகம்
னதுஇடர் பிறவி அவதாரம்
இனியுனது அபயம் எனதுயிர் உடலும்
இனியுடல் விடுக முடியாது
கழுகொடு நரியும் எரிபுவி மறலி
கமலனும் மிகவும் அயர்வானார்
கடன்உனது அபயம் அடிமையுன் அடிமை
கடுகிஉன் அடிகள் தருவாறே. திருப்புகழ்-288

ஞான நோக்கு ஊன வாழ்க்கையை ஓர்ந்து உணர்ந்து உய்தி பெறும் நிலையைத் தேர்ந்து கொள்கிறது. பிறப்பு இறப்பு வாழ்வு, சாவு இவை யாவும் துன்பம் தரும் கவலைகளாகவே

உள்ளன. இந்தத் துன்ப நிலைகளிலிருந்து விரைவில் நீங்கி நல்ல நிலை காண்பதே தன்னுடைய உயிர்க்கு ஒருவன் நன்மை செய்வதாம்.

நெக்கு நெக்குள் உருகி உருகி
நின்றும் இருந்தும் கிடந்தும் எழுந்தும்
நக்கும் அழுதும் தொழுதும் வாழ்த்தி
நானா விதத்தால் கூற்று நவிற்றிச்
செக்கர் போலும் திருமேனி திகழ
நோக்கிச் சிலிர் சிலிர்த்துப்
புக்கு நிற்பது என்று கொல்லோ
என் பொல்லா மணியைப் புணர்ந்தே. - திருவாசகம்

துன்பத் தொடர்பு நீக்கி இன்ப மூர்த்தியான இறைவனை அடைய விரைந்து மாணிக்கவாசகர் உருகி மறுகி உரையாடியுள்ள நிலையை இதன் மூலம் உணர்கிறோம்.

கைத்த சொல்லால் உயிர் இழந்தும்
புதல்வற் பிரிந்தும் கடைஓட
மெய்த்த வேந்தன் திருஉடம்பைப்
பிரியார் பற்றி விட்டிலரால்
பித்த மயக்கு ஆம்சுறவு எறியும்
பிறவிப் பெரிய கடல்கடக்க
உய்த்து மீண்ட நாவாயின்
தாமும் போவார் ஒக்கினர்.

கம்ப: 1558

(கைகேயியின்) கடின மொழிகளால் மகனைப் பிரிந்தும் உயிரை இழந்தும் முடிவு போக வாய்ப்பைக் காத்த அரசனாகிய தசரதனுடைய நல்லுடலை விட்டுப் பிரியாது பற்றியிருந்த தேவியர் பித்து கொள்வதற்குக் காரணமாகிய அவிச்சையென்னும் சுறாமீன்களால் தாக்கப்படுகின்ற பிறவியென்னும் பெரிய கடலைக் கடக்குமாறு கடையடைவித்து மீண்ட புனையிலே தாமும் (பிறவிக்கடல் கடக்க) செல்வோரை ஒக்கின்றவர்களாயினர்.

நல்ல மூர்த்தியாதலால் திருவுடம்பு என்றார். இங்கே உடம்பு என்றது தசரதனுடைய கழலிணைகளை பிறவிக்கடல் கடப்பார் பற்றுவது. இறைவன் கழலிணைகளை மகளிர்க்குக்

கொழுநனே தெய்வமாதலின் தசரதன் தேவியர் அவனடிகளைப் பற்றுவாராயினர்.

பிறவியைப் பெருங்கடலாகவும் பித்த மயக்கத்தைச் சுறாவாகவும், தசரதனுடலைச் சுறாவின் வாயகப்பட்டது கடல் கடந்தும் புணையாகவும், தசரதன் தேவியரைக் கடல் கடப்பவராகவும் உருவகம் செய்தார். கடல் கடக்க கருதுவோர் சேதமற்றதாய் சிறந்த பாதுகாப்புடையதாய் கடல் நெறியனைத்தும் நன்கறிந்து தேர்ந்த மீகாமனையுடையதாய் அலைகடலில் பலமுறை இடர்பாடின்றித் தேர்ந்த மீகாமனையுடையதாய் அலைகடலில் பலமுறை இடர்பாடின்றி சென்று கருதிய துறையடைந்து மீண்டதாயுள்ள நாவாயினையே நாடுவர். அவ்வாரே தசரதன் தேவியரும் அவன் நற்கதியடையக் காரணமாக இருந்த அவனுடலைப் பற்றுவாராயினர். வேள்வி முதலிய நற்கருமங்களைச் செய்தும் வாய்மை வழூவாது ஒழுகியும் தன்னுயிர் போல மன்னுயிர் காத்தும் தசரதன் நற்கதி பெறக் காரணமாயிருந்தது. அவன் உடலாதலின் அதனைப் பிறவிக் கடல் கடக்க உய்த்து மீண்ட நாவாய் என்றார். இப்பாட்டில் பின் 2 வரிகள் பிறவிப் பெருங்கடல் – என்ற குறளை நினைவுறுத்தும்

திருவிளையாடற் புராணம்:

மணமகனே பிணமகனாய் மணப்பறையே பிணப்பறையாய்
அணியிழையார் வாழ்த்தொலிபோய் அழுகை ஒலியாய்க் கழியக்
கணமதனில் பிறந்திற்குமிக் காயத்தின் வரும் பயனை
உணர்வுடையார் பெறுவர் உணர்வு ஒன்றுமிலார்க்கு ஒன்றுமில்லை

சாவைக் குறித்து மகான்கள் எண்ணியுள்ள நிலைகளை நாம் நுண்ணிதின் உணர்கிறோம். பிறவித் துன்பம் நீங்கிப் பேரின்ப நிலையை அடைய நேர்ந்தவர் மரணத்தைக் குறிப்போடு உணர்ந்தனர்.

மரணம் எப்போது வரும் என்பது கணித்துக்கூற முடியாத ரகசியம். ஒவ்வொருவருக்கும் மரணம் ஒவ்வொருவிதமாக வரும் என்பதும் உண்மையே. எமன் பழி தன்மீது வராமல், ஏதாவது ஒரு காரணம் காட்டி அதன் மேல் பழி சுமத்தி உயிரைக் கொண்டு போகிறார். உடல்நலக்குறை மீதோ, விபத்து மீதோ, ரத்த அழுத்தம், இப்படிப் பல வழிகளில் தன் திருவிளையாடல்களைக் காட்டுகிறார். இதனால்தான் எமதர்ம

ராஜா என்ற பெயர் உண்டானதோ! எமனும் காரணம் இல்லாமல் உயிரைக் கொண்டுபோவதில்லை.

திருவிளையாடற் புராணத்தில் மணமேடையில் இருந்த மாப்பிள்ளை மாடுமுட்டி இறந்தான் என்று ஒரு பாட்டில் வருகிறது.

மணமகனே பிணமகனாக ஆனான் என்றது மனித வாழ்வின் அழிவு நிலையை விழி தெரிய விளக்குத் தெளிவு அருளி நின்றது. கல்யாண வீடு என்றால் மகிழ்ச்சியும் கலகலப்பும் நிறைந்ததாகவும் இருக்கும். ஆனால் அந்நிலைமாறி இழிவு வீடுபோல் அழுகைகளாய் மாறி விடும் நிலை உண்டாகிறது. இந்த அவல நிலையில் உள்ள வாழ்வில் உயிர்க்கு உறுதியை விரைந்து தேடாமல் கவலையின்றிக் களித்து திரிவது கழிமடமையாம் என்பது காண வந்தது. உறுதி கண்டு உய்ய வேண்டும்.

கலியாணத்திற்கு நியமித்த எல்லாப் பொருள்களும் இழவுச் சடங்குக்கு மாறின. தக்க கருவிகள் துக்கங்களை மருவின. மணவிருந்து பிணவிருந்தானது. மங்கலப் பாட்டுகள் ஒப்பாரிகளாயின. இனிய மணமலர்கள் பிணமாலைகளாயின. இன்ப நலம் எல்லாம் துன்பங்களாய் முடிந்தன. இது இங்கே அறிய உரியது. மாய வாழ்வுகள் மாயும் வாழ்வாயின.

இதே போன்று நாலடியாரிலும் ஒரு பாடல் காண்போம்.

> மன்றம் கறங்க மணப்பறை யாயின
> அன்றவர்க்கு ஆங்கே பிணப்பறையாய்ப் - பின்றை
> ஒலித்தலும் உண்டாமென்று உய்ந்துபோம் ஆறே
> வலிக்குமாம் மாண்டார் மனம் நாலடியார்-23

உறவினர் முதலிய பலர் கூடிய இடத்தில் ஒலியுண்டாகும்படி கலியாணத்திற்கு அடிக்கும் வாத்தியங்கள் அந்நாளிலேயே அம்மணப் பந்தலில் மணக்கோலம் கொண்டவர்க்கு உடனே பிணத்துக்குக் கொட்டும் பறைகளாகி முழங்குதலும் உண்டாகும் என்று மக்களது உடல் நிலையாமையை எண்ணி மாட்சிமைப்பட்ட அறிவுடையாரது நெஞ்சம் இல்வாழ்க்கையிலிருந்து பிழைத்துப் போவதற்குக் காரணமான துறவறத்தின் வழியிலேயே துணிந்து நிற்கும்.

புலன்ஐந்தும் பொறிகலங்கி நெறிமயங்கி
அறிவழிந்திட்டு ஐம்மேல் உந்தி
அலமந்த போதாக அஞ்சேல் என்று
அருள் செய்வான் - **தேவாரம்**

சாகும்போது மனிதன் படுகிற பாட்டை இப்பாடல் நமக்கு எடுத்துரைக்கிறது. அஞ்சி அலமந்து அல்லவாய் இறந்து படும் சமயத்தில் அஞ்சாதே என்று அருள்புரிந்தருளும் பரமபதி என இறைவனை ஞானசம்பந்தர் இவ்வாறு உள்ளம் உருகித் துதித்துள்ளார். மரண வேதனைகள் மதிதெளிய வந்தன.

பிறப்பும் இறப்பும் இயற்கை தந்தது. மானிட முயற்சிகளையும் கடந்து நிகழ்வது. முன்வினைப் பயன்களால் விளைவன. அவைகள் காரணமாகவே வாழ்க்கை அமைகிறது.

உருவங்கள் தோன்றுவதும், உலகில் சிலகாலம் வாழ்தலும், மரணம் நம்மை நெருங்கியதும் அருவமாக மறைந்து போதலும் – ஆகிய விந்தைகள் நிகழ்கின்றன. எனவே வாழும் காலத்தில் நல்வினைகளாற்றி தருமங்கள் செய்து வாழ்தல் வேண்டும் என்று நம் முன்னோர் கூறிச் சென்றுள்ளனர். எனவே இந்த வினைத் தொடர்புகள் முழுவதும் நீங்கி விட்டால் ஆன்மா பரமான்மாவைச் சேரும். இதைத்தான் முக்தி, மோட்சம் என்று கூறுவார்கள்.

ஊன உடம்புகளை நீக்கி, ஈனப் பிறப்புகளைப் போக்கி, துன்பங்களை ஒழித்து உயர்ந்த பரம்பொருளோடு உயிரை எந்த மரணம் இனிதாகச் சேர்த்துக் கொள்கிறதோ முடிவான அந்த மரணமே வணங்கப்பட வேண்டியதாக உள்ளது. பிறப்பை நீக்கிய மரணமே உயர்வானது சிறப்பானது.

தரும நீதிகள் தழுவிய தேகமே தன்னை மருவி நின்ற உயிர்க்குப் பிறவியை நீக்கி பேரின்பம் அருளும். இதற்கு கம்பராமாயணத்தில் தைலமாட்டுப் படலத்தில் ஒரு பாடல் மூலம் பார்ப்போம்.

கீழ்வரும் பகுதியை தைலமாட்டுப் படலம் பகுதியில் சேர்க்க வேண்டும்.

தசரதன் இறந்து போனான். அந்த உடலைச் சூழ்ந்து கொண்டு மனைவியர் மூவரும் மறுகி அழுகின்றனர். அந்த

நிலையை இருந்தவாறு விந்தையாய் விளக்கப்பட்டுள்ளது.

தமது பிராண நாயகனுடைய ஆவி நீங்கிய பின் அத்தேவியர் கூவி அழுத நிலையை ஓவியக் காட்சியாய் விளக்கியுள்ளது. அதில் உயர்ந்த ஜீவியம் ஒளிவிசுகிறது. இராச கம்பீரமான அவ்வுடம்பிலிருந்த உயிர் புகழும் புண்ணியமும் பொருந்தி நெடுங்காலம் சுகமாய் வாழ்ந்து முடிவில் பரமபதத்தை அடைந்தது. அந்த உருவைப் பற்றி தொடர்ந்து தாமும் பரகதி அடைய வேண்டும் என்று அரசிகள் உரிமையோடு தழுவியிருந்தனர்.

தன்பால் ஏறியிருந்த பயணியை அடுத்த கரையில் இறக்கி விட்டு தோணி மீண்டு வந்தது. இந்தக் கரையில் ஆயத்தமாயிருந்த பிரயாணிகள் ஆவலோடு விரைந்து அதில் ஏறினர். அதுபோல தேவியர் யாவரும் அத்தேகத்தைப் பற்றினர். அந்தப் பரகதி யாத்திரையை இங்கே பார்க்க நேர்ந்தது. பிறவிப் பெரிய கடல் கடக்க உய்த்து மீண்ட நாவாய் எனத் தசரதன் உடம்பை வித்தக விநயமாகக் காட்டியிருக்கும் காட்சி கண்டு உணரத் தக்கதாகும்.

தந்தை இறந்தார் என அறிந்ததும் வனம் போயிருந்த இராமன் வருந்தி அழுதான். அப்பொழுது வசிட்ட முனிவர் அவ்வீரனை ஆர்வமுடன் தேற்றினார். உலக வாழ்க்கையையும், இறப்பு நிலைகளையும் குறித்து அப்பெரியவர் பேசிய அரிய உரைகள் இனிய ஞான ஒளிகளை வீசி உறுதி நலங்களை உணர்த்தி உண்மை நிலைகளை நன்கு விளக்கி வந்தன.

உடலோடு பிறந்த உயிர் மறைந்தே தீரும். அந்த இறப்பு நேரும் முன் பிறப்பின் பயனைப் பெறின் உயிர் ஒளி மிகுந்து உயரும். தருமமே உயிர்க்கு எவ்வழியும் உறுதியாகும் துறவும் ஞானமும் ஜீவப் பறவைக்கு இரு சிறகுகள் போல் அமைந்துள்ளன. அவை மருவிய அளவு அது சிறப்புப் பெறுகிறது. உன்னை மகனாகப் பெற்ற பெருமையால் மன்னன் பரகதி அடைந்திருக்கிறான். நீண்ட காலம் புகழோடு வாழ்ந்து நித்திய நிலையைப் பெற்றுள்ளமையால் நீ உள்ளம் மகிழ்ந்து நித்திய நிலைமையைப் பெற்றுள்ளமையால் நீ மனமகிழ்ச்சி அடைய வேண்டும். தேவ தேவரும் காலத்தைக் கடந்து வாழ முடியாது. தந்தை இறந்து போனாரே என்று சிந்தை வருந்தாதே. இந்த உலகத்தில் எவரும் நிலையாய் இருப்பதில்லை.

இறத்தலும் பிறத்தலும் இயற்கை. இதனை மறுக்க முடியாது. சிறந்த மேதையான நீ தாதைபால் கொண்டுள்ள பாசத்தால் மனம் உருகி நிலை குலைந்து அழுகிறாய். கண்ணீர் சொரிந்து அழுவதை நிறுத்தித் தந்தைக்குத் தண்ணீர் சொரிந்து கருமக் கடமை உரிமையோடும் செய்தருளுக என மாதவர் ஆறுதல் கூறினார்.

இறத்தலும் பிறத்தலும் இயற்கை என்பதை
மறத்தியோ மறைகளின் வரம்பு கண்ட நீ!

என்று இராமனை நோக்கி முனிவர் குறித்துள்ள இதில் இறந்துபடுதலை யாரும் மறந்து விடலாகாது. மறவாமல் நின்று பிறந்த பயனை விரைந்து அடைந்து கொள்ள வேண்டும்.

பட்டினத்தார்:

ஒருமுறை திருவையாறு தலத்துக்குப் போயிருந்தார். கோயிலுள் புகுந்து சிவலிங்கத்தைக் கண்டு தொழுதார். கண்ணீர் பெருகி மார்பில் வழிய அழுதார். அவர் எதை எண்ணி அழுதார் காண்போம்.

மண்ணும் தணலாற வானும் புகையாற
எண்ணிய தாயும் இளைப்பாற - பண்ணுமயன்
கையாறவும் அடியேன் காலாறவும் காண்பார்
ஐயா திருவையா றா - பட்டினத்தார்

தன் பிறவியை நீக்கியருளும்படி இறைவனிடம் முறையிடுகிறார். எல்லையில்லாத சாவுகளை நான் அடைந்துள்ளேன். நான் பிறந்த இறந்த இடங்களில் எல்லாம் என் உடல்களைச் சுடலைகளில் வைத்துச் சுட்டியிருக்கின்றனர். அந்த வெய்ய சூடு வையகம் எங்கும் பரவியுள்ளது. அவ்வாறு சுடுங்கால் எழுந்த பிணப்புகை வானகம் முழுதும் விரிந்திருக்கிறது. மண்தணல் ஆற வான்புகை ஆற தாயர் இளைப்பு ஆற அயன் களைப்பு ஆற அடியேன் கால் ஆற ஐயா காண்பார்! என்று ஐயாறனை நோக்கி ஐந்து ஆறுதல்களை வேண்டியிருக்கிறார். இதில் மருவியுள்ள சுவைகளை நுணுகி உணர்ந்து கொள்ள வேண்டும்.

மகத நாட்டில் மாலதி என்ற ஒரு பெண் இருந்தாள். அவளுக்கு ஒரே ஒரு மகன். குசலன் என்பது அவன் பெயர். ஒருநாள் அவன் இறந்து போனான். ஒரே மகன்

என்பதால் அத்தாய் கதறி அழுதாள். அன்று அவ்வூர் அருகே ஒரு சோலையில் புத்தர் தங்கி இருந்ததைக் கேள்வியுற்று அவரிடம் விரைந்து போய் இறந்த தன் மகனை உயிர்ப்பித்து அருள வேண்டும் என்று புரிந்து புலம்பினாள். கருணை வள்ளலான அவர் அவளது பரிதாப நிலையை அறிந்து உள்ளம் உருகினார். செத்தவனைப் பிழைப்பிக்க, முடியாது என்று நேரே சொன்னால் அவள் துன்பப்பட்டு இறக்கக் கூடும் என்று இரங்கி வித்தக விநயமாக ஒரு செய்தி கூறினர். இறந்தவர் பிழைக்க முடியாது என்ற உண்மையை அப்பெண் அவளாகவே உணரவேண்டும் என்ற நன்நோக்கத்தில் இவ்வாறு கூறினார்.

அம்மா! இவ்வூரில் யார் வீட்டிலேனும் கொஞ்சம் வெண்கடுகு வாங்கி வா! அதை வாங்கி வந்தால் உன் மகன் பிழைத்து விடுவான் என்றார். இதோ நான் வாங்கி வருகிறேன் என்று அவள் வேகமாகப் போக தயாரானாள். அவளை மறுபடியும் அழைத்து "யாரும் சாகாத வீட்டில் இருந்து அதை வாங்கி வா" என்று சொல்லி அனுப்பினார். அவள் அவ்வாறே வீடு வீடாகப் போய் கேட்டாள். சாகாத வீடு யாண்டும் யாதும் இல்லை. ஆதலால் வெறுங்கையோடு அவள் மீண்டு வந்தாள். அதன் பின் புனிதமாக்கி நேர்ந்தாள். பிறப்பு – இறப்பு உண்மை நிலையை உணர்ந்தாள். அதன்பின் புத்தரை குருவாக ஏற்றுக்கொண்டு துறவியாகி அரிய தவம் புரிந்தாள்.

இறந்த மகன் எழுந்துவர வேண்டுமெனில்
  இவ்வுலகில் இறவா இல்லில்
நிறந்திகழும் வெண்கடுகு நீ சிறிது
  வாங்கிவர வேண்டும் என்றார்
பறந்தவறும் இடங்கள் தோறும் போய் எங்கும்
  வினவினாள் பாரில் யாண்டும்
பிறந்தவர்கள் எல்லாரும் இறந்தவரே
  எனத்தெளிந்து பெயர்ந்து வந்தாள்.

தனது அருமை மகன் இறந்து போனமையால் இறப்பு நிலையைத் தெளிந்து பிறப்பின் பயனை அவள் பெற விரைந்தாள்.

●●●

25. இலக்கியங்களில் பனை

தமிழகத்தின் தேசிய பறவை, விலங்கு, மலர் போன்றவை இருப்பதுபோல, பனை தேசிய மரமாக உள்ளது. உலகின் சீதோஷ்ண நிலைக்கு ஏற்ப, தட்ப வெப்பநிலைக்கு ஏற்ப, மண் வளத்துக்கு ஏற்ப எத்தனையோ தாவரங்கள் உண்டு. தமிழகத்தின் சிறப்புத் தாவரம் பனை. ஆகையால் அப்பனை பற்றி மிக விரிவாகத் தெரிந்து கொள்வதே இக்கட்டுரையின் நோக்கம்.

வாழை மரம் – தியாக விருக்ஷம். வாழை நிலத்தடி நீர் வரண்டு போகாமல் காக்கும். வாழை தன் உடலில் உள்ள தண்டு, மட்டை, இலை, பூ, பிஞ்சு, காய், கனி என அத்தனையும் பிறருக்காகவே தந்து உதவும் தன்மை கொண்டது. இதே போன்ற தன்மையே பனையிடத்தும் உள்ளது என்பதை யாரும் மறுக்க முடியாது. ஆகையால் பனையின் பயன்கள் அறிந்து கொள்வதற்கு முன் இலக்கியங்களில் பனைபற்றி வரும் செய்திகளைப் பற்றிப் பார்ப்போம்.

தமிழகத்தில் சங்க காலம் முதல் இன்று வரை இம்மரங்கள் மிக அதிக அளவில் உள்ளது. பனை மரம் உயரமாக வளரும். சில மரங்கள் குட்டையாகவும் இருக்கும்.

சங்கப் புலவர்கள் பனையோலையை பதம் செய்து தாங்கள் இயற்றிய இலக்கியங்களை அப்பனையோலைகளில் தான் முதன் முதலில் எழுதி வைத்தனர். அவற்றை பனை ஏடுகள் என்றனர். அப்பனையோலை இல்லை என்றால் எந்தச் சங்க இலக்கியமோ, இலக்கணமோ நமக்குக் கிடைத்திருக்காது. பனை ஓலையில் எழுத்தாணி கொண்டு எழுதி வைத்த ஓலைச்சுவடிகள் காலம் கடந்து நின்று நாம் படித்து இன்புறும்

வகையில் நமக்குத் தந்தது பனை ஓலைச் சுவடிகளே என்றால் அது மிகையன்று.

இனி இலக்கியங்கள் பனை பற்றி கூறும் செய்திகள் பார்ப்போம்.

சேரர், சோழர், பாண்டியர் – முறையே சேரர் – பெரிய பனையினது வெள்ளி தோட்டை சூடுவர், வேப்பம் பூமாலை அணிந்த பாண்டியன் என்றும், ஆத்தியால் செறிய கட்டப்பட்ட மாலையைச் சோழர் அணிவர் – என்றும் மூவரசரும் அணியும் பூமாலைகள் என்று கூறப்பட்டுள்ளது. மூன்று மலர்களும் மரங்களில் பூக்கும் மலர்கள் என்பது தெளிவாகத் தெரிகிறது.

சோழர் குடியில் பிறந்த நெடுங்கிள்ளியும் நலங்கிள்ளியும் உறையூரில் பகை கொண்டு பொருதனர். இதையறிந்த புலவர் கோவூர்கிழார் நீங்கள் இருவீரும் ஒரே குடியில் பிறந்தவர்கள். பனம்பூ சூடிய சேரனும் அல்லன், வேம்பு சூடிய பாண்டியனும் அல்லன் இருவீரும் சோழர் குடியில் பிறந்தவர்களே என்று கூறி இருவரையும் சமாதானம் செய்விக்கிறார்.

"இரும்பனை வெண்டோடு மலைந்தோ னல்லன்
கருஞ்சினை வேம்பின் றெரியலோ னல்லன்
நின்ன கண்ணியு மார்மிடைந் தன்றே நின்னொடு
பொருவோன் கண்ணியும் மார்மிடைந் தன்றே
ஒருவீர் தோற்பினும் தோற்பதுங் குடியே." **புறம் 45 1-5**

உடன் பிறந்தார் போரிடப் படைக்கலம் ஏந்திவிட்டால் அவரை எதிர்த்துப் படைக்கலம் ஏந்த எவரும் துணியமாட்டார்கள். இப்படிப்பட்ட வீரர்களைப் பெற்ற இவள் தந்தை இவளை வலிமை மிக்க கரிய பனைமரம் போலும் பெரிய துதிக்கை உடைய யானையைத் தனியனாக நின்று வீழ்த்திய வீரம் மிக்க வேந்தன் ஒருவனுக்கு மணம் பேசி நிச்சயிக்கிறான்.

"இரும்பனை அன்ன பெருங்கை யானை" **புறம் 340-7**

இதில் யானையின் துதிக்கைக்கு இரும்பனை உவமை கூறியிருப்பது மிகப் பொருத்தமாக உள்ளதன்றோ?

அள்ளூர் நன்முல்லையார் பாடல். **புறம் 389**

நீர் நிறைந்திருக்கும் பனை இள நுங்கு இறுகிக் கல்போல, காட்டில் உள்ள வேப்ப மரத்தின் காய்கள் ஈர்வளமில்லாததால் முற்றிப் பழுக்காமல் காய்ந்து வாட, நீர் நிறைந்த குளங்களும் வெடித்து வறளும் கோடை காலம் – என்று கோடையின் தன்மை கூறுகிறார் கள்ளில் ஆத்திரையர்.

பனைமரம் காய் காய்க்கும். கோடை காலத்தில் மட்டுமே காய்க்கும். அக்காயைப் பக்குவமாக இருக்கும்போது வெட்டிச் சாப்பிட்டால் அதில் நீர் நிறைந்திருக்கும். அந்நீருடன் கூடிய நுங்கு சாப்பிட்டால் உடலுக்குக் குளிர்ச்சியும் தரும். ஆனால் கரும்பனைகாய் முற்றிவிட்டால் நுங்கு இறுகி முற்றி கல்போல் ஆகிவிடும். அந்த நுங்கு சாப்பிட உதவாது என்பதை இப்பாட்டில் அழகாகக் கூறியுள்ளார்.

"நீர்நுங்கின் கண்வலிப்பக்
கானவேம்பின் காய்திரங்கக்" **புறம்-389 1-2**

படை பெருத்து! பார் சிறுத்தது:

சோழன் நலங்கிள்ளியின் படை வலிமையும் அளவையும் விளக்கும் ஒரு அருமையான கற்பனை நயமிக்க பாடல். பாடியவர் ஆலுந்தூர்க்கிழார்.

சோழன் நலங்கிள்ளி என்னும் மன்னன் ஆற்றல் மிக்கவன். வறியவர்களுக்கு வாரி வாரி வழங்கியவன், இவன் கரிகாலனின் மூன்று மகன்களில் ஒருவன்.

அவன் வீரத்தைப் புகழ்ந்து பாடும் விதம் பாராட்டத் தக்கதாகும். பகைவரைக் கண்டு அஞ்சாதவன். அவனுடைய படை மிகப் பெரியது. அப்படையினை அவர் கூறும் பாங்கினைப் பாராட்டாமல் இருக்க முடியாது. பனை மரத்தைப் பாடு பொருளாக வைத்துப் பாடி இருப்பது மகிழ்ச்சி தரும் பாடலாக உள்ளது.

சோழன் நலங்கிள்ளியின் படையில் முதலில் செல்பவர்கள் பனைமரத்தின் இளநுங்கின் இனிய இன்சுவை நீரை குடித்தவாறு செல்கின்றனர். அப்படை வீரர்கள் கடந்து போக, நடுப்பகுதியில் உள்ள படைவீரர்கள் பனம் பழத்தை

உண்டனர். கடைசியில் வரும் படைவீரர்கள் பிசிருடன் கூடிய பனங்கிழங்கினைச் சுட்டுத் தின்றனர். இதனால் இப்படை எவ்வளவு பெரிய படையாக இருக்கும் என்று நம்மை வியப்பில் ஆழ்த்துகிறது. நல்ல கற்பனை வளத்தினைக் காண முடிகிறது.

எனவே பனை மரத்தை படைகள் கடந்து செல்ல நுங்கு காயாகி, பழுத்து கிழங்காகும் காலம் ஆகும்.

பாடல்

தலையோர் நுங்கின் தீஞ்சேறு மிசைய
இடையோர் பழத்தின் பைங்கின மாந்தக்
கடையோர் விடுவாய்ப் பிசிரொடு சுடுகிழங்கு நுகர
வேந்துபீ டழித்த ஏந்து வேல் தானையொடு." **புறம் 225**

"வெண்மணற் பொதுளிய பைங்காற் கருக்கின்
கொம்மைப் போந்தைக் குடுமி வெண்டோட்
டத்த வேம்பி னமலை வான்பூச்
சுரியா ருளைத்தலை பொலியச் சூடி" குறுந்தொகை 281 1-4

பூக்களைப் பனந்தோட்டுடன் வைத்துச் சூடுதல் சங்க காலத்தில் இருந்தது என்பதை இப்பாடல் வரிகள் காட்டுகின்றன.

வட்கர் போகிய வளரிளம் போந்தை
உச்சி கொண்ட ஊசி வெண்டோடு
வெட்சி மாமலர் வேங்கையொடு விரைஇச்
உச்சிக் கொண்ட ஊசி வெண்தோட்டு
சுரிஇரும் பித்தை பொலியச் சூடி **புறம் 100 3-6**

அழகிய பனம் பூமாலையுடன் சுரண்ட தன் கரிய முடி எழில் பெற அணிந்த ஊசி போன்ற வெள்ளை, இதழுடைய வெட்சி வேங்கை மலரும் சேர்த்துக் கட்டிச் சூடினர் என்பதை அறியலாம்.

"போர்படு மள்ளர் போந்தொடு தொடுத்த
கடவுள் வாகைத் துய்வீ" **பதிற்:66 14-15**

"நாறிணர்க் கொன்றை வெண்போழ்க் கண்ணியர்" **67-13**

மணம் கமழ்கின்ற கொன்றைப் பூவின் கொத்துக்களைக் கலந்து கட்டிய பனந் தோட்டாலாகிய மாலையைச் சூடினர் என்று பதிற்றுப் பத்து கூறுகிறது.

"வட்கர் போகிய வான்பனந் தோட்டுடன்
புட்கைச் சேனை பொலியச் சூட்டிப்
.... வஞ்சி சூடுதும்" **சிலம்பு: 25- 146 - 9**

இடையே முரிதல் இல்லாத சிறந்த பனந்தோட்டொடு மேற்கோளையுடைய தானை விளங்க வஞ்சிப் பூ கலந்து கட்டிய பனந்தோட்டோடு சூடினர் என்று சிலப்பதிகாரம் கூறுவதும் காண்க. ஆகையால் மலர்களை பனந்தோட்டில் வைத்துக் கட்டி அணிந்து கொள்ளும் மரபு சங்ககாலத்தில் இருந்தது என்பதை இலக்கியங்களில் காணலாம். இது இக்காலத்திலும் பந்தோட்டை மாலையில் இடை இடையே கட்டும் வழக்கம் உண்டு என்பதைப் பார்க்கிறோம்.

ஒரு பழமையான ஊர். அவ்வூரில் பனைமரங்கள் அடர்ந்து உள்ளன போலும். அம்மரங்களில் பனங்காய்கள் கொத்து கொத்தாகக் காய்த்துத் தொங்கிக் கொண்டு உள்ளது. ஆகையால் பனங்காய் நுங்குக்கு பஞ்சமில்லை. அவ்வூரிலுள்ள சிறார்கள் பெரியோர்கள் அனைவரும் நுங்கை கையில் கொண்டு சுற்றி திரிந்து கொண்டிருந்தனர் என்று குறுந்தொகை 293வது பாடல் கூறுவதும் காணலாம்.

"பாளை தந்த பஞ்சியங் குறுங்காய்
ஓங்கிரும் பெண்ணை நுங்கொடு பெயரும்." குறுந் -293 2-3

தூங்கல் ஓலை ஓங்குமடற் பெண்ணை
மாவரை புதைத்த மணன்மலி முன்றில். நற்றிணை: 135 1-2

நெய்தல் நிலம். ஒரு வீட்டின் முற்றத்தில் பனை மரங்கள் உள்ளன. அவை தொங்குகின்ற ஓலையையும் நீண்ட மடலினையும் உடைய பனையினது கரிய அடிமரம் புதைபடுமாறு மூடப்பட்ட மணல் முற்றம். கடற்கரையில் பலத்த காற்று அடிக்கும்போது மணல் காற்று அடித்து வந்து பனைமரத்தின் அடிப்பகுதி மறையும்படி மணல் திட்டு போல் அமையும். இது இயற்கையாக நிகழும் நிகழ்ச்சி என சுவைபடக் கூறுகிறது.

ஓங்குநிலை வேங்கை ஒள்இணர் நறுவீப்
போந்தைஅம் தோட்டின் புனைந்தனர் தொடுத்துப்

புறம்: 265 2-3

உயர்ந்த வேங்கை மரத்தின் பூங்கொத்துக்களை பனையோலையால் அலங்கரித்து மாலையாகக் கட்டி சூடினர் என்று இப்பாடல் வரிகள் நமக்குக் காட்டுகிறது.

திருக்குறள்:

பனையைப் பற்றி அறத்துப் பாலில் செய்ந்நன்றியறிதல் அதிகாரத்திலும், பொருட்பாலில் குற்றம் கடிதல் அதிகாரத்திலும், காமத்துப் பாலில் புணர்ச்சி விதும்பல் அதிகாரத்திலும் வள்ளுவர் பனையைப் பற்றி கூறியுள்ளார். வேறு எந்த மரத்துக்கும் தராத சிறப்பு பனை மரத்துக்குத் தந்துள்ளார் என்பதனால் அம்மரத்தின் சிறப்பினை அறியலாம்.

பனை மரம் மூன்று குறட்பாக்களிலும் உயர்வை எடுத்துக் கூறவே எடுத்துக் காட்டினார் எனலாம். சிறிய உதவிக்கு தினையும் அதன் பயனை அறிந்த சான்றோர் பனை அளவு உயர்வாகக் கருதுவர் என்பதை தினை - பனை - சிறிது. உயர்ந்தது என அறிவித்தற்கு மிகப் பொருத்தமாகக் கூறியுள்ளார். ஏற்கனவே திருக்குறளில் தாவரம் என்ற கட்டுரையில் பனை கூறப்பட்டுள்ளது காண்க.

"பனைத்தலைக் கருக்குடை நெடுமடல் குருத்தொடு மாய கருவளி
தொகுத்த நெடுவெண் குப்பை."

குறுந்தொகை: 372

பனையின் உச்சியிலுள்ள கருக்கு உடை நெடுமடல் கருக்கையுடைய நெடிய மடலானது குருத்தோடு மறைய விரைவையுடைய காற்றுக் கூட்டிய உயர்ந்த வெள்ளிய மணற்குவியலாகிய தொகுதியைக் கொண்ட பனை என்றதனால் அடிப்பகுதி மணல் மறைத்தது. அதனால் அப்பனை குட்டையாகத் தெரிந்தது என்று கூறுகிறார்.

காமம் மிக்க தலைவன் பனைமடலால் குதிரையைப்போல ஓருருவம் அமைத்து அதன் கழுத்தில் மணி மாலை

முதலியவற்றைப் பூட்டி தன் உருவத்தையும் தலைவியின் உருவத்தையும் ஒரு துணியில் எழுதிக் கையில் ஏந்திக் கொண்டு அதன் மேல் யாவரும் அறிய ஊர்ந்து வருதலை மடலேறுதல் என்பர். அங்ஙனம் அவன் வருவதைக் கண்ட ஊரினர் இன்னவளுக்கும் இவனுக்கும் காதல் உண்டு என்பதை அறிந்து அதனை வெளிப்படக் கூறிப் பழிப்பர். அது கேட்டுத் தமர் மணம் புரிவிப்பர் கலி.141 பாடல் கூறுவதைக் காணலாம். அவ்வாறு மடலேறும் தலைவன் நீறு பூசி, எருக்கமாலை ஆவிரம் பூமாலை முதலியவற்றை அணிதல் வழக்கம் என்று தெரிகிறது.

"அடன்மாமேல் ஆற்றுவேன் என்னை மடன்மாமேல்
மன்றம் படர்வித் தவள்" கலி.141 9-10

இவ்வடிகள் கூறுவதும் காண்க.

"மடன்மா கூறும் இடனுமா ருண்டே"

தொல்காப்பியம் கள:1

மடலேறுதல் பற்றி கூறுவதும் நோக்குக.

தஞ்சை வாணன் கோவை 102 பாடலிலும் கண்டு தெளிக.

காமம் உழந்து வருந்தினார்க் கோடி
மடலல்ல தில்லை வலி 1131

நாணொடு நல்லாண்மை பண்டுடையேன் இன்றுடையேன்
காமுற்றான் ஏறும் மடல் 1133.

எனவே மடலேறும் வழக்கம் சங்க நூல்களில் பல இடங்களில் கூறப்பட்டுள்ளது. ஏதோ சிலவற்றை இங்கு எடுத்துக் காட்டினேன். மேலும் சங்க இலக்கியங்களில் கண்டு தெளிக.

திணைமாலை நூற்றைம்பது:

நாணாக நாலு நனைகுழலாள் நல்கித்தன்
பூணாக நேர்வளவும் போகாது - பூணாகம்
என்றேன் இரண்டாவ துண்டோ மடல்மாமேல்
நின்றேன் மறுகிடையே நேர்ந்து 16

மடலேறுதல் தவிர மறுபேச்சுக்கு இடமில்லை.

தலைவன் தலைவியை மணம் முடிக்க விரும்புகிறான். தலைவியைத் தனக்கு மணம் முடித்துத் தந்து அவள் என்னோடு கூடி மகிழும் வரை நான் என் முயற்சியைக் கைவிடேன் எலும்பு மாலை அணிந்து பனை ஓலையினாலாகிய குதிரை மேல் இருந்தபடி அவள் இருக்கும் தெருவழியே போகத் துணிந்து விட்டேன். இதில் மாற்றம் இல்லை என்றான்.

தலைவன் தான் விரும்பிய தலைவியை அடைய, அவள் மனத்தைக் கவர, அவர்களின் பெற்றோர்கள் மணம் செய்ய ஒப்புதல் தரச் செய்ய பனைமட்டையால் ஆன குதிரை மீதமர்ந்து தலைவி இருக்கும் தெருவழியே செல்வான். இதுவே மடலேறுதல் எனப்படும். இச்செய்தியைத்தான் இப்பாடல் நமக்கு உணர்த்துகிறது.

இவ்வாறு செய்வதனால் தலைவன் தலைவியை எந்த அளவிற்குக் காதலிக்கிறான் என்றும், காதலிக்காக எந்த அவமானத்தையும், துன்பத்தையும் பொருட்படுத்துவதில்லை என்பதும் தெளிவாக உணரமுடிகிறது. இதைக் கண்ட அவள் பெற்றோர்கள் மனமிரங்கித் திருமணம் செய்து கொடுப்பதும் உண்டு.

இந்தக் காலத்திலும் காதலிக்கும் காதலர்கள் பெற்றோர்கள் எதிர்ப்பு தெரிவிக்கும்போது காதலன் காதலி வீட்டுக்கு எதிரே இருந்து கோஷம் போடுவதும், உண்ணாவிரதம் இருப்பதும், காதலி காதலன் வீட்டுக்கு எதிரே இருந்து உண்ணாமல் போராடுவதும் நடக்கிறது. இதைப் பார்த்து சில பெற்றோர்கள் சம்மதித்து மணம் முடித்து வைப்பதும் உண்டு, சில பெற்றோர்கள் எதிர்ப்பதும், அப்படிப்பட்ட சில காதலர்கள் இறப்பதும் உண்டு. இதனால் சங்ககாலத்தில் இருந்து இன்றுவரை காதலுக்கு எதிர்ப்பு இருக்கத்தான் செய்கிறது. ஆனால் உறுதியும், உண்மையான அன்பும் உள்ள காதல் என்றும் வெற்றி பெறும் என்பதில் ஐயமில்லை.

ஆழ்வார்களும் திவ்ய பிரபந்தத்தில் சிறிய திருமடல், பெரிய திருமடல் பாடல்களில் மடலேறுதல் குறிப்பிட்டுள்ளதைக் காண முடிகிறது. மடலேறுதல் என்பது காதலை உறுதிபடுத்த வந்த ஒரு நிகழ்ச்சி என்பதையும் அறியலாம்.

வெற்றி வேற்கை:

"தேம்படு பனையின் திரள்பழுத்து ஒருவிதை
வானுற ஓங்கி வளம்பெற வளரினும்
ஒருவருக்கு இருக்க நிழலாகாதே."

பனைமரம் பற்பல வகையில் மக்களுக்குப் பயன்பட்டு வருகிறது. பனைமரத்தின் ஒரு விதை வானத்தை அளாவி உயரமாக செழிப்போடு வளர்ந்தாலும், ஒருவர் வெயிலுக்கு தங்கி இருக்க நிழல் தராது. இவ்வாறு பனையின் உண்மை இயல்பினை ஆசிரியர் கூறுகிறார்.

பழமொழி:

"விரும்பி அடைந்தார்க்கும் சுற்றத் தவர்க்கும்
வருந்தும் பசிகளையார் வம்பர்க்கு உதவல்
.... கரும்பனை அன்ன துடைத்து."

தம்மை விரும்பி வந்து சேர்ந்திருப்பவர்களுக்கும் தம்முடைய சுற்றத்தினர்களுக்கும் அவர்களை வருத்தும் பசியைப் போக்காதவர்கள் யாரோ? அவர்கள் தன்னை மிகவும் பாதுகாத்து வளர்த்தவர்களுக்கு உதவாமல், புதிதாக வந்தவர்க்கு உதவுவார்கள். இதனை பனைமரத்திற்கு ஒப்பிட்டுக் கூறுகிறது இப்பாடல். பனைமரம் விதை நட்டால் அதை வளர்த்து பாதுகாத்து வந்தவர்களுக்கு உதவாது. ஆனால் நெடுங்காலம் சென்ற பின் புதியவர்களுக்கு உதவுகின்ற இயல்பினையுடையது பனை. இக்கருத்து மிக பொருத்தமாக உள்ளதன்றோ?

நடுவூருள் வேதிகை சுற்றுக்கோள் புக்க
படுபனை அன்னர் பலர்நச்ச வாழ்வார்
குடிகொழுத்தக் கண்ணும் கொடுத்துண்ணா மாக்கள்
இடுகாட்டுள் ஏற்றைப் பனை. 96

பனை பற்றி நாலடியார் கூறுவதையும் சிறிது பார்ப்போம்.

பலரும் விரும்பும்படி வாழ்பவர்கள் ஊர் நடுவே மேடையினால் எல்லாப் பக்கமும் சூழ்ந்து இருப்பது பொருந்திய பயனைத் தருகின்ற பெண் பனை மரங்களை யொப்பர்.

தம்முடைய குடும்பம் செல்வம் நிறைந்து இருக்கும்போதும் பிறருக்கு உதவி, தாமும் உண்ணாத மக்கள் சுடுகாட்டில் உள்ள பயன்படாத ஆண்பனை மரங்களை ஒப்பர்.

இப்பாட்டில் பனைமரங்களில் ஆண்பனை. பெண்பனை என இருவகை உள்ளது என்பதைத் தெளிவாக எடுத்துக் காட்டுகிறது. ஆண் பனை மரத்துக்குச் செல்வம் நிறைந்திருந்தும் மற்றவர்களுக்கு உதவாதவர்களுக்கு எடுத்துக் காட்டுகிறார். பலருக்கும் கொடுத்து பலரும் விரும்பும்படி வாழ்பவர் பெண்பனை மரத்துக்கு ஒப்பாவார்கள் என்று கூறியுள்ள நயம் மிகப் பொருத்தமாக உள்ளது.

பெண்பனை மரம் மக்கள் விரும்புமாறு அப்படி என்ன உதவி செய்கிறது என்ற கருத்து நம்முள் எழும். ஆனால் அம்மரத்தால் பல நன்மைகளை மக்கள் பெறுகின்றனர். அதையும் சிறிது பார்ப்போம். பனைமரம் மனித சமுதாயத்திற்குப் பலவகைகளில் பயன்படுகிறது என்பதை யாராலும் மறுக்க முடியாது. எனவே அம்மரத்தின் பயன்கள் பற்றியும் சிறிது பார்ப்போமே!

1. பனை நுங்கு:

இது கோடை காலத்தில் பனை நமக்கு வழங்கும் ஒரு உணவு பொருள். பனை மரங்களில் வெயில் காலத்தில்தான் காய் கொலை கொலையாகக் காய்க்கும். அதைப் பக்குவமான நிலையில் வெட்டி நுங்கு எடுப்பார்கள். அந்த நுங்கு கோடை காலத்தில் சாப்பிடும்போது உடல் சூட்டைத் தணிக்கும். இளங்காயின் உட்பகுதியில் உள்ள நுங்கில் தெளிந்த இனிப்பான நீர் இருக்கும் இந்த நீரை எடுத்து உடம்பில் பூசினால் வியர்க்குருவை போக்கும். சருமம் பளபளப்பாக இருக்கும். மேலும் பசியையும் தூண்டும். தோலுடன் சாப்பிட்டால் சீதபேதி நீங்கும்.

2. பனையின் மது:

சாராயம்போல் இது போதை தராது. எளிமையாகப் பனை மரங்களில் கிடைக்கக் கூடியது. உடம்புக்குக் கெடுதல் தரக்கூடியதல்ல. பனங்கள்ளுக்கு சுக்கிலத்தை விருத்தி செய்யும் தன்மை உண்டு. தாதுக்களுக்கு உறுதி உண்டாக்கும்.

உடல் சூட்டைத் தணிக்கும். உடலில் உள்ள நச்சுகளைச் சுத்தமாக்கும்.

3. பனங்கற்கண்டு

இதுவும் பனைமரத்திலிருந்தே தயாரிக்கின்றனர். மேகசுரம், வெப்பம், மூத்திரம் வரும்போது ஆண்குறி கடுத்தல் இவை போக்கும் தன்மை உண்டு.

பனம்பழம்:

பனங்காயே மிக முற்றிய பின்னர் பழமாகிறது. பனம் பழம் நாருடன் கலந்திருக்கும். யாரும் விரும்பிச் சாப்பிடுவதில்லை. சிலர் இப்பழத்தைச் சுட்டும் சாப்பிடுவர். யாழ்ப்பாணத்து மக்கள் விரும்பிச் சாப்பிடுவர். இதனை அந்நாட்டு மக்கள் சாறு காயவைத்து அதிலிருந்து பனாட்டு என்ற ஒரு உணவு பொருளைச் செய்வர்.

பனை வெல்லம்:

பனைவெல்லம், பனங்கற்கண்டு இவை சித்த மருத்துவத்தில் அதிக அளவில் பயன்படுகிறது. பனை வெல்லம், கற்கண்டு பாலில் கலந்தும் சாப்பிடுவர். தின்பண்டங்களும் செய்வார்கள். இதுவும் உடல் சூட்டைத் தணிக்கும். மார்பு எரிச்சலைப் போக்கும் தென் மாவட்டங்களில் கருப்பட்டி என்றும் கூறுவர்.

பனம் பூ:

சேரர்களின் அடையாள மாலை பனம்பூ, இது வாத குன்மம், சிறுநீர் சிக்கல், தந்த ரோகம் ஆகியவற்றைப் போக்கும்.

பனங்கிழங்கு:

பனங்கொட்டையை மண்ணில் புதைத்து வைத்தால் அதிலிருந்து பனங்கிழங்கு வருகிறது. அது சுமார் ஒரு அடி நீளமாக இருக்கும். இதை வேக வைத்துச் சாப்பிடுவர். நாறுடன் கூடியதாக இருக்கும்.

பதநீர்:

பதநீர் அருந்துவதால் உடலில் உள்ள எலும்புகள்

வலுவடையும். வயிற்றுப் புண் குணமாக்கும். பதநீரில் கால்சியம், இரும்புச்சத்து இருக்கிறது. உடல் வெப்பம் தணிக்கப்படுகிறது.

பனையின் பயன்களில் சாப்பிடும் பொருள்கள் பற்றியே பார்த்தோம். இனி புறப் பயன்பாடு பற்றிப் பார்ப்போம்.

பனைமரத்திலிருந்து பல பொருள்களை உண்டாக்கி உபயோகப்படுத்தினர். பனைமரத்தின் ஒவ்வொரு பகுதியும் பயன்படும் பொருள்களே. ஒன்றுகூட உதவாது என்று கூற முடியாது எனும் அளவிற்கு அம்மரம் பயன்மரமாக உள்ளது என்பதை யாராலும் மறக்க முடியாது.

பழங்காலத்தில் வீடு கட்டும்போது ஏழை எளிய மக்கள் நன்றாக முற்றிய பனைமரங்களை வெட்டி இரு கூராக்கி உத்திரங்களை வைத்துக் கட்டினர். வீட்டின் கூரையை பனையோலை கொண்டு வேய்ந்தனர். இது கடும் வெப்பத்தின் பிடியிலிருந்து காத்தது.

குருத்து இலைகளை வெட்டி கூடை, சிறு பெட்டிகள் போன்றவை செய்து பயன்படுத்தினர்.

மேலும் பனை ஓலை கொண்டு பாய் முடைந்தனர். அப்பாய்களில் படுத்து உறங்கினர்.

பால், மோர் பானைகள் பனை உறிகளில் வைத்து தொங்கவிட்டனர். அவற்றை பூனை எலி போன்றவை அண்டாத வகையில் இருப்பதற்கு அவ்வாறு வைத்துக் காத்தனர்.

பனை ஓலையால் செய்யப்பட்ட துடைப்பங்கள் செய்து வீட்டை பெருக்கி சுத்தப்படுத்தப் பயன்படுத்தினர்.

பனை மட்டைகளில் இருந்து நாரெடுத்து கயிறு திரித்து பயன்படுத்தினர்.

மின்சாரம் பயன்பாட்டில் இல்லாத காலத்தில் பனையோலையில் அழகாக விசிறிகள் செய்து வெயில் காலத்தில் வெக்கையைப் போக்கிக் கொள்ள விசிறிக் கொண்டனர். இது கோடை காலத்துக்குப் பயன்பட்டால் மாரி காலத்திற்கு மழையிலிருந்து நனையாமல் தங்களைக்

காத்துக் கொள்ள ஒரு சொட்டு தண்ணி கூட விழாதவாறு மிக அழகான குடைகளைச் செய்து பயன்படுத்தினர். மீன், இறைச்சி முதலியன வைக்க பெட்டிகள் போன்று செய்யும் பழக்கம் இன்றும் மீனவர்களிடையே உள்ளது.

இந்தக் காலத்திலும் பனையின் குருத்து ஓலையில் செய்யப்பட்ட தோரணங்கள் விசேஷ நாட்களில் வீடுகளில் தொங்கவிடுவதைக் காண்கிறோம்.

சடாதரவனத்துறை ஆரவல் பொய்கை
முழுகுவார் தம்மை செல்வமீரட்டம்
அண்டுவது மெய்யே சொன்னோம்.

ஜடாதரன் என்பது சிவபெருமான். அரவம். என்றால் நாகம். ஈட்டம் என்றால் இரண்டு. எட்டு பதினாறு என்பதாம். பாண்டவர்கள் சேனையை எதிர்த்து துரியோதனன் சேனைக்குத் தலைமை தாங்கினார் பீஷ்மாச்சாரியார். அவர் கொடியில் பொறிக்கப்பட்ட சின்னம் 'பனைமரம்' ஈஸ்வரனின் ஆணைப்படி இக்கோயிலின் தலவிருட்சத்தையே தனது கொடியில் பொதிந்து வெற்றி மேல் வெற்றி பெற்றார் பீஷ்மர்.

பீஷ்மர் கங்கா தேவியின் புத்திரன், மகாஞானி. எனவே இந்தத் தலவிருட்சத்தைத் தொழுதும் இதனைப் படம் எடுத்து மாணவர்கள் மோதிரம் செயினில் கட்டி அணிந்து கொண்டால் ஞாபக விருத்திக்கு அடிகோலும்.

சிவயோகி என்னும் சித்தர்:

தாடகை யேத்திய சிவனடி நிற்கும்
பனைதலை யேத்து வார்தம்
இடம் பொடிபடும் தன்னோடு
சித்திரம் தீட்டி கணையும் சுட்டியும்
புணந்தாமும் பூட்டமதி கூறாகும்
சிவனடியார் விஷ்ணு குப்தனை கேளே.

என்று பேசுகிறார்.

விஷ்ணு குப்தர் அர்த்த சாஸ்திரம் எழுதிய சாணக்கியர் தனது வயோதிக காலத்தில் தன் அறிவு வன்மையால் பலம்

பொருந்திய நந்த வம்சத்தை அழித்து சந்திர மௌரியனை அரியணையில் ஏற்றி மாவீரன் அலெக்சாண்டர் ஜெயித்த நாடுகளையும் கைப்பற்றி மௌரிய சாம்ராஜ்யத்தையும் உருவாக்கினர்.

இவர் தொழுதது இவர்தம் முத்திரை மோதிரத்தில் ஏந்தி நின்றது இந்தத் தாடகையீச்சுவ கோயிலில் உள்ள தல விருட்சமான பனைமரத்தைத் தான்.

இத்தலம் கும்பகோணம் அருகில் 7 மைல் தொலைவில் உள்ள திருப்பனந்தாள் என்ற தலமாகும்.

★★★

www.ingramcontent.com/pod-product-compliance
Lightning Source LLC
LaVergne TN
LVHW060609051026
849519LV00002B/543

* 9 7 8 9 3 8 7 6 5 5 5 3 9 *

www.ingramcontent.com/pod-product-compliance
Lightning Source LLC
LaVergne TN
LVHW060609051026
849519LV00002B/543